தீட்டும் புனிதமும்

சுப.வீரபாண்டியன்

உங்கள் ரசனை மேம்பட
வானவில் புத்தகாலயம்

10/2 (8/2) போலீஸ் குவார்ட்டர்ஸ் சாலை (முதல் தளம்)
(தியாகராயநகர் பேருந்து நிலையத்திற்கும் காவல்நிலையத்திற்கும் இடைப்பட்ட சாலை)
தியாகராயநகர், சென்னை – 600 017
தொலைபேசி : 2986 0070, 2434 2771
கைபேசி: 72000 50073
மின்னஞ்சல் : vanavilputhakalayam@gmail.com
வலைதளம் : www.sixthsensepublications.com

Title: **Theetum Punithamum**
Author: **Suba. Veerapandian**
Address:
Vanavil Puthakalayam
10/2(8/2) Police Quarters Road (1st Floor)
(Between Thiyagaraya Nagar Bus Stop & Police Station)
Thiyagaraya Nagar, Chennai - 17
Phone: 2986 0070, 2434 2771
Cell: **72000 50073**
/Vanavil Puthakalayam
/6 th sense_karthi
e-mail : vanavilputhakalayam@gmail.com
Website: www.sixthsensepublications.com

First Edition : **December, 2015**
Second Edition : **March, 2018**
Third Edition : **August, 2023**
Pages : **160**
Price : **₹222**

©Suba Veerapandian

Publisher : **Karthikeyan Pugalendi**
Wrapper Design : **Vijayan, Creative Studios**
Laser Typing : **R. Uma/Prakash**
Layout Design : **Safwaan**

No part of this book may be reproduced or transmitted in any form without permission in writing from the author or publisher

நீங்கள் Smart Phone உபயோகிப்பவராக இருந்தால் QR Code Reader Application மூலம் இதை Scan செய்தால் நேரடியாக எமது இணையதளத்திற்கு சென்று மேலும் எங்கள் வெளியீடுகள் பற்றிய விவரங்களைப் பெறலாம்.

A1 ISBN :978-93-82578-98-7

தலைப்பு : தீட்டும் புனிதமும்
நூலாசிரியர் : சுப. வீரபாண்டியன்
பக்கங்கள் : 160
விலை : ரூ.222

முதற்பதிப்பு : டிசம்பர், 2015
இரண்டாம் பதிப்பு : மார்ச், 2018
மூன்றாம் பதிப்பு : ஆகஸ்ட், 2023

உரிமை : © சுப. வீரபாண்டியன்

வானவில் புத்தகாலயம்
10/2 (8/2) போலீஸ் குவார்ட்டர்ஸ் சாலை (முதல் தளம்),
(தியாகராயநகர் பேருந்து நிலையத்திற்கும்
காவல் நிலையத்திற்கும் இடைப்பட்ட சாலை)
தியாகராயநகர், சென்னை – 600 017
தொலைபேசி : 2986 0070, 2434 2771
கைபேசி: **72000 50073**
மின்னஞ்சல்: vanavilputhakalayam@gmail.com

இந்தப் புத்தகத்திலுள்ள எந்த ஒரு பகுதியையும் பதிப்பாளர் மற்றும் எழுத்தாளர் அனுமதியை எழுத்து மூலம் பெறாமல் பதிப்பிக்கவோ, நாடகமாக்கவோ, திரைப்படமாக்கவோ கூடாது.

40 ஆண்டுகளுக்கும் மேலாக
ஒவ்வொரு வியாழக்கிழமையும்
முற்போக்குக் கருத்தரங்குகளைத்
தவறாமல் நடத்தி வரும்
பெரியார் நூலக வாசகர் வட்டப்
பொறுப்பாளர்களின்
சலியாத உழைப்புக்குத்
தலைவணங்குகிறது
இந்நூல்!

என்னுரை

இது என்னுடைய 34 அல்லது 35 ஆவது நூலாக இருக்கும் என்று நினைக்கிறேன். அவற்றுள் 'பகத்சிங்கும் இந்திய அரசியலும்', பெரியாரின் இடதுசாரித் தமிழ்த் தேசியம்', 'திராவிடத்தால் எழுந்தோம்' ஆகிய குறிப்பிடத்தக்க நூல்களின் வரிசையில் இந்நூல் இடம்பெறும் என்பது என் எண்ணம்.

இந்நூல் என் உரைகளின் தொகுப்பு. சென்னை, பெரியார் திடலில், பெரியார் நூலக வாசகர் வட்டத்தின் சார்பில், மாதம் ஒரு முறையாக, 2014 ஆம் ஆண்டு, எட்டு மாதங்கள் "எதிரும் புதிரும்" என்னும் பொதுத் தலைப்பின் கீழ் நான் ஆற்றிய உரைகளின் எழுத்து வடிவமே, இப்போது உங்கள் கைகளில் நூலாக உள்ளது.

உரையை எழுத்தாக வடிக்கும்போது சில சிக்கல்கள் எழும். "மொழியும் வாழ்வும்" என்னும் என் முந்தைய நூலாக்கத்திலேயே அதனை நான் உணர்ந்தேன். இந்நூலிலும் அது போன்ற சிக்கல்கள் வரவே செய்தன. பேச்சு வடிவம், கூறியது கூறல், அன்றைய சூழலை ஒட்டிய நகைச்சுவைகள் ஆகியனவற்றைச் சற்று மாற்றியும், திருத்தியும் எழுத்து வடிவிற்குக் கொண்டுவர வேண்டியிருந்தது. ஆனாலும், சில இடங்களில் தவிர்க்க இயலாமல், ஓரிரு செய்திகள் ஒன்றுக்கும் மேற்பட்ட இடங்களில் இடம்பெற்றுள்ளன. பொறுத்திட வேண்டுகின்றேன்.

எதிரும் புதிரும் என்னும் தலைப்பு பொதுவானதாக உள்ளது போல் உணர்ந்ததால், ஆரியக் கோட்பாடான, தீட்டு, புனிதம் என்பனவற்றின் அடிப்படையில் நூலின் தலைப்பை மாற்றியுள்ளேன்.

இவ்வுரைகள் அனைத்தும், ஒரு சிறிய அறையில், ஏறத்தாழ 100 பேர் முன்னிலையில் ஆற்றப்பட்டவை. எண்ணிக்கையால் குறைவானவர்களாக இருந்தபோதும், உணர்வாளர்களாகவும், சிந்தனையாளர்களாகவும் அரங்கினர் அமைந்தமையால், உரையாற்றுவதில் ஒரு பெரிய ஊக்கம் கிடைத்தது. பிறகு, ஒவ்வொரு மாதமும், பிரின்ஸ் உள்ளிட்ட பெரியார் வலை நண்பர்கள் இவ்வுரைகளை இணையத்தளத்தில் ஏற்றிய பின்னர், ஆயிரக்கணக்கானவர்கள் அவற்றைக் கண்டும், கேட்டும் இவ்வுரைகளைப் பெருமைப்படுத்தினார்.

இவ்வுரைகளைத் தயாரிப்பதற்காகப் பல நூல்களை நான் படித்தேன். அவ்வகையில் தொடர்ந்து ஒரு மாணவனைப் போல் என்னைப் படிக்க வைத்த பெருமை, பெரியார் நூலக வாசகர் வட்டப் பொறுப்பாளர்களுக்கும், வந்திருந்து உரைகேட்ட பெரியோர்களுக்கும் உண்டு.

இந்நூல் வெளிவருவதற்குக் காரணமாகவும், துணையாகவும் இருந்தவர்களின் பட்டியல் மிக நீளமானது. தனித்தனியாக ஒவ்வொருவரின் பெயரையும் குறிப்பிடாமைக்கு மன்னிக்க வேண்டுகிறேன். எனினும் சில பெயர்களையாவது குறிக்க வேண்டும். சத்திய நாராயணன், உமா, பிரகாஷ், வானவில் புகழேந்தி, கார்த்திக், பிரின்ஸ், விஜயன் ஆகியோருக்கும், மற்றும் அனைவருக்கும் என் இதயம் கனிந்த நன்றி.

இந்நூலினை ஒரு சமூகப் பணியாகவே கருதுகின்றேன். என் சமூகப் பணி தொடர என்றும் உங்கள் உறுதுணையை நாடி நிற்கின்றேன்.

– சுப.வீரபாண்டியன்
subavee11@gmail.com
subavee.com

பொருளடக்கம்

1. அறிவியலும் ஆன்மீகமும் 7

2. காதலும் சாதியும் 24

3. போரும் அமைதியும் 45

4. தீட்டும் புனிதமும் 62

5. நுகர்வும் துறவும் 84

6. கருப்பும் வெள்ளையும் 102

7. புலாலும் மரக்கறியும் 119

8. வானியலும் சோதிடமும் 139

1 அறிவியலும் ஆன்மீகமும்

இவ்வுரையின் தொடக்கத்திலேயே ஒன்றை நாம் தெளிவு படுத்திக் கொள்ளலாம். இங்கே அமர்ந்திருக்கின்ற நம்மில் மிகப் பலர் அறிவியலை ஏற்றுக்கொண்டுள்ள பகுத்தறிவாளர்களாகவே இருக்கிறோம். ஆன்மீகத் தளத்தில் இயங்குகின்ற கடவுள் நம்பிக்கையாளர்கள் இந்தக் கூட்டத்தில் இருப்பதற்கு வாய்ப்பில்லை. இருந்தாலும் ஓரிருவராகத்தான் அவர்கள் இருக்க முடியும். இந்த நிலை இந்த அரங்கிற்குள் மட்டும்தான் என்பது தெளிவானது. உலகில் நாம் மிக மிகச் சிறுபான்மையினர். நாட்டிலும் சரி, வீட்டிலும் சரி கடவுள் நம்பிக்கை அற்றவர்கள் எண்ணிக்கையில் மிக மிகக் குறைவாகவே இருக்கிறோம். எனினும் இந்த அரங்கின் அமைப்பையொட்டி, நாம் கூடுதலாக அறிந்து வைத்துள்ள அறிவியல் செய்திகள் பற்றிக் குறைவாகவும், நாம் குறைவாக அறிந்து வைத்திருக்கூடிய ஆன்மீகச் செய்திகள் பற்றி விரிவாகவும் பேசலாம் என்று எண்ணுகிறேன்.

அறிவியல் என்பதும், ஆன்மீகம் என்பதும் இரண்டுமே தேடல்கள்தாம். ஆன்மீகம் ஒரு தேடல் என்பதை நான் ஏற்கிறேனா இல்லையா

என்னும் அடிப்படையில் இல்லாமல், ஆன்மீகத்தை ஏற்றுக்கொண்டவர்களின் பார்வையில் அந்த விளக்கத்தை இங்கு நான் முன்வைக்கிறேன். ஆன்மீகம் என்பது நாம் பிறப்பதற்கு முன்பு எங்கிருந்தோம், இறந்ததற்குப் பின்பு எங்கு செல்கிறோம் என்பதைப் பற்றிய தேடல். இந்த உலகில் உள்ள அனைத்தும் அழிந்து போகக் கூடியனவா, அழியாதனவும் உள்ளனவா என்பது பற்றிய தேடல். வாழ்க்கை பற்றிய, உலகம் பற்றிய பல்வேறு விதமான தேடல்கள். இரண்டுக்குமான வேறுபாடுகளும் உண்டு. ஆன்மீகம் என்பது தேடல் என்றால், அறிவியல் என்பது ஆய்வு. பல்வேறு சோதனைகளுக்கு உட்பட்ட ஆய்வு. இரண்டுக்கும் இடையில் இன்னொரு பெரிய வேறுபாடும் உண்டு. அறிவியலின் தேடலும் ஆய்வும் உலகில் இருந்து தொடங்குகின்றன. இந்த உலகம், இந்த வாழ்க்கை பற்றிய ஆய்வுகளில் தொடங்கி, உலகிற்கு வெளியே பேரண்டம் நோக்கியும் அது பயணப்படுகிறது. ஆனால் ஆன்மீகம் என்பதோ, பேரண்டத்திற்கு வெளியில் இருந்துதான் தொடங்குகிறது. அங்கிருந்து இங்கே உள்வருவதான தேடலே ஆன்மீகம்.

ஆன்மீகம் என்பது நம்பிக்கை. அறிவியல் என்பது சோதனை. சரணாகதி தத்துவமே ஆன்மீகம். எங்கும் எந்தக் கோட்பாட்டிலும் சரணடையாமல், ஆய்வுகள் நடத்துவதே அறிவியல். சுருக்கமாகச் சொன்னால், நம்பு என்கிறது ஆன்மீகம். எல்லாவற்றையும் சந்தேகி என்கிறது அறிவியல்.

சரணாகதித் தத்துவத்தில் எந்தச் சோதனைக்கும் இடமில்லை. எங்களுக்கு எதுவும் தெரியாது. எல்லாம் ஆண்டவன் செயல் என்ற நம்பி'கையில் பாரதி சொல்வது போல, 'நின்னைச் சரணடைந்தேன்' என்பதே ஆன்மீகம்.

"நல்லது தீயது நாமறியோம் – அன்னையே!
நல்லவை நாட்டுக, தீயவை ஓட்டுக
நின்னைச் சரணடைந்தோம்" என்பன பாரதி வரிகள்.

சரணாகதித் தத்துவம்தான் ஆன்மீகத்தின் அடிப்படை. அதனால்தான், மகாபாரதத்தில் நாம் அனைவரும் அறிந்த ஒரு காட்சி திட்டமிட்டு அமை'கப்பட்டிருக்கிறது. அவையில் திரௌபதியின் துகில் உரியப்படும் காட்சியைத்தான் நான் குறிப்பிடுகிறேன். தொடக்கத்தில் திரௌபதி தன் ஒரு கையால் சேலையைப் பற்றிக் கொண்டு, மறுகையால் கண்ணனை அழைக்கிறாள். கண்ணன் வரவில்லை. இரண்டு கைகளையும் உயர்த்திப் பிடிக்கும் போதுதான் கண்ணன் வந்து அவள் மானத்தைக் காப்பாற்றினான் என்று கூறுகிறது மகாபாரதம். இரண்டு கைகளையும் உயர்த்திப் பிடித்தால் நிலைமை என்னாகும் என்பது வேறு. ஆனால் ஆன்மீகவாதிகள் சொல்லுகிற செய்தி வேறு. அவள் ஒரு கையால் ஆடையைப் பற்றிக் கொண்டு, மறுகையால் கண்ணனை அழைத்த போது, அவள் தன்னையும் நம்பவில்லை, கண்ணனையும் நம்பவில்லை என்றாகிறதாம். 'ஒன்று உன்னை நம்பு அல்லது என்னை நம்பு' என்னும் கோட்பாட்டைக் கண்ணன் உணர்த்திட, அதன் பின்பே முழுமையாக அவள் கண்ணனிடம் சரணாகதி அடைவதை அக்காட்சி விளக்குகிறது.

ஆன்மீகம் என்றால் என்ன என்பதற்கு எந்த ஒரு மதத்திலும் துல்லியமான விளக்கம் ஏதும் இல்லை. ஆன்மீகத்திற்கும்,

அறிவியலுக்கும்தான் மோதல் என்று எண்ண வேண்டியதில்லை. ஆன்மீகவாதிகளுக்கு உள்ளேயே ஆயிரம் மோதல்கள் இருக்கின்றன. ஒரு மதம் சொல்லும் கருத்தைப் பல நேரங்களில் பிற மதங்கள் ஏற்பதில்லை. ஆனாலும் ஒரு ஒற்றுமை இருக்கிறது. ஒரே ஒரு மதத்தைத் தவிர, மற்ற மதங்கள் அனைத்தும் ஆன்மாவையும், ஆன்மீகத்தையும் ஏற்கின்றன. ஆன்மாவை மறுக்கும் ஒரே ஒரு மதம் பௌத்தம் மட்டுமே. அதனால்தான் அதனை மதம் என்று சொல்லாமல், மார்க்கம் என்று சொல்கிறோம்.

பௌத்தம் இரண்டு கோட்பாடுகளை முன்வைக்கிறது. ஒன்று அநித்திய வாதம். இன்னொன்று அனான்ம வாதம். அனான்ம வாதம் என்பது, ஆன்மா என்று ஒன்று இல்லை எனக் கூறுவது. அதுபற்றிக் காண்பதற்கு முன்பு, ஆன்மீகத்திற்கும், தத்துவத்திற்கும் இடையிலான தொடர்பை நாம் பார்க்கலாம். ஆன்மீகம் என்பது மதத்தின் ஒரு பகுதி. மதம் என்பது தத்துவங்களின் ஒரு பகுதி. எனவே நம் தலைப்பை அறிவியலும், தத்துவமும் என்று கூடக் கொள்ளலாம். ஆன்மீகத் தத்துவம் என்பதும் சரியானது.

பௌத்தத்தைத் தவிர மற்ற மதங்கள் ஆன்மாவையும், ஆன்மீகத்தையும் ஏற்றுக் கொள்கின்றன. மறுபிறப்பை ஏற்காத கிறித்துவ மதம்கூட, ஆவி, ஆன்மா, உலகம் என்னும் மும்மையை (Trinity) முன்வைக்கிறது. மற்ற மதங்கள் மறுபிறப்பையும் ஏற்கின்றன. அனைத்தும் சில தத்துவங்களை அவ்வவற்றின் போக்கில் வெளியிடுகின்றன.

மேலை நாட்டுத் தத்துவாசிரியர்கள் ஐந்து வகையாகத் தத்துவத்தைப் பிரிக்கின்றனர். அவற்றைத் தருக்கம் (Logic), அழகியல் (Aesthetics), நெறிமுறை (Ethics), அரசியல் (Politics), ஆன்மவாதம் (Metaphysics) என ஐந்தாகக் கூறுவர். ஆம், அரசியலும்கூட தத்துவத்தின் ஒரு பகுதிதான். மூன்றாவதாக உள்ள நெறிமுறைகளில் இருந்து மதங்களும், மதங்களின் உட்பிரிவாக ஆன்மவாதமும் உருப்பெறுகின்றன. அரசியல் என்பது ஒழுங்கமைக்கப்பட்ட சமூக அமைப்பைப்பற்றிய ஆய்வு (Politics is nothing but a study of ideal social organisation) என்றுதான் கூறப்படுகிறது.

அறிவியலையும் தத்துவத்தையும் ஒப்பிட்டுப் பல நூல்கள் வெளிவந்துள்ளன. அவை எல்லாவற்றுள்ளும் வில் டியூரன்ட் (Will Durant) எழுதியுள்ள தத்துவத்தின் கதை (The Story of Philosophy) என்னும் நூல் தலைசிறந்த ஒன்றாகக் கருதப்படுகின்றது. 1926இல் வெளிவந்த அந்த நூல் இன்றைக்கும் பொருத்தமான பல செய்திகளை நமக்குத் தருகின்றது. தத்துவங்களைப் பற்றி அந்த நூல் விரிவாகப் பேசுகிறது. சாக்ரடீஸ் தொடங்கி 20ஆம் நூற்றாண்டில் வாழ்ந்த மேலை நாட்டுத் தத்துவாசிரியர்கள் பலரைப் பற்றிய வரலாற்றுக் குறிப்புகள், அவர்களின் கோட்பாடுகள் அனைத்தும் அதில் இடம் பெற்றுள்ளன. தத்துவத்தைக் கேலி செய்கிற, ரோமானியத் தத்துவாசிரியராகிய சிசரோவின் கருத்துக்கும் அதில் இடம் இருக்கிறது. சிசரோ சொல்கிறார், "உலகில் பயனற்ற படிப்புகளில் ஒன்றாகவே தத்துவம் இருக்கிறது. உலகத்தின் தத்துவாசிரியர்கள் பலர், மிகப்பெரும் அறிவாற்றலைக் கொண்டவர்களாக இருக்கிறார்கள் என்ற போதும், நடைமுறைஅறிவு (commonsense) மட்டும் குறைவாக இருக்கிறது." இவ்வாறு பல சுவையான மற்றும் தேவையான செய்திகளைக் கொண்டிருக்கும் இந்நூல் பற்றி ஒரு விமர்சனமும் உண்டு. சாக்ரடீஸ் தொடங்கி மேலை நாட்டுத் தத்துவாசிரியர்கள் அனைவரைப் பற்றியும்

விளக்கிப் பேசும் இந்நூலில் கீழை நாட்டுத் தத்துவங்கள் எவையும் இடம் பெறவில்லை. சீனத்தின் கன்பூசியஸ், இந்தியாவின் புத்தர் உள்ளிட்ட எவர் குறித்தும் எந்தச் செய்தியும் இல்லை.

போகட்டும்...சொல்லப்படாதவைகளை விட்டுவிட்டு, சொல்லப்பட்டுள்ள செய்திகளை நாம் எண்ணிப் பார்க்கலாம். அறிவியலையும், தத்துவத்தையும் ஒப்பிட்டு வில் டியூரன்ட் ஒற்றை வரியில் கூறியுள்ள அந்த அழகிய விளக்கம் என்றைக்கும் மறக்க முடியாது. அறிவியல் என்பது பகுத்துப் பகுத்து ஆய்வது (Analytical description) என்றும் தத்துவம் என்பது ஒருங்கிணைத்துப் புனைவது (Synthetical interpretation) என்றும் அவர் கூறுகின்றார். எந்த ஒன்றையும் பகுத்து ஆராய்வதுதான் அறிவியலின் அடிப்படை. ஒரு ரோஜா மலரை ஒவ்வொருவரும் பார்க்கிற பார்வை வேறு வேறானது. ஒரே பூதான்...ஆனால் அதனை ஒரு கவிஞரும், ஒரு வணிகரும், ஒரு அறிவியல் அறிஞரும் எந்தெந்தக் கோணங்களில் பார்ப்பார்கள் என்பதை மு.வ., தன் நூலொன்றில் சுவைபடக் கூறுவார். அழகிய மலரைக் கண்டதும் கவிஞருக்குக் கவிதை வரும். எத்தனை லாரிகளில் ஏற்றி, எவ்வளவு ரூபாய்க்கு விற்பனை செய்யலாம் என்று வணிகருக்குக் கணக்கு வரும். அறிவியல் அறிஞருக்கோ, அதனை இதழ் இதழாகப் பிரித்துப் பார்த்து ஆய்வு செய்யும் மனம் வரும். அவ்வாறு பகுத்தாய்தலே அறிவியல் ஆகும்.

இதற்கு எதிர்மாறாகத் தத்துவம் என்பது, எங்கெங்கோ இருப்பனவற்றை ஒருங்கிணைத்துப் பார்த்து அதற்கு ஒரு புது விளக்கத்தைத் தருகிறது. இரண்டுக்கும் இடையில் உள்ள இன்னொரு வேறுபாட்டையும் டியூரன்ட் எடுத்துக் காட்டுகின்றார். அறிவியல்தான் நமக்கு ஒருவனை எப்படிக் கொல்ல வேண்டும் என்றும், எப்படிக் குணப்படுத்த வேண்டும் (how to kill and how to heal) என்றும் கற்றுத் தருகிறது. கொலை செய்வது சரியா தவறா என்பதைத் தாண்டி, எப்படிக் கொலை செய்வது என்பதை அறிவியல்தான் விளக்குகிறது. அவனைக் குணப்படுத்த வேண்டுமானாலும் எப்படிக் குணப்படுத்துவது என்பதையும் அதே அறிவியல்தான் நமக்குச் சொல்கிறது. இன்றைக்கு மனிதர்களின் சராசரி வாழ்நாள் கூடியிருக்கிறது என்று சொன்னால், அதற்கு மருத்துவ அறிவியலின் வளர்ச்சிதான் காரணம். நாம் வாழும் காலம் கலிகாலம் என்கிறார்கள். ஆனால் அவர்கள் வாழ்ந்த நல்ல காலத்தில் எல்லாம், 40 வயதுதான் சராசரி வாழ்நாள். இன்றோ, அது 70ஐத் தொட்டிருக்கிறது என்றால் அறிவியலைத் தவிர வேறு எது அதன் அடித்தளமாக இருக்க முடியும்.

அதே நேரத்தில், அறிவியலை மிகக் கூடுதலாகவும் நம்பி விடாதீர்கள் என்கிறார் டியூரன்ட். என்ன காரணம் என்றால், நோய்களிலிருந்து மனிதர்களைச் சில்லறை சில்லறையாகக் காப்பாற்றும் அறிவியல், போர்க் கருவிகளைப் புதிது புதிதாகக் கண்டுபிடித்து, போர்க் காலங்களில் மக்களை மொத்தமாகக் கொன்று விடுகிறது என்கிறார். அறிவியலின் வளர்ச்சியால் எத்தனை நோய்கள் இன்று எளிதில் குணப்படுத்தப் படுகின்றன என்பதை நாம் மறந்துவிட முடியாது. முன்பு டிப்தீரியா என்னும் தொண்டை அடைப்பான் நோய் ஒன்று இருந்தது. அதனால் பாதிக்கப்படும் குழந்தகளை உடனடியாகக் கவனிக்க வில்லையென்றால், 24 மணி

நேரத்தில் அக்குழந்தைகளின் உயிரை அது பறித்துவிடும். நாற்பது ஐம்பது ஆண்டுகளுக்கு முன்புவரையில் கூட, காசநோய்க்கு மருந்து இல்லாத நிலைதான் இருந்தது. காசநோய் வந்துவிட்டாலே, 'போனால் போகட்டும் போடா' என்று மனங்களைத் தேற்றிக் கொள்ள வேண்டிய நிலை ஏற்படும். ஆனால், இன்றைக்குத் தொண்டை அடைப்பான் நோய் மிக மிக அரிதாகவே வருகின்றது. காசநோயை எளிதில் குணப்படுத்தி விட முடிகிறது. பெரியம்மை உலகைவிட்டே விடை பெற்றுவிட்டது. போலியோ என்னும் நோய் இன்னும் ஓரிரு நாடுகளில் மட்டும்தான் உலகில் உள்ளது. புற்றுநோயைக் கூட, முதல் இரு நிலைகளில் மருத்துவம் குணப்படுத்தி விடுகிறது. இவ்வளவும் மருத்துவ அறிவியலின் வளர்ச்சியால் நாம் பெற்ற பயன்பாடுகள்.

இப்போது நான் மீண்டும் முதலில் குறிப்பிட்ட அந்த வரிக்கு வருகின்றேன். எப்படிக் கொல்ல வேண்டும், எப்படிக் குணப்படுத்த வேண்டும் என்று அறிவியல்தான் சொல்லித் தருகிறது என்றாலும், எப்போது கொல்ல வேண்டும், எப்போது குணப்படுத்த வேண்டும் (when to kill and when to heal) என்பதைத் தத்துவம் அல்லவா நமக்கு விளக்குகிறது. யாரைக் கொல்ல வேண்டும், யாரைக் குணப்படுத்த வேண்டும் என்பதும் கூட அவரவர் சார்ந்திருக்கும் தத்துவத்தின் அடிப்படையில் எடுக்கப்படும் முடிவுதானே! ஆதலால், தத்துவம் இல்லாத அறிவியல் மட்டும் நமக்குப் பயன்பாடு உடையது அன்று. அறிவியலும் தத்துவமும் இணைந்தே செல்ல வேண்டிய இணைகோடுகள்.

தத்துவம் என்பது வாழ்க்கை சார்ந்தது. வாழும் முறை பற்றியது. அதனால்தான் இந்தியாவின் முன்னாள் குடியரசுத் தலைவர் எஸ். இராதாகிருஷ்ணன் தன் நூல்களில், 'இந்துத்துவம் என்பது மதமன்று, அது ஒரு வாழ்க்கை முறை' என்று திரும்பத் திரும்பக் கூறுகின்றார். இந்து மதம் மட்டுமில்லை, எல்லா மதங்களுமே ஒவ்வொரு விதமான வாழ்க்கை முறையைத்தான் நமக்குக் கூறுகின்றன. தத்துவத்தின் ஒரு பகுதியாகிய நெறிமுறைகள் சார்ந்தே மதம் உருவெடுக்கிறது என்பதால், அது வாழ்க்கை முறைகளை வகுத்துத் தருவதில் வியப்பொன்றுமில்லை.

ஆனாலும் எந்த ஒரு மதமும் இரண்டு தளங்களில் இயங்குகின்றது என்பதை நாம் கவனத்தில் கொள்ள வேண்டும். ஒன்று கோட்பாடு (concept), இன்னொன்று நிறுவனம் (institution). இவற்றுள் கோட்பாடுகள் என்பவை உயர்ந்தவையாகவும், நல்லெண்ணம் கொண்டவையாகவும் இருக்கக் கூடும். இந்து மதத்தைப் பொறுத்தளவு அடிப்படைக் கோட்பாடுகளிலேயே முரண்பாடுகள் உள்ளன. அவை குறித்துப் பிறகு நாம் பேசலாம். இங்கே கோட்பாடுகளைக் காப்பாற்ற நிறுவனங்கள் உருவாக்கப்படுகின்றன. நிறுவனங்கள் இல்லாமல் கோட்பாடுகள் இல்லை. கோட்பாடுகள் இல்லையென்றால், நிறுவனங்கள் தேவையில்லை. எனவே இரண்டும் ஒன்றையொன்று பின்னிப் பிணைந்திருக்கின்றன. இச்சூழலில் நிறுவனங்கள் உருவாக்கப்படும் போது, அவற்றுக்கேயுரிய பலங்களும், பலவீனங்களும் வந்து சேருகின்றன. அந்த நிறுவனங்களைக் காப்பாற்றுவதற்குப் பல புதிய கோட்பாடுகள் இணைக்கப்படுகின்றன. அவற்றுள் ஒன்றுதான் Metaphysics எனப்படும் ஆன்மவாதக் கோட்பாடு.

இந்த ஆன்மவாதத்தை, நான் முதலில் குறிப்பிட்டதைப் போல, பவுத்தம் ஏற்கவில்லை. ஆன்மாவை மறுத்து, அநான்மக் கோட்பாட்டை முன்வைத்த புத்தர், அதற்கும் முந்தைய கட்டமாக அநித்தியக் கோட்பாட்டைக் கூறுகின்றார். நித்தியம் என்றால் நிலையானது என்று பொருள். புத்தர் இந்த உலகில் உள்ள எல்லாம் அநித்தியமானது என்கிறார். எதுவும் நிலையானது இல்லை. எல்லாம் தோன்றும், மாறும், சிதையும் என்பதே அறிவியல். எந்த மாற்றமும் இல்லாமல் உலகில் எதுவும் இருக்க முடியாது. மாற்றம் ஒன்றே மாறாதது. எல்லாம் மாறும், எல்லாம் அழியும் என்னும் அறிவியல் உண்மையை ஏற்றுக் கொள்வோமானால், ஆன்மா மட்டும் எப்படி அழியாதிருக்க முடியும்?

ஆனால் அப்படி அழியவே அழியாத, மாறவே மாறாத ஒன்று மதத்திற்குத் தேவைப்பட்டது. அப்படி ஒன்று இருந்தால்தான் அது இயற்கையை விஞ்சியதாக, இயற்கையின் சட்டங்களுக்குள் அடங்காததாக இருக்கும். அப்படி ஒரு கற்பிதத்தை எல்லா மதங்களும் உருவாக்கிக் கொண்டன. தோன்றுவதும் இல்லை, மாறுவதும் இல்லை, அழிவதும் இல்லை என்று சொல்லும்போதுதான் அறிவியலின் அளவு கோல்கள் அங்கே பயன்படாமல் போகின்றன. அவ்வாறு அறிவியலைத் தாண்டி இயற்கையை விஞ்சி ஒன்றை உருவாக்கும் கட்டாயம் மதத்திற்கு ஏற்பட்டது. அந்த உருவாக்கம்தான் ஆன்மா. அது அழிவற்றது என்று மதவாதிகள் திரும்பத் திரும்பக் கூறினர்.

ஆன்மா பற்றிய கருத்தாக்கத்திலும் கூட, இந்து மதத்திற்கும் பிற மதங்களுக்கும் இடையில் சில வேறுபாடுகள் உண்டு. அதற்கு முன்னால், ஆன்மா குறித்து அய்யா பெரியார் அவர்கள் எழுப்பிய இரண்டு கேள்விகளை நாம் சிந்திக்கலாம். ஒன்று, ஆன்மா என்பது மனிதர்களுக்கு மட்டும்தானா, பறவைகள், விலங்குகளுக்கும் உண்டா? புழுப்பூச்சிகளுக்கு எல்லாம் கூட ஆன்மா இருக்கிறதா? இந்தக் கேள்விக்கு எந்த மதவாதியிடமிருந்தும் இன்றுவரை சரியான விடை வரவில்லை. உயிர், ஆவி, ஆன்மா ஆகியவைகளைத் தனித்தனியாக விளக்குவதில் கூட, மதவாதிகள் வெற்றி பெறவில்லை.

பெரியார் அவர்கள் தொடுத்த இன்னொரு வினா மேலும் நம்மைச் சிந்திக்க வைக்கிறது. ஓர் உடலில் ஓர் ஆன்மா உள்ளது என்றால், உலகில் எத்தனை கோடி மனிதர்கள் அல்லது உயிர்கள் இருக்கின்றனவோ, அத்தனை கோடிதான் ஆன்மாக்களும் இருக்க வேண்டும். அப்படியானால், உலகம் தோன்றியபோது, உயிர்களின் எண்ணிக்கை எவ்வளவோ, அவ்வளவுதான் ஆன்மாக்களின் எண்ணிக்கையும் இருந்திருக்க வேண்டும். இன்றைக்கு உலக மக்களின் தொகை கூடிக்கொண்டே போகிறதே, அதற்கு ஏற்ப ஆன்மாக்களின் எண்ணிக்கையும் கூடும் என்று கொள்ளலாமா? எண்ணிக்கைக் கூடும் என்றால், ஆன்மாக்களும் புதிதாகப் பிறக்கின்றன என்று பொருள். பிறக்கின்றன என்பது உண்மையானால், அவை என்றேனும் ஒரு நாள் அழியும் என்பதும் உண்மையாகும். இந்த வகையில் நோக்கும் போது, ஆன்மா அழிவற்றது என்னும் ஆன்மவாதக் கோட்பாடு பொய்யாகிறது.

ஒவ்வொரு மதமும் ஆன்மவாதக் கோட்பாட்டினை எப்படிப்

பார்க்கிறது என்று நாம் அறிந்திடல் வேண்டும். இந்து மதத்தைப் பொறுத்தளவு, உபநிடதங்களிலேதான் ஆன்மா பற்றிய செய்தி இடம் பெற்றுள்ளது. வேதங்களில் இல்லை. வேதங்களைப் பொறுத்தளவு அதனை மிகப் புனிதமானது என்று இந்து மதத்தினர் கருதுகின்றனர். என்ன வேடிக்கை என்றால், இந்து மதத்திலும் கூட, வேதங்களை மதிக்கிறவர்கள்தான் மிகுதியே தவிர, அவற்றைப் படித்தவர்கள் மிக மிகக் குறைவு அல்லது இல்லை என்றே சொல்லி விடலாம். ரிக், யஜுர், சாம, அதர்வண வேதங்கள் என்று பெயர்களை மட்டுமே பலரும் தெரிந்து வைத்திருக்கிறார்கள். ஆனால், பேச்சு வழக்கில் கூட, 'நீ சொல்வதெல்லாம் வேத வாக்கா?' என்று கூறக் கேட்கிறோம். அதாவது, வேத வாக்கு என்றால், மிக உயர்ந்தது, கால காலத்திற்கும் மாறாதது என்னும் எண்ணங்களின் வெளிப்பாடுதான் அது. உண்மையில் வேதங்கள் என்பதை வெறும் இசைப்பாடல்கள், துதிப்பாடல்கள். இறைவனிடம் தங்களுக்கு என்னென்ன தேவை என்று பார்ப்பனர்கள் வேண்டிக்கொண்டு, பாடிய பாடல்கள்தாம் அவை. அதிலும் அதர்வண வேதம் பல்வேறு விதமான வக்கிரங்களைத் தன்னுள் கொண்டிருப்பதாகும். தனக்கு வேண்டாதவர்களின் மீது, அவர்கள் மொழியில், 'துஷ்ட தேவதைகளை' ஏவிவிடுவது. பில்லி, சூனியம் முதலான தாந்த்ரீகச் செய்திகளை எல்லாம் தன்னுள் கொண்டிருப்பது. இவற்றைத் தவிர, தத்துவமோ, சிந்தனைகளைக் கிளறிவிடும் புதிய செய்திகளோ வேதங்களில் இல்லை, இல்லவே இல்லை.

அப்படியானால், ஆன்மவாதக் கோட்பாடு முதலான கருத்துகள், தத்துவச் செய்திகள் எல்லாம் எங்கே இருக்கின்றன என்றால், உபநிடதங்களில்தான் இருக்கின்றன. வேதங்கள் மட்டும் போதுமானவை அல்ல என்ற புரிதல் ஏற்பட்ட போது, வேதங்களின் சாரம் என்னும் பெயரில் உபநிடதங்கள் தோன்றின. உண்மையில் அவை வேதங்களின்

சாரம் இல்லை. புதிய ஆன்மீகக் கோட்பாடுகள் சிலவற்றை அவை கூறுகின்றன. எனினும், வேதங்களின் இறுதி எல்லை என்னும் பொருளில், உபநிடதங்களை 'வேதாந்தங்கள்' என்று கூறுகின்றனர். அந்தம் என்றால் இறுதி.

இந்து மத நூல்களை ஸ்ருதி, ஸ்மிருதி என இரண்டாகப் பிரிப்பர். வேதங்கள், வேதாந்தங்கள் எனப்படும் உபநிடதங்கள், பிராமணங்கள் ஆகியவற்றுக்கு ஸ்ருதி என்று பெயர். ஸ்ருதி என்றால், கேட்கப்படுவது என்றாகும். அதாவது, அவை வாய்மொழியாகத் தலைமுறைகளுக்குப் பரிமாறப்பட்டவை. புராணங்களும், இதிகாசங்களும் ஸ்மிருதி என்னும் வகையுள் அடங்குகின்றன. ஸ்மிருதிகளை மனிதர்கள் மூலம் கடவுள் உலகுக்குத் தந்தார் என்று கூறுகின்றனர். இந்த மரபு பிற மதங்களிலும் காணப்படுகிறது. குரான் என்பது, நபிகள் எழுதியது இல்லை. நபிகள் கருத்துகள் ஹதீஸ் என்ற பெயரில் தொகுக்கப்பட்டுள்ளன. திருக்குரான் என்பதோ, நபிகள் மூலமாக அல்லாவால் இறக்கப்பட்ட செய்திகள் என்றுதான் அவர்கள் நம்புகின்றனர். கிறித்துவ மதத்திலும், ஏசுநாதராகிய தேவதூதரின் மூலம், தேவ தேவன் வழிநடத்துகிறார் என்பதே நம்பிக்கை. ஆக, இந்து மதத்தில் ஸ்ருதிகள் இறைவனால் அருளப்பட்டவை என்றும், ஸ்மிருதிகள் மனிதர்களால் இயற்றப்பட்டவை என்றும் நம்பப்படுகிறது.

உபநிடதங்கள் மொத்தம் 108 என்று கூறுகின்றனர். ஆனால், பத்துப் பனிரெண்டு உபநிடதங்கள்தான் கிடைக்கின்றன. யக்ஞவல்லியர், அதாவது யக்ஞம் – யாகம் செய்வதில் வல்லவர் என்று கருதப்பட்ட ஒரு பார்ப்பனர் மற்றும் அஜாதசத்ரு என்னும் சத்திரியர் ஆகியோர் மூலம் அருளப்பட்ட சில உபநிடதங்களில் இருந்துதான் மறுபடியும் மறுபடியும் மேற்கோள்கள் காட்டப்படுகின்றன. சாந்தோக்கிய உபநிடதம், பிருஹதாரண்ய உபநிடதம் ஆகியவை குறிப்பிடத்தக்கவையாக உள்ளன.

சத்திரியர்களுக்கும் உபநிடதங்களில் பங்கு உண்டா என்று கேட்டால், ஒரு குறிப்பிட்ட கட்டத்தில், பார்ப்பனர்கள் சத்திரியர்களோடு சமரசம் செய்து கொண்டார்கள். சமரசம் செய்து கொள்ள வேண்டிய தேவை ஏற்பட்டது. அது இயற்கையும் கூட. எப்போதும், நமக்கு அருகில் உள்ளவர்களோடுதான் உறவும் ஏற்படும், பிணக்கும் ஏற்படும். ஏற்றத் தாழ்வுகள் மிகுந்த ஒரு வருண சமூகத்தில், பார்ப்பனர்களுக்கு அடுத்த நிலையிலே இருந்தவர்கள் சத்திரியர்கள். அடுத்த நிலை, தன்னிலும் கீழ் நிலை என்றாலும் சத்திரியர்களிடம்தான் ஆள், அம்பு, எடுபிடி சேனை எல்லாம் இருந்தன. அவர்களோடு இணக்கமாகப் போவதுதான் நல்லது என்னும் நடைமுறைத் தந்திரம் பார்ப்பனர்களுக்குத் தெரிந்திருந்தது. நாம் வேத உபநிடதங்களோடு, இராமாயன மகாபாரதத்தை ஒப்பிட்டுப் பார்க்கலாம். முன்னவை, கடவுளைப் பற்றியும், பார்ப்பனர்களைப் பற்றியும் பேசுகின்றன. பின்னவை, சத்திரியர்களுக்கு இடையே நிகழ்ந்த மோதல்களைக் காட்டுகின்றன. இராமாயனத்தில் வரும் இராமனும், மகாபாரதத்தில் வரும் கண்ணனும், கடவுளின் அவதாரங்கள் என்று சொல்லப்பட்டாலும், அவர்கள் பார்ப்பனர்களாக அவதாரம் எடுக்கவில்லை, சத்திரியராக, இடைநிலைச் சாதியினராகத்தான் காட்டப்படுகின்றனர்.

எனவே இந்த இலக்கியங்கள் எல்லாம் ஒரு விதத்தில் அப்போதே தொடங்கிவிட்ட, வருணங்களுக்கு இடையிலான மோதல் என்று கொள்ளவும் வாய்ப்பு உண்டு. அதற்கு பரசுராமனும், விசுவாமித்திரரும் நேர் சாட்சிகளாக நிற்கின்றனர். பிறப்பால் பார்ப்பனரான பரசுராமன் ஆயுதமேந்திப் போரிட்டுச் சத்திரிய தர்மத்தைக் கைக்கொண்டதும், பிறப்பால் சத்திரியரான விசுவாமித்திரர் தவம் செய்து, ராஜரிஷியாகிப் பார்ப்பனிய தர்மத்தை மேற்கொண்டதும், பார்ப்பனிய சத்திரிய மோதல்களின் வெளிப்பாடுகள்தாம். சிலப்பதிகாரத்தைக் கூட, இதே கோணத்தில் நாம் எண்ணிப் பார்க்கலாம். சத்திரிய – வைசிய மோதல் என்று ஏன் கொள்ளக் கூடாது? வைசியர் குலத்திலே பிறந்த ஒரு பெண், சத்திரியரான நெடுஞ்செழிய பாண்டியனை எதிர்த்து வாதாடி, அவனை உயிரிழக்கச் செய்து, அவன் ஆண்ட மதுரையையும் நெருப்புக்கு இரையாக்கினாள் என்பது, வைசிய குலத்தின் பெருமையை எடுத்துக்காட்டுவதாக இருக்குமோ என்ற ஐயமும் எழுகிறது. அதே நேரத்தில் அந்தக் காப்பியத்தை எழுதியவர், பிறப்பால் சத்திரியரான இளங்கோவடிகள் என்பதையும் நாம் நினைவில் கொள்ள வேண்டும். அது அவருடைய சுய வருண மறுப்பாகவும் இருக்கலாம்.

இந்து மதத்தில் ஆன்மாவைப் பற்றி முதன் முதலாகப் பேசும் பிருஹதாரண்ய உபநிடதத்தில்தான், பார்ப்பனிய சத்திரிய சமரசமும் தெளிவாக வெளிப்படுகின்றது. அந்த உபநிடதம், 'அரசவையில் அரசர் மேலே அமர்ந்திருக்கலாம், பார்ப்பனர் அடுத்த நிலையில் கீழே அமர்ந்திருக்கலாம், ஆனாலும் அரசர் அங்கே உள்ள பார்ப்பனரைத் தனக்குச் சமமாகத்தான் கருதுவார்' என்று கூறுகிறது. சமமாக நினைக்க வேண்டும் என்பதை அரசருக்கு மறைமுகமாக உணர்த்துகின்ற வரி இது. நடைமுறையிலோ, பார்ப்பனர்கள் அரசருக்கும் மேலாக இருந்தனர் என்பதுதான் உண்மை. அவர்கள், வெறும் இராஜாக்கள்தான், இவர்களோ இராஜகுருக்கள்! அந்த உபநிடதத்தின் அடுத்த வரி, 'யார் ஒருவராவது, ஒரு பார்ப்பனரைத் தாக்கினால், அது தன்னையே தாக்கியது போல என்று கருதி, தன்னைத் தாக்கினால் என்ன தண்டனையோ, அந்த தண்டனையை அவருக்கு அரசர் அளிப்பார்' என்றும் கூறுகிறது. எனவே, சத்திரிய – பார்ப்பன உடன்பாடும், சமரசமும் உபநிடதங்களின் மூலம் மிக நளினமாக வலியுறுத்தப்பட்டுள்ளது.

அதே உபநிடதம்தான், ஆன்மாவைப் பற்றிப் பேசுகிறது. அதுவும், ஓர் ஆன்மா இல்லை, பல்வேறு விதமான ஆன்மாக்களைப் பற்றிப் பேசுகிறது. பார்ப்பனர்களின் ஆன்மா புனித ஆன்மா என்று சொல்லுகிறது. கடவுளுக்கும் ஆன்மா உண்டாம். ஆனால், அவர் பரமாத்மா. பிறகு, சாதாரண மனிதர்களின் ஆத்மா ஜீவாத்மா. கிறித்துவ மதத்தின் விவிலியத்திலும் கூட, இப்படி ஒரு செய்தியை நாம் பார்க்க முடிகிறது. கடவுள், களிமண்ணால் மனிதர்களை உருவாக்கியதாகவும், அவர்களின் நாசித் துவாரத்தின் வழியாக, ஜீவக் காற்றை ஊதியபோது, உலகில் ஜீவாத்மாக்கள் தோன்றின என்றும் அந்நூல் கூறுகிறது. அப்போதும் கூட, கடவுள் ஆண், பெண் எல்லோரையும் படைத்து விடவில்லை. ஆணை மட்டும்தான் படைத்தாராம். பிறகு, ஆணின் விலா எலும்பை எடுத்து,

அதிலிருந்து பெண்ணைப் படைத்ததாக பைபிள் கூறுகிறது. குரானின் கூற்றும் அதுதான்.

உபநிடதக் கருத்தின்படி, ஒவ்வொரு ஆன்மாவுக்கும் ஒவ்வொரு விதமான அதிகாரம் இருக்கிறது. பார்ப்பன ஆன்மாவுக்குப் புனித அதிகாரம், சத்திரிய ஆன்மாவுக்கு ஆட்சி அதிகாரம், வைசிய ஆன்மாவுக்கு உடைமை அதிகாரம். சூத்திர, பஞ்சம, சண்டாள ஆன்மாக்களுக்கு எந்த அதிகாரமும் இல்லை. எனவே, மனிதர்களில் மட்டுமல்லாமல், ஆன்மாக்களிலும் கூட, வேறுபாடுகள் கற்பிக்கப்பட்டுள்ளன. இந்தக் கூற்று மேலை நாட்டுத் தத்துவங்களிலும் கூட காணப்படுகிறது. இங்கே இருப்பதைப் போல, வருணம், சாதி ஆகிய ஏற்றத்தாழ்வுகள் இல்லை என்றாலும், ஆண், பெண் வேறுபாடும், கருப்பு, வெள்ளை வேறுபாடும் இருக்கவே செய்கின்றன. அரிஸ்டாட்டில் அது பற்றிக் குறிப்பிடுகிறார். சாக்ரடீஸ், அவருடைய மாணவர் பிளேட்டோ, அவருடைய மாணவர் அரிஸ்டாட்டில் என அங்கே ஒரு தத்துவ வரிசை உண்டு. பல சமூக சீர்திருத்தக் கருத்துகளை முன்வைத்த சாக்ரடீஸ் தொடங்கி அனைவருமே கடவுள் நம்பிக்கை உடையவர்கள்தாம். அதனால், அந்த நம்பிக்கையின் அடியாக எழுகின்ற, பிற ஏற்றத்தாழ்வு நம்பிக்கைகளும் அவர்களிடம் வந்து சேர்கின்றன. பிளேட்டோ தன்னுடைய 'சமூக ஒப்பந்தம்' என்னும் நூலில், ஆணைக் காட்டிலும், பெண்ணைத் தாழ்ந்தவளாகவே காட்டுகிறார். அரிஸ்டாட்டிலோ, 'ஆண்டானுக்கு அடிமையும், ஆணுக்குப் பெண்ணும் அடங்கி இருக்க வேண்டும் என்பதைப் போல, ஆன்மாவுக்கு உடல் அடங்கி நடக்க வேண்டும்' என்கிறார்.

அரிஸ்டாட்டிலும் ஏசுநாதர் காலத்துக்கு முந்தியவர். எனவே, இரண்டாயிரம் ஆண்டுகளுக்கு முன்பே இங்கும் அங்குமாக இவை போன்ற ஏற்றத்தாழ்வுகள் கற்பிக்கப் பட்டிருக்கின்றன. ஒரு வேறுபாடு, அங்கும் ஆன்மவாதக் கோட்பாடு இருந்திருக்கிறது என்றாலும், இங்கே சொல்லப்பட்டதைப் போல, பாவாத்மா, பரமாத்மா வேறுபாடுகள் அங்கு இல்லை.

அடுத்ததாக, சாந்தோக்கிய உபநிடதத்தை நாம் பார்க்கலாம். அந்த உபநிடதம்தான் பஞ்சமர்களை மிக இழிவாகக் குறிக்கின்றது. 'பஞ் சமர்களும், சண்டாளர்களும், நாய், பன்றிகளோடு ஒப்பு வைத்து எண்ணத்தக்கவர்கள்' என்கிறது அந்த உபநிடதம்.

அந்த உபநிடதம்தான் ஆன்மா என்றால் என்ன என்பதையும் ஒரு கிளைக் கதையின் மூலம் விளக்குகிறது. உபநிடதங்களின் சிறப்பே அவற்றுள் உள்ள கிளைக்கதைகள்தான் என்று கூறுவார்கள். ஸ்வதகேது என்பவனைப் பற்றிய கதை அது. அவனுக்கு ஒரு நாள், ஆன்மா என்றால் என்ன என்று ஓர் ஐயம் வருகிறது. தன் குருவிடத்திலே போய் – அவன் தந்தைதான் அவனுடைய குரு – இந்த வினாவைக் கேட்கிறான். ஒரு செய்முறைப் பயிற்சியின் மூலம் அவர் அதனை விளக்குகிறார். ஒரு குவளை தண்ணீர் எடுத்து வா என்கிறார். பிறகு ஒரு உப்புக் கட்டியைக் கொண்டுவரச் சொல்கிறார். அந்த உப்புக் கட்டி, அந்த நீருக்குள் போடப்படுகிறது. அது முழுவதுமாகத் தண்ணீரில் கரைந்த பிறகு, ஸ்வதகேதுவைப் பார்த்து, மீண்டும் அந்த உப்புக் கட்டியை வெளியில் எடு

என்கிறார். செய்ய முடியாத ஒரு செயலை ஏன் அவர் செய்யச் சொல்லுகிறார் என்று தெரியாமல் அவன் விழிக்கிறான். பிறகு, அந்தத் தண்ணீரின் ஒரு பகுதியைக் குடிக்கச் சொல்லுகிறார். மீண்டும் இன்னொரு பகுதித் தண்ணீரைக் குடி என்கிறார். எல்லாப் பகுதியிலும் உப்புச் சுவை இருக்கிறதா என்றும், ஒரு பகுதியில் கூடுதலாக, மற்ற பகுதியில் குறைவாக இருக்கிறதா என்றும், எல்லா பகுதியிலும் ஒரே அளவாக இருக்கிறதா என்றும் கேட்கிறார். உப்புக் கட்டி வெளியில் மீண்டும் எடுக்க இயலாதபடி, அந்த நீரில் கரைந்து இருக்கிறது என்றும், அது கண்ணுக்குத் தெரியவில்லை என்றும் அதன் சுவை எல்லாப் பகுதிகளிலும் ஒரே மாதிரியாகவும், ஒரே அளவாகவும்தான் இருக்கிறது என்றும் ஸ்வதகேது சொன்னவுடன், சரி போ, ஆன்மா என்பதும் அப்படித்தான் என்று கூறுகிறார்.

ஆன்மாவிற்கு இன்னொரு விளக்கமும் சொல்லப்படுகிறது. பிரம்ம சூத்திரத்திற்கு உரை எழுதிய ஆதி சங்கரர், ஒரு கேள்வியின் மூலம் அதை விளக்க முயல்கிறார். ஒரு புல்லைக் காட்டுகிறார். அந்தப் புல்லை மாடு தின்றதற்குப் பிறகு பாலாக வெளிவருகிறதே அது எப்படி என்று கேட்கிறார். கேள்விகளுக்கு விடை சொல்லுவது ஒரு விதம். கேள்விகளுக்கு விடையாக, இன்னொரு கேள்வியை முன்வைப்பது இன்னொரு விதம். இது இரண்டாவது வகை. புல்லின் நிறம் வேறு, புல்லின் வகை வேறு, புல்லின் தன்மை வேறு. ஆனால், அது பாலாக மாறுகிறதே, பாலின் நிறமும், வகையும், தன்மையும் முற்றிலும் வேறாக இருக்கின்றனவே, எப்படி? இந்த வினாவிற்கே விடை தெரியாத, நமக்கு ஆன்மவாதம் எப்படிப் புரியும் என்பது சங்கரரின் விளக்கம்.

சங்கரரின் இந்த வினாவிற்கு அறிவியலில் விடை இருக்கிறது. புல் எப்படிப் பாலாகிறது என்று அவர் கேட்கிறார். பசுவினால் உண்ணப்படாத புல் பாலாகுமா? அதே புல்லை ஒரு காளை மாடு உண்டால் அது பாலாக வெளிவருமா? எனவே புல் பாலாவதற்கு இடையில் பல்வேறு வேதியியல் மாற்றங்கள் நிகழ்கின்றன. புல், பசு, உண்ணுதல், பசுவின் உடல் வெப்பம், அதன் உள்ளே இருக்கிற செரிமானச் சுழற்சி, உள் நிகழ்வுகளின்போது ஏற்படுகின்ற வேதியியல் மாற்றங்கள் என, இத்தனை செய்திகள் அதற்குள் இருக்கின்றன. இந்தப் பின்புலம் ஏதுமில்லாமல், எந்த ஒரு புல்லும் பாலாக மாறிவிடுவது இல்லை. எனவே இது அறிவியலே அன்றி ஆன்மீகம் அன்று.

எந்த ஒரு காரியத்திற்கும் பின்னால், ஒரு காரணம் உண்டு என்பது அறிவியல். எல்லாக் காரணங்களும் கண்டுபிடிக்கப்பட்டுவிட்டன என்று சொல்ல முடியாது. நேற்று வரைக்கும் கண்டறியப்படாத ஆயிரம் கோடி உண்மைகளை அறிவியல் இன்று கண்டறிந்து சொல்லியிருக்கிறது. இன்றைக்கும் கண்டறியப்படாத உண்மைகள் பல கோடி இருக்கவே செய்கின்றன. அவை நாளை அறியப்படலாம். இன்றைக்கு அவை அறியப்படவில்லை என்பதனாலேயே, அதற்கான காரணங்களே இல்லை என்று நாம் சொல்லி விட முடியாது. அறிவியல் அன்றாடம் வளர்ந்து கொண்டே இருக்கிறது. பல புதிய புதிய உண்மைகளை நமக்குத் தந்து கொண்டும் இருக்கிறது.

ஆன்மவாதக் கோட்பாடு போன்றவைகளை, பவுத்தம் மட்டுமின்றி, வேறு சில மதங்களும் அன்றே எதிர்த்தன. அவற்றை அவைதீக மதங்கள்

என்று கூறுவார்கள். மதங்களை வைதீக மதம் என்றும், அவைதீக மதம் என்றும் பிரிப்பது மரபு. இரண்டுக்கும் என்ன வேறுபாடு? கடவுளை நம்பவில்லை என்றால், அதுதான் அவைதீகம் என்று கருத வேண்டியதில்லை. இந்து மதத்தைப் பொறுத்தளவு, கடவுளை நம்பாதவனைக் கூட, அது நாத்திகன் என்று கூறி வெளித்தள்ளுவதில்லை. பொதுவாக, நாத்திகர் என்றால் யார் என்று கேட்டால், கடவுளை நம்பாதவர் என்று எவர் ஒருவரும் சட்டென்று விடை சொல்லிவிடுவார். ஆனால், இந்து மதம் அப்படிச் சொல்லவில்லை. 'நாத்திக வேத நிந்திக' என்றுதான் கூறுகிறது. எவன் ஒருவன் வேதத்தை நம்பவில்லையோ, எவன் ஒருவன் வேதத்தைப் பழிக்கிறானோ, அவனே நாத்திகன் என்பது இந்து மதக் கோட்பாடு. இந்து மதம் கடவுளைப் பற்றிப் பெரிதாகக் கவலைப்படவில்லை. வேதங்களைப் பற்றித்தான் கவலைப்படுகிறது. வேதங்களின் அடியொற்றி எழுகிற ஏற்றத் தாழ்வுகளைக் காப்பாற்ற வேண்டும் என்பதில்தான் அதன் கவனம் கூடுதலாகப் படிந்து கிடக்கிறது.

இது பற்றி மிக நுட்பமாகவும், மிக ஆழமாகவும் அம்பேத்கர் இந்துத்துவம் பற்றிய தன் நூலில் குறிப்பிடுவார். மற்ற மதங்களிலே எல்லாம் கடவுளை மறுத்தாலோ, வழிபாட்டில் தொடர்ந்து இடம்பெற வில்லை என்றாலோ கேள்வி கேட்பார்கள். பல ஞாயிற்றுக் கிழமைகள் மாதா கோயிலுக்கே செல்லாத ஒரு கிறித்துவரைப் பார்த்து, மற்ற கிறித்துவர்கள் ஏன், நீங்கள் கோயிலுக்கே வருவதில்லை என்று கேட்பது இயல்பான ஒன்று. இசுலாமிய மதத்திலோ ஒரு நாளைக்கு ஐந்து முறை தொழுகை. குறிப்பாக வெள்ளிக் கிழமை மட்டுமாவது கண்டிப்பாகத் தொழுகைக்கு வரவேண்டும் என்று எதிர்பார்ப்பார்கள். இந்து மதத்தில் அப்படி எல்லாம் ஏதேனும் உண்டா? ஏன் நீங்கள் கோவிலுக்கு வருவதில்லை என்று யாராவது யாரையாவது கேட்கிறார்களா? குறிப்பிட்ட சில சமூக மக்களைக் கோவிலுக்குள் வரக்கூடாது என்றுதான் சொல்கிறார்கள். இவற்றைப் பற்றியெல்லாம் பேசுகிற அம்பேத்கர், 'மேலோட்டமாகப் பார்க்கும்போது, இந்து மதம் ஒரு தாராளவாதப் போக்கினைக் கொண்ட மதம், ஒரு ஜனநாயகத் தன்மை கொண்ட மதம் என்று தோன்றும். நாத்திகர்கள் மீது இந்து மதம் கோபம் கொள்வதில்லை. நாத்திகமும் கூட இந்து மதத்தின் ஒரு பகுதிதான். ஆனால், இந்து மதம் எங்கே கோபம் கொள்ளும் தெரியுமா? சாதியச் சட்டகத்தை யாராவது உடைக்க முயன்றால் அப்போது அது கோபம் கொள்ளும். உயர்சாதி என்று எண்ணிக் கொண்டிருக்கிற ஒருவன் வீட்டுப் பெண்ணை, தாழ்ந்த சாதி என்று சொல்லப்படுகிற ஒரு சமூகத்தில் பிறந்த இளைஞன் திருமணம் செய்ய முயன்றால், அப்போது தெரியும் இந்து மதத்தின் முகம் எவ்வளவு கொடூரமானது என்று' என்கிறார் அம்பேத்கர். ஆம், எல்லா மதங்களும் கடவுளைக் காப்பாற்றுகின்றன. இந்து மதமோ வருண சாதி அடுக்கு முறையைக் காப்பாற்றுகிறது.

அந்த அடிப்படையிலேதான் வேதங்களை ஏற்கும் மதங்களை வைதீக மதங்கள் என்றும், ஏற்காதனவற்றை அவைதீக மதங்கள் என்றும் அழைத்தனர். ஏற்றுக்கொள்ளும் ஆறு மதங்களைத்தான் ஆறு தரிசனங்கள் என்று கூறினர். அவை, மீமாம்சம், வேதாந்தம், சாங்கியம், யோகம், வைசேடிகம், நியாயம், என்பன. வேதத் தலைமையை ஏற்க மறுக்கும் ஆசீவகம், சார்வாகம், சமணம், பௌத்தம் ஆகிய நான்கும் அவைதீக

மதங்கள் எனப்படும். ஆசீவகமும், சார்வாகமும்தான் முதலில் வேதத்தை எதிர்த்தன. சமணமும், பௌத்தமும் அவற்றைத் தொடர்ந்தன. ஆனாலும் ஒரு வேறுபாடு இங்கு எண்ணத்தக்கதாக உள்ளது. வேதத்தை எதிர்த்த பவுத்தம் நீங்கலான அவைதீக மதங்களும்கூட ஆன்மாவை ஏற்றுக் கொண்டன. அதேநேரத்தில் சமணம், வருணசாதி அமைப்பை எதிர்த்தது. இப்போது இந்து மதத்திற்கு இன்னொரு அறைகூவல் எழுந்தது. வருண சாதி அமைப்பு இல்லையென்றால், இந்து மதமே இல்லை. ஆதலால் அந்த அமைப்பை எப்படியாவது காப்பாற்ற வேண்டிய கட்டாயம் எழுந்தது.

பொதுவாகவே நான் உயர்ந்தவன், நீ தாழ்ந்தவன் என்றால் யார் அதனை ஏற்றுக் கொள்வார்கள்? யாருமே தன்னைத் தாழ்ந்தவராக ஏற்க மாட்டார்கள் என்பதால், அவர்களை ஏமாற்றி, ஏற்றுக்கொள்ள வைப்பதற்கு ஒரு புதிய உத்தி கண்டுபிடிக்கப்பட்டது. உன்னைத் தாழ்ந்தவன் என்று நாங்கள் கூறவில்லை. பகவான் கிருஷ்ணனே சொல்லியிருக்கிறார் என்றது வைதீக மதம். ஆம், அதுதான் 'பகவத் கீதை' உருவாக்கப்பட்ட இடம்.

பகவத் கீதை, மகாபாரதத்தின் ஒரு பகுதியன்று. வரலாற்று ஆசிரியர்களின் ஆய்வுப் படி, குப்தர்கள் காலத்தில், கி.மு. 6ஆம் நூற்றாண்டு அளவில் எழுதிச் சேர்க்கப்பட்ட இடைச்செருகலே பகவத் கீதை. இந்த இடத்தில் இன்னொன்றையும் குறிப்பிட வேண்டும். கீதையில் இருப்பதாக இன்று பலரும் சொல்லிக் கொண்டிருக்கிற, பலரும் நம்பிக்கொண்டிருக்கிற பல வரிகள் கீதையில் இல்லை. குறிப்பாக, நம் நாட்டில் கடைக்குக் கடை தொங்கவிடப்பட்டிருக்கிற கீதாச்சாரம் கீதையில் இல்லவே இல்லை. எது நடந்ததோ அது நன்றாகவே நடந்தது என்கிறார்கள். அப்படியானால், இராவணன் சீதையைத் தூக்கிக் கொண்டு போனதும் நன்றாகவே நடந்திருக்கிறது என்று கருதி விட்டுவிட

வேண்டியதுதானே! இன்று எது உன்னுடையதாக இருக்கிறதோ, நாளை அது இன்னொருவருடையதாக ஆகி விடும் என்பது கீதாச்சாரமாம். பல சீட்டுக் கம்பெனிகளிலும் இதனை எழுதி வைத்திருக்கிறார்கள். பணத்தை எடுத்துக் கொண்டு போகிறவர்கள் பார்த்துப் புரிந்து கொண்டு திரும்பி இருக்க வேண்டாமா? உண்மையில் இவை போன்ற எந்தச் செய்தியும் கீதையில் இல்லை.

கீதையில் சொல்லப்பட்டிருக்கிற கடமையைச் செய், பலனை எதிர்பாராதே' என்னும் வரிக்கு என்ன பொருள் தெரியுமா? ஒவ்வொரு வருணத்தாரும் அவரவர் வருணத்திற்கு உரிய கடமையைச் செய்ய வேண்டும் என்பதுதான் கீதையின் அறிவுரை. சத்ரியன் போர்தான் புரிய வேண்டும். வைசியன் வணிகம்தான் செய்ய வேண்டும். ஒரு வருணத்தில் பிறந்தவன், இன்னொரு வருணத்தாருக்கு உரிய கடமைகளில் சிறந்தவனாக இருந்தாலும், அதனை அவன் செய்யக் கூடாது. சூத்திரனாகப் பிறந்தவன், எப்போதும் எக்காரணம் கொண்டும் வேதம் ஓதவோ, போர் புரியவோ, வணிகம் செய்யவோ கூடாது என்பதே வருணதருமம். இன்றைக்கு இந்து மதத்தை உயர்த்திப் பிடிக்கும், நாடார் சமூகத்தைச் சார்ந்த நண்பர்கள், இந்த உண்மையை அறிந்திட வேண்டும். அவர்கள் வணிகத் துறையில் தேர்ந்தவர்களாக இன்று இருப்பதை நாம் அறிவோம். ஆனால், கீதை அதை அனுமதிக்கவில்லை. வைசியனுக்கு உள்ள கடமையை ஒரு சூத்திரன் எப்படிச் செய்யலாம் என்பதுதான் கீதை முன்வைக்கும் பார்வை.

இராமாயனம் உத்தரகாண்டத்தில் சம்பூகன் கொலை செய்யப்பட்டதை நாம் படித்திருக்கிறோம். கடவுளின் அவதாரம் என்று சொல்லப்படும் இராமர்தான் தன் வாளால், சம்பூகன் தலையைச் சீவுகின்றார். சம்பூகன் செய்த பிழை என்ன? அவன் யாரையும் கொலை செய்யவில்லை, எங்கும் கொள்ளை அடிக்கவில்லை, குறைந்த பட்சம் பார்ப்பனர்களைக் கூட அவன் திட்டிப் பேசவில்லை. அவன் செய்ததெல்லாம் தவம் செய்ததுதான். ஒரு சூத்திரன் எப்படித் தவம் செய்யலாம் என்று 'நீதி' கேட்டுத்தான் இராமர் அவனை வாளால் வெட்டினார்.

பயனை எதிர்பாராதே என்பது கூட, குறிப்பாகச் சூத்திரர்கள் என்று கூறி இழிவுபடுத்தப்படும் நமக்காகச் சொல்லப்பட்டதுதான். ஏவல், கூலி வேலை பார்க்கிறவர்கள் அதற்கு உரிய ஊதியத்தைக் கூட எதிர்பார்க்கக் கூடாது. மற்ற மூன்று வருணத்தார்க்கும் எல்லாப் பணிகளையும் செய்து முடித்துவிட்டு, அவர்கள் என்ன கொடுக்கிறார்களோ, அதனை முகம் சுளிக்காமல் பெற்றுக் கொள்ள வேண்டும் என்னும் வருண தருமத்தைத்தான் கீதை திரும்பத் திரும்ப வலியுறுத்துகிறது.

கீதையில் ஆன்மா பற்றியும் பல செய்திகள் இடம் பெற்றுள்ளன. இரண்டாவது இயலில், 11ஆவது பாடல் தொடங்கி, 25ஆவது பாடல் வரையில் ஆன்மா பற்றிய பல செய்திகள் இடம் பெற்றுள்ளன. அந்தப் பதினைந்து பாடல்களையும் கவனமாகப் படிக்கும் போது, ஆன்மா பற்றிய மூன்று செய்திகள் அவற்றுள் இடம் பெற்றுள்ளன. ஒன்று, ஆன்மா மாறாதது என்பதும் அழிவற்றது என்பதும் ஆகும். இரண்டாவது, எவ்வாறு அது அழிவற்றது என்பதை விளக்குவதாக உள்ளது. ஆயுதங்களால் ஆன்மாவைக் காயப்படுத்த முடியாதாம். அதாவது, அம்பு எய்தால் அது

ஒருவனின் உடம்பைத்தான் துளைக்குமே தவிர, அவன் ஆன்மாவை அதனால் துளைக்க முடியாது. ஆன்மாவை நெருப்பில் எரிக்கவும் முடியாது. நீரில் நனைக்கவும் முடியாது. காற்றில் உலர்த்தவும் முடியாது. சுருக்கமாக, நிலம், நீர், நெருப்பு, காற்று ஆகிய நான்கு பூதங்களாலும் ஆன்மாவை எந்தவிதமான பாதிப்புக்கும் உள்ளாக்க முடியாது என்பதே அதன் சாரம். ஆயுதங்கள் என்பவை, இரும்பானாலும், மரமானாலும் மண்ணிலே இருந்து வருகின்றன என்பதால் அவற்றை நிலத்தின் அடையாளம் என்று நாம் கொள்ளலாம்.

கீதையில் இடம் பெற்றுள்ள ஆன்மாவைப் பற்றிய மூன்றாவது செய்தி, பழுதுபட்ட ஆடைகளை உடல் எவ்வாறு மாற்றிக் கொள்கிறதோ, அதுபோல, பழுதுபட்ட உடல்களை ஆன்மா மாற்றிக் கொள்கிறது என்பதாகும். அதாவது, ஒருவன் இறந்துபோனால் அவன் உடலில் அதுவரையில் இருந்த ஆன்மா, இன்னொரு உடம்புக்குள் போய்ப் புகுந்துவிடும் என்பதாக உள்ளது. இந்த இடத்தில் ஆவி, ஆன்மா ஆகிய இரண்டும் ஒன்றோடொன்று குழம்பி நிற்பதை நம்மால் காண முடிகிறது.

ஆன்மா அழிவற்றது என்று கூறப்படுகின்ற நேரத்தில், நம்முடைய ஆசிரியர் வீரமணி அவர்கள், அன்று ஒரு கேள்வியை எழுப்பினார். இதனை நாம் நீதி மன்றத்தில் கூறலாமா என்று கேட்டார்கள். கொலை செய்த ஒருவனுக்கு மரண தண்டனை வழங்கப்படும் போது, நான் அவன் உடலைத்தான் அழித்தேனே தவிர, ஆன்மாவை அன்று. அது இன்னமும் அழிக்கப்படாமல்தான் உள்ளது. ஆகவே, எனக்கு விடுதலை தாருங்கள் என்று கேட்கலாமா என்றால், கேட்கலாம். நீதிபதி, நானும் உன் உடலுக்குத்தான் தண்டனை தந்துள்ளேனே தவிர, உன் ஆன்மாவும் அழியப்போவதில்லை. எனவே, உனக்கு விடுதலை கிடையாது என்றும் கூறலாம்.

ஆன்மா குறித்து பகவத் கீதையின் மூன்றாவது இயலிலும் ஒரு செய்தி உள்ளது. 'அறிய முடியாத ஆன்மாவை அறிய முடியாது என்று உணர்ந்து துன்பத்தை அகற்றிக் கொள்ளுங்கள்' என்பதே அது. ஆன்மா குறித்த எந்த ஆய்வும் மேற்கொள்ளப்பட வேண்டாம் என்பதே இதன் உட்பொருள்.

கீதைக்குப் பிறகு, ஆன்மா மீண்டும் புத்துயிர் கொள்ளும் இடம் ஆதிசங்கரரின் அத்வைதம் ஆகும். எனவே இந்து மத நூல்களில், உபநிடதங்கள், பகவத் கீதைக்கு அடுத்ததாக, அத்வைதம், விசிஷ்டாத்வைதம், துவைதம் ஆகியனவற்றில் ஆன்மவாதம் பேசப்படுகிறது. ஆதிசங்கரருக்கு இருநூறு ஆண்டுகளுக்குப் பின்னால் தோன்றிய, இராமானுஜர் விசிஷ்டாத்துவைதத்தையும், அவருக்கு 60 ஆண்டுகளுக்குப் பின்னால் தோன்றிய மத்துவர் துவைதத்தையும் கூறிச் சென்றனர்.

துவைதம் என்றால், இரண்டு என்று பொருள். அதற்கு எதிர்ச்சொல்லாக, இரண்டு இல்லை ஒன்று என்னும் பொருளில் அத்வைதம் என்பதை ஆதிசங்கரர் கையாளுகிறார். உலகில் நாம் காணும் அனைத்தும் மாயை, பிரம்மம் ஒன்றே உண்மை. நாமும் பிரம்மம்தான் என்னும் மாயா வாதமே அத்வைதம் எனப்படுகிறது. இதற்கான மூலம் உபநிடதங்களில் உள்ளது. 'அஹம் பிரம்மாஸ்மி', 'தத்துவ மஸி' என்னும் உபநிடதத்திற்கான விளக்க உரைதான் அத்வைதம் என்றும் கொள்ளலாம். உபநிடதங்கள் பிரம்மம், ஆன்மா என்னும்

இரண்டு குறித்தே கூடுதலாகப் பேசுகின்றன. எனினும் பிரம்மத்தை விளக்குவதற்குள் அவர்கள் படும்பாடு பெரும்பாடாக உள்ளதை நம்மால் உணர முடிகிறது.

உபநிடதங்கள் வெவ்வேறு காலகட்டங்களில் தோன்றியவை. முதல் கட்டத்தில் அவை இதுதான் பிரம்மம் என்று வானத்தையும், பிரபஞ்சத்தையும் காட்டி விளக்க முற்படுகின்றன. பிற்கால உபநிடதங்களோ, எதுவும் பிரம்மம் இல்லை என்கின்றன. திசைகள் பிரம்மமா என்று கேட்டு, 'நேதி நேதி' (இல்லை இல்லை) என்கின்றன. பிறகு, ஒவ்வொன்றுடனும் ஒப்பிட்டு, அவற்றுள் எவையுமே ஆன்மா இல்லை என்று கூறுகின்றன. இதனை நேதித் தத்துவம் என்கின்றனர். பிறகு எல்லாவற்றுள்ளும் பிரம்மம் இருக்கிறது என்கிறார்கள். இதற்கு 'இதி'த் தத்துவம் என்கிறார்கள். எந்த ஒன்றும் பிரம்மம் இல்லை, பிரம்மம் இல்லாமல் எந்த ஒன்றும் இல்லை என்பதே நேதி, இதி தத்துவங்களின் சாரம். புரிந்தவர்கள் புரிந்து கொள்க!

ஏன் இவ்வளவு குழப்பமாக ஆன்ம வாதம் அமைந்துள்ளது? அவர்கள் குழம்பிப் போய் இப்படிச் சொல்லவில்லை, நம்மைக் குழப்புவதற்காகவே சொல்லியிருக்கிறார்கள். அவர்களுக்கு அழிவற்றது ஒன்று தேவைப்பட்டது. அதற்கு ஆன்மா என்று பெயர் சூட்டினர். பிறகு, அந்த ஆன்மாவின் அடிப்படையில், ஜீவாத்மா, பரமாத்மா, பாவாத்மா என்றெல்லாம் ஏற்றத்தாழ்வுகளைக் கற்பித்தனர். மேலை நாட்டு மதங்கள் ஆன்மாவோடு நிறுத்திக் கொண்டன. இவர்களோ எந்த மாற்றமும் அழிவும் அற்றது ஆன்மா எனச் சொல்லிவிட்டு, பிறகு ஆன்மாக்கள் அனைத்தும் சமமானவை என்று கூறாமல், புண்ணியாத்மா, பாவாத்மா என்று வகைப்படுத்தியதற்கு என்ன காரணம்? ஏற்றத்தாழ்வுகள் இங்கே நிலையாக இருந்திட வேண்டும் என்னும் நோக்கமே காரணம்.

பிற்காலத்தில், சைவ சிந்தாந்தம் இதனை மேலும் விரித்துச் சொல்லியது. பதி, பசு, பாசம் என்னும் மூன்றினை அது முன்வைத்தது. பதி என்பது கடவுள், பசு என்பது ஆன்மா, பாசம் என்பது ஆன்மாவைப் பின்னிப் பிணைந்து நிற்கின்ற ஆணவம், கன்மம், மாயை என்னும் மும்மலங்கள் (முப்பெரும் தீங்குகள்). பதி, பசு, பாசம் மூன்றுமே அநாதி என்றும் சைவ சித்தாந்தம் கூறுகிறது. அதாவது இவை மூன்றும் தாமாகவே தோன்றினவே அல்லாமல், ஒன்றையொன்று படைத்துக் கொள்ளவில்லை என்கிறது. மும்மலங்களை நீக்கி, பசுவானது பதியோடு இணைய வேண்டும் என்பதே அச் சித்தாந்தம்.

துவைத, அத்வைத வேறுபாடுகளையும் நாம் உள்வாங்கிக் கொள்ள வேண்டும். ஆன்மாவும், பிரம்மமும் வேறு வேறு அல்ல. இரண்டும் ஒன்றுதான் என்பது அத்வைதம். பிற்காலத்தில் இதனை ஏற்றுக்கொண்டவர்களில் ஒருவர்தான் விவேகானந்தர். நான் ஒரு அத்வைதி என்றே அவர் கூறுகிறார். இராமானுஜரின் விசிஷ்டாத்வைதம் சற்றே வேறுபடுகிறது. ஆன்மா பிரம்மம் இரண்டும் ஒன்று எனக் கூறமுடியாது. அவை வேறு வேறுதான். ஆனால் ஒரு கட்டத்தில் அவை இரண்டும் ஒன்றாகி விடும் என்பதே இராமானுஜரின் தத்துவம். அதனால்தான் அது 'விசேஷ்மாகச் சொல்லப்பட்டிருக்கிறது என்னும் பொருளில் விசிஷ்டாத்வைதம் எனப்படுகிறது. மத்துவரின் துவைதமோ இவற்றில் இருந்து முற்றுமாக

வேறுபடுகிறது. ஆன்மா வேறு, பிரம்மம் வேறு இரண்டும் ஒருநாளும் ஒன்றாக ஆகவே முடியாது என்பது துவைதம்.

இவற்றுள் எது இந்துமதக் கோட்பாடு? எல்லாம்தான் என்கின்றனர். பிரம்மமும் ஆன்மாவும் வேறு வேறு என்றாலும், இரண்டும் ஒன்றுதான் என்றாலும், எல்லாமே இந்துமதக் கோட்பாடுகள்தான் என்று கூறுவது, எப்படியாவது இந்துமதத்தை நிலைநாட்டிவிட வேண்டும் என்னும் நோக்கில் மட்டுமே. எதிர் எதிர் கருத்துகளையும் ஒன்றாகச் சேர்த்துக் கட்டி, ஒன்றோடு ஒன்று ஒட்டாத நெல்லிக்காய் மூட்டையாகவே இந்து மதக் கோட்பாடுகள் உள்ளன.

பவுத்தம் முன்வைக்கும் திரி ரத்தினங்கள், சமணம் கூறும் அனந்த சதுஷ்ய ஆகிய கோட்பாடுகளையும் நாம் எண்ண வேண்டியுள்ளது. சமற்கிருத, பாலிச் சொற்களில் அமைந்திருப்பதால் நமக்குச் சட்டென்று சில நேரங்களில் பொருள் விளங்குவதில்லை. மூன்று நெறிகள் என்பதே திரி ரத்தினங்கள். முடிவற்ற நான்கு கோட்பாடுகள் என்பதே அனந்த சதுஷ்ய. இங்கே முடிவற்ற அல்லது அழிவற்ற என்னும் கோட்பாட்டைப் பவுத்தம் மறுக்கிறது.

'ஓடுகின்ற ஆற்றில், ஒரே தண்ணீரில் இரண்டாவது முறை உங்களால் மூழ்கி எழ முடியுமா?' என்று கேட்டார் புத்தர். முதல் முறை மூழ்கியபோது இருந்த தண்ணீர், இரண்டாவது முறை மூழ்குவதற்குள் எங்கோ போய்ச் சேர்ந்திருக்கும் என்பதுதான் அறிவியல் உண்மை. உள்ளும் புறமுமாக அனைத்தும் மாறிக்கொண்டும், இயங்கிக் கொண்டுமே இருக்கின்றன என்பதே அறிவியல் விதி. இவைகளுக்கு மாறாக மதங்கள் ஏன் பேசுகின்றன என்றால், மாறாத ஒன்றும், அழியாத ஒன்றும் இருக்கிறது என்று சொல்வதன் மூலமே, இயற்கையை விஞ்சிய ஓர் ஆற்றல், அறிவியலுக்குள் அடங்காத ஒரு சக்தி இருப்பதாக மக்களை நம்ப வைக்க இயலும்.

மாறாதது ஒன்று உள்ளது என்கிறது ஆன்மீகம். மாற்றம் ஒன்றே மாறாதது என்கிறது அறிவியல். அனைவரும் சமமானவர்கள் என்கிறது அறிவியல் அடிப்படையிலான சமூக நீதி. மனிதர்கள் பிறப்பினால் ஏற்றத்தாழ்வு உடையவர்கள் என்கிறது ஆன்மீகம்.

அறிவியல் வளர்ப்போம், ஆன்மீக மாயையிலிருந்து விடுபடுவோம்!

2. காதலும் சாதியும்

எதிரும் புதிரும் என்னும் தொடர் சொற்பொழிவின் இரண்டாவது அமர்வுக்கு, காதலும் சாதியும் என்னும் தலைப்பு வழங்கப்பட்டுள்ளது. காதல் வேறு, சாதி வேறு. இரண்டுக்கும் நேரடியாக எந்தத் தொடர்பும் இல்லை. ஆனால், காதலுக்கு இங்கு சாதிதான் எதிராக நின்று கொண்டிருக்கிறது. உலகெங்கும் காதல் உண்டு, காதலுக்குத் தடைகளும் உண்டு. வர்க்கம் ஒரு தடையாக இருப்பதுண்டு. சில நேரங்களில் மதம் அதற்குத் தடையாக எழுவதுண்டு. இந்தியாவில் மட்டும்தான், அவை இரண்டையும் தாண்டி, சாதி மிகப் பெரும் தடையாக அமைந்திருக்கிறது. அதற்கான காரணம், அவை இரண்டையும் மாற்றிக் கொள்ள இயலும் என்பதுதான். இன்றைய ஏழை நாளைய செல்வனாக முடியும். அவ்வாறே, இன்று பணக்காரனாக இருக்கும் ஒருவன் நாளை வறியவனாக ஆகிவிடவும் கூடும். மதமும் மாற்றிக் கொள்ளக்கூடிய ஒன்றே. சாதி மட்டும்தான் என்றைக்கும், எவராலும், எந்தச் சூழலிலும் மாற்றிக் கொள்ள இயலாத ஒன்றாக இங்கே உருவாக்கப்பட்டுள்ளது. ஆகவே காதலுக்கு எதிரானவற்றுள் முதல் இடத்தில் நிற்பது

சாதிதான் என்பது உறுதிப்படுகிறது.

இந்தியாவைத் தவிர உலகில் வேறு எங்கும் காதலுக்கு எதிராக சாதி நிற்கிறதா என்று கேட்டால், இல்லை என்றுதான் சொல்ல வேண்டும். காரணம், இந்தியாவைத் தவிர, வேறு எங்கும் சாதி என்பதே கிடையாது. இலங்கையில் இல்லையா, பாகிஸ்தானில் இல்லையா, நேபாளம், பர்மா போன்ற நாடுகளில் இல்லையா என்று கேட்டால், இருக்கிறது. இந்த இடத்தில் ஒரு செய்தியை நாம் தெளிவு படுத்திக் கொள்ள வேண்டியுள்ளது. மேலே குறிப்பிடப்பட்டுள்ள நாடுகள் அனைத்தும், ஒரு கால கட்டம் வரையில் இந்தியாவாக இருந்த நாடுகள்தான். ஒவ்வொன்றாகப் பிறகு பிரிந்து போயின. ஆதலால், இந்தியாவிலும், இந்தியாவாக இருந்த நாடுகளிலும் மட்டும்தான் சாதி இன்றைக்கும் இருக்கிறது.

காதலும் சாதியும் இங்கே பல்வகைகளில் முரண்பட்டு நின்றாலும், குறிப்பாக மூன்று வகையான முரண்களை நாம் கவனிக்க முடிகிறது. முரண்களே கூடாது என்பதில்லை. முரண்கள் இல்லையென்றால், உலகம் இயங்குவதற்குக் கூட வாய்ப்பில்லை. அதனால்தான் 'பத்து மாபெரும் முரண்பாடுகள்' (The Ten Major Contradictions) என்று மாவோ குறிப்பிடுகின்றார். அதற்குப் பல் சக்கரம் ஒன்றையும் அவர் எடுத்துக்காட்டுகின்றார். மேடும் பள்ளமும் கொண்டதுதான் பற்சக்ரம். அப்படி இருப்பதால்தான் அது சுழல்கிறது. உலகமே, ஆண் – பெண், பகல் – இரவு என்று முரண்களால்தான் ஆகியிருக்கிறது. பகல் என ஒன்று இல்லையென்றால் இரவும், இரவு என ஒன்று இல்லையென்றால் பகலும் கிடையாது. ஆண், பெண் என்னும் முரண் உலக மறு உற்பத்திக்கு அடிப்படையாக உள்ளது. அம் முரண் இல்லையெனில் உயிர்களின் வளர்ச்சி என்பதே இல்லாமல் போயிருக்கும். ஆகையால் முரண்களைத் தேவையான முரண்கள் என்றும், தேவையற்ற முரண்கள் என்றும் நாம் பகுத்துக்கொள்ளலாம்.

தேவையற்ற முரண்களாக விளங்கும் காதலுக்கும் சாதிக்கும் இடையில் நாம் மூன்று முதன்மையான முரண்களைப் பார்க்கலாம். ஒன்று, காதல் – அது உயிர் இயற்கை. சாதி – வெறும் கற்பிதம். இரண்டாவது, காதல் – அவரவர் விருப்பம் சார்ந்தது. சாதி – நம் மீது திணிக்கப்படுவது. மூன்றாவதாக, காதல் – சமத்துவ நோக்குடையது. சாதி – ஏற்றத் தாழ்வுகளையே தன் பிறப்பிடமாகக் கொண்டது. இன்னும் பல வேறுபாடுகளும் உண்டு. காதல் இல்லாமல் இவ்வுலகில் வாழ முடியாது. சாதி இல்லாமல் வாழலாம் என்பதை விட, சாதி இல்லாமல்தான் வாழ வேண்டும் என்பதே சரி. ஆனால், அவைகளை எல்லாம் கூட, விட்டுவிட்டு முதன்மையான மூன்று முரண்களை மட்டும் நான் மேலே கூறியிருக்கிறேன்.

இயற்கை நமக்கு எத்தனையோ உணர்வுகளை, எத்தனையோ பழக்கங்களைத் தந்திருக்கிறது. இருப்பினும் எல்லா உணர்வுகளும் இயற்கையாகவே எல்லோருக்கும் உரியன என்று கூற முடியாது. பசி, உறக்கம், காமம் ஆகிய மூன்று மட்டுமே அத்தனை மனிதர்களுக்கும், அத்தனை உயிரினங்களுக்கும் இயல்பாகவே அமைந்த உணர்வுகள். இவற்றை எவரும் எவருக்கும் கற்றுக்கொடுப்பதில்லை. கற்றுக் கொடுக்க வேண்டிய தேவையும் எழுவதில்லை. பசி என்றால் என்ன, பசி எப்படி வரும் என்பதை எல்லாம் எந்தக் குழந்தைக்கும் யாரும் கற்பிப்பது இல்லை.

எப்படிக் கண்களை மூடிக்கொண்டு உறங்க வேண்டும் என்று வகுப்பெடுக்க வேண்டிய தேவை எந்த வயதிலும் எழுவதில்லை. அவ்வாறே காமத்தைக் கற்பிக்க வேண்டியதில்லை. அது இயற்கையின் கூறுகளில் ஒன்றாய் இயல்பாகவே உரிய வயதில் வந்து சேர்கிறது.

இவை மூன்றினைத் தவிர, மற்றவை எவையும் இயற்கையாக நம்மை வந்தடைவதில்லை. வாழ்வின் ஓட்டத்தில், நல்லவைகளோ, தீயவைகளோ எல்லாவற்றையும் நாம் கற்றுக் கொள்கிறோம். பேசக் கற்றுக் கொள்கிறோம், படிக்கக் கற்றுக்கொள்கிறோம், எழுதக் கற்றுக்கொள்கிறோம். அதுபோலவே, பொய் சொல்ல, திருட, ஏமாற்ற நாம் கற்றுக் கொள்கிறோம். இவற்றுள் எந்த ஒன்றும் இயற்கையான உணர்வு சார்ந்ததில்லை. வளர்ப்பு முறை, சூழல் காரணமாக நல்லனவும், தீயனவும் நம்மிடம் வந்து சேர்கின்றன.

ஆனால் பசி, தூக்கம், காதல் என்னும் மூன்று இயற்கை உணர்வுகளில் காதலுக்கு மட்டுமே சமூகத்தில் பல்வேறு விதமான தடைகள் உள்ளன. இயற்கையான உணர்வாகிய காதலுக்கு, செயற்கையாகக் கற்பிக்கப்பட்ட சாதி தடையாக நிற்கிறது.

இவை இரண்டுக்கும் இடையிலான, மோதல் குறித்தும், இவற்றுள் எது வெல்ல வேண்டும், ஏன் வெல்ல வேண்டும் என்பன குறித்தும் நாம் உரையாடுவதற்கு முன்பு, சாதி என்பது நமக்கு உரியதா என்பதை எண்ணிப் பார்க்க வேண்டியுள்ளது. சாதி என்பதே, 'ஜாதி' என்னும் சொல்லில் இருந்து வந்தது. அதற்கும் நமக்கும் எந்தத் தொடர்பும் இல்லை. காரணம், சாதி என்பதே நம் பண்பாட்டின் ஒரு பகுதியாகப் பழங்காலத்தில் இல்லை என்றெல்லாம் கூறும் ஒரு சாரார் உண்டு. இல்லை இல்லை, சாதி என்பது தமிழ்ச்சொல்தான் என வாதிடும் மொழியியலாளர்களும் உண்டு. சொல்லாய்வறிஞர் அருளியார் சாதி தமிழ்ச் சொல்லே என்கிறார். 'சார்' என்னும் அடிச்சொல்லில் இருந்து, சாதி என்னும் சொல் பிறந்தது என்பது அவர் கருத்து. சார் என்னும் சொல்லுக்கு சார்தல், பொருந்துதல் ஆகிய பொருள்கள் உண்டு. கதவுகளைச் சாத்துதல் என்றால், இரண்டையும் பொருத்துதல் என்றே பொருள். குருதிச் சார்புடைய உறவுகளின் விரிவுதான் சாதிக் குழுக்களாக ஆகி இருக்கும் என்பது அவர் கருத்து. ஒருவரோடு ஒருவர் சேர்ந்து, வணிகம் செய்யும் போது, அவ்வணிகர் கூட்டத்தைச் சங்க இலக்கியங்கள் 'சாத்து' என்று குறிக்கின்றன. அதிலிருந்துதான், சாத்தன், சாத்தனார், மாசாத்துவான் ஆகிய சொற்கள் வருகின்றன. இன்றைக்கும் தென் மாவட்டங்களின் ஒரு சில பகுதிகளில் சாத்தப்பன், சாத்தம்மை ஆகிய பெயர்கள் சூட்டப்படுகின்றன.

இந்த வாதங்களுள் எது சரி, எது தவறு – சாதி தமிழ்ச் சொல்லா, ஜாதியிலிருந்து மாறி வந்த சொல்லா என்னும் ஆய்வுகள் எல்லாம் ஒருபுறம் இருக்க, நம்மைப் பொறுத்தளவு, சாதி என்பது மானுட இனத்திற்கே எதிரான சொல் என்பதுதான். ஏற்றத்தாழ்வுகளை அடிப்படையாகக் கொண்ட சாதி, பிறப்பின் அடிப்படையில் தீர்மானிக்கப்படுகிறது. பிறப்பு நம்முடைய முடிவு சார்ந்ததன்று. எங்கே யாருக்குப் பிள்ளையாகப் பிறக்க வேண்டும் என்பதை முடிவு செய்து இங்கு யாரும் பிறக்கவில்லை. ஆனால், பிறந்த உடன் நமக்கு சாதி முத்திரை குத்தப்படுகிறது. நாம் விரும்பினாலும், விரும்பாவிட்டாலும் அது நம் சாவு வரை நம்மைத் தொடர்கிறது. நம்

இறப்புக்குப் பிறகும் நம்முடைய பிள்ளைகள், பெயர்த்தி, பெயரன்கள், வழித்தோன்றல்கள் அனைவருக்கும் அந்தச் சாதி முத்திரை தொடர்ந்து வருகிறது. பிறப்பின் அடிப்படையில் சாதியும், சாதியின் அடிப்படையில் தொழிலும் என்று இங்கே வரையறுக்கப்பட்டிருக்கின்றன.

சாதியின் அடிப்படையில் தொழில் தீர்மானிக்கப்படுகிற போது, சில சாதிகளில் பிறந்தவர்களுக்கு எளிமையான, தூய்மையான தொழில்களும், வேறு சில சாதிகளில் பிறந்தவர்களுக்குக் கடினமான, அசுத்தங்களை அகற்றும் பணிகளும் நிர்ணயிக்கப் படுகின்றன. சாதி என்பது ஒன்றின் கீழ் இன்னொன்றாக அமைக்கப்பட்டிருக்கிற சட்டகம் (Frame). அதன் மேல் தளத்தில் உள்ளவர்களுக்கு வாய்ப்பான தொழில்கள் அமைந்து விடுகின்றன.

தொழிலோடு மட்டுமில்லை, நம் வாழ்வின் ஒவ்வொரு அசைவோடும் சாதி பின்னிக்கிடக்கிறது. நம் வாழ்வின் அசைவுகளை எல்லாம் சாதிதான் தீர்மானிக்கிறது என்றும் கூறலாம். பெயர்கள் சாதியின் அடிப்படையில் சூட்டப்படுகின்றன. இன்று நாம், தமிழ்ச்செல்வன் என்றும், கதிரவன் என்றும் பொதுவான பெயர்களைச் சூட்டிக் கொள்ளலாம். புனைபெயர்களாகவும் அமைத்துக் கொள்ளலாம். ஆனால், நம்முடைய சாதியச் சமூகம் அன்று அதற்கெல்லாம் நம்மை அனுமதிக்கவில்லை. அமைப்பு முறையை மீறியே நாம் இன்று இவ்வாறு பெயர்களைச் சூட்ட வேண்டியதாகிறது. மற்றபடி, ஒவ்வொரு சாதிக்குமான பல பெயர்கள் உண்டு. அந்தச் சாதியினர், அந்தப் பெயர்களைத்தான் வைக்க வேண்டும் என்று எழுதப்படாத விதியும் இருந்தது.

ஏற்றத்தாழ்வுகளைக் குறிக்கும் பெயர்களைத்தான் என்று இல்லை, சில சமற்கிருதப் பெயர்களைக் கூட, சட்டென்று நாம் தமிழில் மாற்றிக் கொண்டுவிட முடியாது. நம்முடைய சிந்தனைச் சிற்பி அவர்களின் இயற்பெயர் சின்னராஜு என்பது. அதனை அவர், 'சிற்றரசு' என மாற்றிக்கொண்ட போதுகூட, சிலர் அதனை ஏளனம் செய்தனர். நீங்கள் எந்த நாட்டுக்குச் சிற்றரசர் என்று கேட்டார்கள். அவர், தனக்கே உரிய புத்திக்கூர்மையோடு, 'சக்ரவர்த்தி ராஜகோபலாச்சாரி அவர்கள் எந்த தேசத்துக்குச் சக்கரவர்த்தியோ, அதற்குப் பக்கத்து நாட்டுக்கு நான் சிற்றரசு' என்று விடை சொன்னார்.

தென்கோடியில், ஒரு குழந்தைக்கு முடி சூடும் பெருமாள் என்று பெயர் வைத்ததைக் கூடச் சமூகம் அன்று எதிர்த்தது. ஒடுக்கப்பட்ட சமூகத்தில் பிறந்த குழந்தைக்கு எப்படி நீங்கள் முடி சூடும் பெருமாள் எனப் பெயர் சூட்டலாம் என ஆதிக்க சமூகத்தினர் கடும் எதிர்ப்பைத் தெரிவித்தார்கள். வேறு வழியின்றி, அப்பெயர் முத்துக்குட்டி என்று மாற்றப்பட்டது. அங்கும்கூட, நாம் ஒன்றை கவனிக்க வேண்டியிருக்கிறது. ஆடு மாடுகள்தான் குட்டி போடுவன. எனவே, நம் பிள்ளைகளின் பெயர்களையும், குட்டிகளாகவே இச்சமூகம் வைத்துக் கொள்ளச் சொல்கிறது. இருப்பினும் வரலாற்றின் போக்கில், பல நம்பமுடியாத மாற்றங்கள் நிகழவே செய்கின்றன. அந்த முத்துக்குட்டிதான், வளர்ந்து, புகழ்பெற்று, இன்றைக்கு 'ஐயா வைகுண்ட சாமி' என்று அந்த மக்களால் போற்றிப் புகழப்படுகிறார்.

பெயரில் மட்டுமன்று, எல்லாவற்றிலுமே சாதி இருக்கிறது. நாம் உண்ணும் உணவில், உடுத்தும் உடையில், அந்த உடையை உடுத்தும் முறையில் என சாதி இல்லாத இடமே இல்லை. ஓர் அம்மையாரைப் பார்த்தவுடன், என்ன மாமி என்று கேட்டுப்பேசுகிறார்களே, எப்படி? சேலையை அவர் உடுத்தி இருக்கிற முறை அவர் எந்தச் சாதியைச் சார்ந்தவர் என்பதைக் காட்டுகிறது.

எதற்காக இவ்வளவு பாகுபாடுகள், இவ்வளவு வேறுபாடுகள் என்றால், இவற்றின் மூலம்தான், சாதியின் இறுக்கமான கட்டுமானத்தை நிலைநிறுத்த முடியும். பழக்க வழக்கங்கள் ஒவ்வொன்றிலும் சாதியை உட்புகுத்தி வைத்திருக்கிற தன்மையை நாம் பார்க்கிறோம். சாதிச் சட்டகம் சரியாமல் இருக்கிற வரையில்தான் அந்தச் சட்டகத்தின் மேலே இருக்கிறவனுக்கு எல்லாவிதமான வாய்ப்பு, வசதிகளும் வந்து சேரும். ஆகவே, அத்தனை பழக்கவழக்கங்களிலும் சாதி, பிரிக்க முடியாத ஒன்றாகப் பிணைந்து கிடக்கிறது. அதனைக் கருத்தில் கொண்டுதான் அண்ணல் அம்பேத்கர் அவர்கள், 'அகமண முறையிலும், பழக்க வழக்கங்களிலும்தான் சாதி உயிர்வாழ்கிறது' என்று கூறினார்.

சாதி என்பது வருணத்தில் இருந்து உருவான ஒன்று. வருணத்தில் இருந்து சாதி, சாதியிலிருந்து உட்சாதி, உட்சாதியிலிருந்து கிளைச் சாதி என அது விரிந்து கொண்டே போகிறது. வருணம் என்னவோ நான்குதான். ஆனால், இன்று சாதிகளின் எண்ணிக்கை எவ்வளவு தெரியுமா? 2011 ஆம் ஆண்டு மக்கள் தொகைக் கணக்குப்படி, இந்தியாவில் ஏற்றுக்கொள்ளப்பட்ட சாதிகளின் எண்ணிக்கை, ஆறாயிரத்தைத் தாண்டி இருக்கிறது. அந்த 6,000 சாதிகளுள் எந்த இரண்டு சாதியும் ஒன்றுக்கொன்று இணையானது இல்லை என்றும் வடிவமைக்கப்பட்டிருக்கிறது. அனைத்துச் சாதிகளும் ஒன்றின் கீழ் ஒன்றாக அடுக்கப்பட்டிருக்கின்றன. தனக்கு மேலே ஒருவன் இருந்து, தன் மீது ஆதிக்கம் செலுத்துகிறான் என்னும் சினம் ஏற்படாமல், தான் ஆதிக்கம் செலுத்துவதற்குத் தனக்குக் கீழே ஒருவன் இருக்கிறான் என்னும் மனநிலை உருவாக்கப்படுகிறது. இந்த உளவியலின் அடிப்படையில்தான், சாதி மிக இறுக்கமாகக் கட்டப்பட்டிருக்கிறது.

சாதியைப் போலவே, தொழிலையும் மாற்றிக் கொள்ளக் கூடாது என்னும் கட்டுப்பாடு ஒருகாலம் வரையில் மிக உறுதியாகப் பின்பற்றப்பட்டது. இந்தத் தொழிலை இந்தச் சாதியில் பிறந்தவன்தான் செய்ய வேண்டும் என்னும் திட்டமிட்ட, ஆதிக்கம் நம்மீது திணிக்கப்பட்டிருந்தது. அந்தக் கட்டுப்பாடுகள் அனைத்தையும் எது தகர்த்தது? எது தூக்கி எறிந்தது? கலை இலக்கிய மொழியில் சொல்ல வேண்டுமானால், அதன் பெயர் காதல். அறிவியல் மொழியில் சொல்ல வேண்டுமானால், நாளமில்லா சுரப்பிகளில் உற்பத்தியாகும், 'ஆக்ஸிடாசின்' என்னும் திரவம்.

காதல் குறித்து எழுதாத உலக இலக்கியங்கள் ஏதுமில்லை என்று கூறலாம். அயர்ன் பேக்கர் என்கிற ஆங்கில எழுத்தாளர் 'காதல் வரலாறு' என்றே ஒரு நூலை எழுதியிருக்கிறார். 350 பக்கங்களில் அது தமிழில் மொழிபெயர்க்கப்பட்டு நூலாக வெளிவந்திருக்கிறது. பண்டைக் காலம் தொடங்கி இன்று வரை, பல்வேறு நாடுகளிலும் காதல் எவ்வாறாக இருந்தது என்னும் செய்திகளை எல்லாம் அந்த நூல் தருகிறது. எகிப்து நாட்டைச்

சார்ந்த கிளியோபாட்ரா பற்றி அது தரும் தகவல் வேறுபட்டதாக உள்ளது. கிளியோபாட்ரா என்னும் பெயரை, எல்லோருமே அறிந்திருப்போம். ஆயினும் அது ஒரு குறிப்பிட்ட அரசியின் பெயரில்லை. அந்த அரச வம்சத்தில், அரசிகளாக இருந்த எல்லோருக்குமான பொதுப்பெயர். இன்றைக்கும் புகழ்பெற்று விளங்குகிற கிளியோபாட்ரா, ஏழாவது கிளியோபாட்ரா. ஷேக்ஸ்பியர் தொடங்கி இந்த அரசியைத்தான் எல்லோரும் எழுதியுள்ளனர். அவருக்கு முன்னால் இருந்த ஆறு கிளியோபாட்ராக்களைப் பற்றி அதிகமாக யாரும் பேசவில்லை. எல்லா அரசிகளுக்குமாகச் சேர்த்து அங்கு அன்று ஒரு மரபு இருந்திருக்கிறது. அவர்கள் அனைவரும் தங்களின் சகோதரர்களைத்தான் திருமணம் செய்து கொண்டிருந்திருக்கின்றனர். யாராவது அண்ணன் தம்பியை மணந்து கொள்வார்களா என்று கேட்டால், ஒவ்வொரு சமூகத்திற்கும் ஒவ்வொரு விதமான மரபுகள் இருக்கின்றன என்பதை நாம் எண்ண வேண்டும். அங்கே, அப்படி ஒரு பழக்கம் இருந்திருக்கிறது. மரபுகள் மாறாதவை அல்ல. ஆனால், அப்படிச் சில மரபுகள் இருந்திருக்கின்றன என்பதை நாம் உள்வாங்கிக் கொள்ள வேண்டும்.

எகிப்து, ரோமாபுரி, கிரேக்கம் என்று பல்வேறு நாடுகளிலும் காதல் எவ்வாறு இருந்தது, எவ்வாறு வளர்ந்தது, எவ்விதமான தடைகளைச் சந்தித்தது என்னும் பல்வேறு வரலாற்று நிகழ்வுகளை அந் நூல் தருகிறது. அதே நேரத்தில், காதல் என்பது எவ்வாறு உடலியல் சார்ந்த ஒன்று என்பதையும், அறிவியல் அடிப்படையில் விளக்குகிறது. காமம் சாராத காதல் என்று ஏதும் இல்லை என்பதை வலியுறுத்துகிறது. உண்மைதான், காமம் இன்றிக் காதல் இல்லை, இருக்க முடியாது, இருக்க வேண்டியதும் இல்லை.

சிலர் தங்களின் காதல் புனிதமானது என்று கூறுகின்றனர். காமவேட்கை ஏதுமில்லாதது என்பதே அதன் பொருள். அப்படியெல்லாம் உலகில் எந்தப் புனிதமும் இல்லை. காதலைப் புனிதமாக எண்ணவேண்டியதோ, அருவருப்பாகப் பார்க்க வேண்டியதோ இல்லை. அது இயற்கையான ஒன்று. தந்தை பெரியார்தான் சொல்வார், சைவ மதத்தில் சாதி இல்லை என்று சொல்வது, வெள்ளரிப் பழத்துக்குப் பூண் போடுகிற வேலை என்று. சைவ மதத்தில் சாதியே இல்லை என்றால், பிறகு ஏன் உங்கள் சிவபெருமான் ஒவ்வொரு முறை உலகில் தோன்றும்போதும், ஒவ்வொரு சாதியில் தோற்றமெடுக்கிறார் என்றும் கேட்பார்.

சாதியை மட்டுமில்லை, காதலையும்தானே அய்யா பெரியார் எதிர்த்திருக்கிறார் என்று சிலர் கேட்கிறார்கள். எப்படியோ அய்யாவின் எழுத்துகளை அனைவரும் படிக்கத் தொடங்கியிருப்பதில் நமக்கு மகிழ்ச்சிதான். அவரை விமர்சனம் செய்வதற்காகப் படிக்கிறவர்கள் கூட, நேர்மையாகப் படித்தால், அவருள் கரைந்து போய்விடுவார்கள் என்பதுதான் உண்மை. அய்யா காதலை எதிர்த்திருக்கிறார் என்பது உண்மைதான். எப்படிப்பட்ட காதலை? கண்டதும் காதல் என்பதையெல்லாம் அவர் ஏற்பதில்லை. அது எப்படிக் கண்டதும் காதல் வரும்? சேர்ந்து பழகி, ஒருவரையொருவர் புரிந்து கொண்டு, அந்த நட்பின் அடிப்படையில் எழும் வேட்கைதானே உண்மையான காதலாக இருக்க முடியும் என்பது

அவருடைய வாதம். 'சேர்ந்து பழகி' என்பதைக்கூட, உடல் சேர்க்கை என்று நாம் கொள்ள வேண்டியதில்லை. அதனை அப்படி அய்யா கூறவில்லை. தமிழ் இலக்கியங்களிலே கூட, களவுக் காலத்திலேயே – அதாவது திருமணத்திற்கு முன்பே – உள்ளப் புணர்ச்சி மட்டுமில்லை, மெய்யுறு புணர்ச்சியும் உண்டு. மெய்யுறு புணர்ச்சி என்பது உடல் சேர்க்கையைத்தான் குறிக்கிறது. அவ்வாறு திருமணத்திற்கு முன்பாகவே உடலும் உள்ளமும் சேர்ந்து பழகுவதில் இன்றைய மேலைப் பண்பாடு குற்றம் காணவில்லை. அதனைத்தான் அவர்கள் ஆங்கிலத்திலே டேட்டிங் என்று கூறுகிறார்கள். பெரியார் சொல்லுவது, குணமறிந்து காதல் கொள் என்றுதான். உடல் அறிந்தோ, உடல் அழகறிந்தோ அல்ல. அய்யாவைப் பொறுத்தளவு, கண்டதும் காதல் என்பதெல்லாம் வெறும் உணர்ச்சியின் வெளிப்பாடு. காதலில் மட்டுமின்றி, மொழி சார்ந்த செய்திகளிலும் கூட, வெறும் உணர்ச்சிவயப்பட்ட நிலைலை அவர் ஏற்பதில்லை. காதலுக்காகச் சாகிறேன், மொழிக்காக உயிரைக் கொடுக்கிறேன் என்பதெல்லாம், அவர் பார்வையில், 'மொத்தப் பைத்தியக்காரத்தனம்'.

காதலுக்காகவோ, மொழிக்காகவோ எதற்கு உயிரைக் கொடுக்க வேண்டும்? இருந்து, வாழ்ந்து, போராடி அவற்றை வென்றெடுக்க வேண்டுமேயல்லாமல், செத்துப் போவதில் என்ன வீரத்தனம் இருக்கிறது என்று கேட்கிறார். எல்லாவற்றையும் நடைமுறைக்கு இயைந்த ஒரு பார்வையில் பார்க்க வேண்டும் என்பதே அவருடைய நோக்கம். ஆகையினாலேதான் காதல் என்பது காமம் சார்ந்ததே என்பதை இங்கு உடைத்துச் சொல்ல வேண்டியதாகிறது. இப்படிச் சொல்லுவதால், காமம் மட்டுமே காதல் எனப் பொருளாகாது. அவ்வாறே காமம் அற்ற, உள்ளப் புணர்ச்சி மட்டுமே காதலாகவும் ஆகிவிடாது. உடல் மீது எந்த வேட்கையும் இல்லை, உள்ளத்தால் மட்டுமே விரும்புகிறோம் என்று சொன்னால், அதற்கு நட்பு என்றுதான் பெயர். உள்ளக் கலப்புக்கு நட்பு என்றும், வெறும் உடல் கலப்புக்கு காம வெறி என்றும் பெயர். இரண்டும் கலந்ததே காதல் எனக் கொளல் வேண்டும்.

திருவள்ளுவரே குறளின் மூன்றாவது பாலுக்குக் காமத்துப்பால் என்றே பெயர் சூட்டியிருக்கிறார். நம்மில் சிலர் அப்படிச் சொல்வதற்குக் கூச்சப்பட்டுக்கொண்டு, இன்பத்துப்பால் என்று கூறுகிறோம். அப்படியெல்லாம் நாம் ஒன்றும் வள்ளுவரைக் காப்பாற்ற வேண்டியதில்லை. இன்பம் வேறு, காமம் வேறு என்பதில் அவர் தெளிவாகவே இருக்கிறார். அந்த அடிப்படையில்தான், ஒரு குறட்பாவில், 'ஊடுதல் காமத்திற்கு இன்பம்' என்று ஒரு தொடரையே அவர் அமைத்திருக்கிறார். இரண்டும் ஒன்றுதான் என்றால், இத் தொடர் பொருளற்றுப் போய்விடும். ஊடுதல் காமத்திற்குக் காமம் என்றோ, ஊடுதல் இன்பத்திற்கு இன்பம் என்றோ சொல்லிப் பார்த்தால், நமக்கு எந்தப் பொருளும் கிடைக்காது. எனவே, இது வேறு அது வேறு என்பதை வள்ளுவம் தெளிவுபடுத்துகிறது.

சரி, இவ்வளவு இயல்பான, வாழ்வின் ஒரு பகுதியாக உள்ள காதலை, சாதி ஏன் மறுக்கிறது? உலகிலுள்ள எவருமே காதலை மறுக்க முடியாது. எல்லாவற்றையும் துறந்த, தாயுமான அடிகள் கூட, கடைசியாகத் தன் பாடல்களில், ஒரு வரியை அமைத்திருக்கிறார்.

"யோசிக்கும் வேளையில் பசிதீர உண்பதும்
உறங்குவதுமாக முடியும்"

என்கிறார். அவ்வளவுதான் வாழ்க்கை. எவ்வளவுதான் வாழ்ந்தாலும், எவ்வளவு அனுபவங்களைப் பெற்றாலும் இறுதியில், பசி, உறக்கம் என்பன மட்டுமே மிஞ்சுகின்றன என்கிறார். அவர் துறவி என்பதால், மூன்றாவதைச் சொல்லாமல் விட்டிருக்கலாம். வாழ்க்கை முடியும் போது வேண்டுமானால் அது, பசி, உறக்கத்துடன் மிஞ்சும். ஆனால், வாழும்போது, பசியாறுதல், உறங்கி ஓய்வெடுத்தல், காம உறவாடுதல் என்னும் மூன்றும் வாழ்வின் பகுதிகளாகவே அமையும்.

இம்மூன்றையும் அளவாக ஓர் ஒழுங்கிற்குள் அமைத்துக் கொள்ளுதல் என்பதுதான் பொதுவான அறவுரை. கூடாது என்பதில்லை. அளவினைத் தாண்டக் கூடாது என்பதுதான். உண்பது, உறங்குவது, காமம் கொள்வது எனும் மூன்றும் மிகினும், குறையினும் கேடு செய்யும் என்பதே பொதுவான விதி.

உண்ணலும், உறங்கலும் செய்யாத, செய்ய முடியாத செயலைக் காதல் செய்கிறது. காதல்தான் சாதி அமைப்பை மோதி உடைக்கிறது. சமூகத்தில் எத்தனைக் கட்டுப்பாடுகள் விதிக்கப்பட்டிருந்தாலும், இயற்கை உணர்வுகளுக்கு முன்னால் அவற்றால் ஈடுகொடுக்க முடியவில்லை. அது ஒரு சமத்துவமான உணர்வு. ஒரு ஜனநாயக இணைவு. அதனால்தான், திருமணத்தை நாம் 'வாழ்க்கைத் துணை நல ஒப்பந்தம்' என்று கூறுகிறோம். அவர்களோ, திருமணத்தை வேறு மூன்று சமற்கிருதச் சொற்களால் குறிப்பிடுகிறார்கள். ஒன்று விவாஹம், இரண்டாவது பாணிக்கிரஹம்,

மூன்றாது சங்கரம்.

திருமணம் மட்டுமன்று, நமக்கும் அவர்களுக்குமான திருமண முறையே வேறு. பெண்ணைத் தூக்கிக் கொண்டு வருவதுதான் அவர்களின் மரபு வழியான மணமுறை. கண்ணனின் திருமணம் கூட, அப்படி நடந்ததாகத்தான் புராணம் சொல்கிறது. அதனால்தான், மகாபாரதத்தில் சிசுபாலன் கண்ணனைக் கடுமையாய்த் தாக்கிப் பேசுகிறான். பாரதத்தின் சபா பருவத்தில் அப்படி ஒரு காட்சி இடம் பெறுகிறது. ஒரு பெரிய விருந்தில், கண்ணனுக்குத் தருமன் முதல் மரியாதை வழங்கும்போது, யாருக்கு முதல் மரியாதை என்று கேட்டு, சிசுபாலன் சீறுகிறான். மணவறையில் அமர்ந்திருந்த, தனக்கு மணப்பெண்ணாக உறுதி செய்யப்பட்டிருந்த ருக்மணியைக் கண்ணனும், அவன் அண்ணனும் கவர்ந்து தூக்கிச் சென்றதில் சிசுபாலனுக்கு ஏற்பட்ட கோபம் இறுதிவரை மாறாமலேயே இருக்கிறது. பொதுவாகவே, மகாபாரதத்தில், கண்ணன் ஒரு பாத்திரம் மட்டும்தான். இடைச்செருகலான கீதையில்தான், எல்லாம் வல்ல கடவுளாகக் கண்ணன் சித்தரிக்கப் படுகிறான்.

ருக்மணியைத் தூக்கிக் கொண்டுவந்து விவாஹம் செய்துகொண்ட பிறகுதான், வேறு அரசிகள் எழுவரை மறுபடியும் மணந்து கொள்கிறான். இதில் என்ன 'சிறப்பு' என்றால், அவர்கள் எழுவரும் ஏற்கனவே திருமணமானவர்கள். இத்தனை மனைவியர்கள் இருக்கும்போது, 'கோபியர் கொஞ்சும் ரமணனா'கவும் கண்ணன் இருந்தான். கோபியர்களின் எண்ணிக்கை ஆயிரங்களைத் தாண்டுகிறது. ஆனால் வேடிக்கை இதற்குப் பிறகுதான் இருக்கிறது. கண்ணன் யாரைக் காதலித்தான் என்றால், இவர்கள் யாரையும் இல்லை. கண்ணனின் காதலி ராதைதான். இன்றும் நம்மிடையே, ருக்மணி கிருஷ்ணன்கள் கிடையாது, 'ராதாகிருஷ்ணன்கள்' மட்டும்தான் உண்டு.

விவாஹத்துக்கு அடுத்தது, பாணிக்கிரஹம், பாணி என்றால் கை. கன்னிகா தானமாக அவள் தந்தையால் கொடுக்கப்பட்ட பெண்ணைக் கைப்பிடிப்பது. பெண்ணைப் பொருளாய்க் கருதி, தானமாகக் கொடுக்கும் திருமண முறை.

மூன்றாவது சங்கரம். சங்கரம் என்பது இழிவாகக் குறிக்கப்படும் சொல். சாஸ்திர விரோத விவாஹம் என்று அவர்கள் அதற்குப் பொருள் கூறுகின்றனர். வருணக் கலப்பு அல்லது சாதிக் கலப்பையே அவர்கள் சாஸ்திர விரோதம் என்கின்றனர். வெவ்வேறு சாதிகளில், ஒரு குடும்பத்துப் பிள்ளைகள் திருமணம் செய்து கொண்டால், அந்தக் குடும்பத்தினரைப் பார்த்து வசைச்சொல் என்று கருதி, அது சங்கர சாதிக் குடும்பம் என்று கூறுகிற இயல்பு இப்போதும் இருக்கிறது. சங்கர சாதி என்றால், சாதி கெட்டவர்கள் என்று பொருள். உண்மையில், நாமெல்லாம் சாதி கெடுப்பவர்களே தவிர, சாதி கெட்டவர்கள் இல்லை.

சங்கரம் என்பதில் இரண்டு பிரிவுகள் உண்டு. ஒன்று, அனுலோம சங்கரம், இன்னொன்று பிரதிலோம சங்கரம். பார்ப்பன, சத்ரிய, வைசிய வருணத்தில் பிறந்த ஓர் ஆண் சூத்திர வருணத்தில் பிறந்த ஒரு பெண்ணை மணந்து கொண்டால், அதனை அனுலோம சங்கரம் என்கின்றனர். போனால் போகிறதென்று, மன்னித்து ஏற்றுக்கொண்டாலும், அவர்களுக்குப் பிறக்கிற

பிள்ளைகளைப் பஞ்சமர்கள் அல்லது தீண்டப்படாதவர்கள் என்று ஒதுக்கி வைத்தனர். வருணக் கலப்பு நடைபெற்றாலும், ஆண் மேல் சாதி என்று சொல்லப்படுகிற சாதியில் பிறந்தவராக இருக்க வேண்டும். மாறாக, அப்படிப்பட்ட வருணத்தில் பிறந்த ஒரு பெண்ணும், சூத்திர வருணத்தில் பிறந்த ஓர் ஆணும் திருமணம் செய்துகொண்டால், அதனை சாஸ்திரம் மன்னிக்க மறுக்கிறது. அதற்குப் பிரதிலோம சங்கரம் என்று பெயர் சூட்டி, அவர்களுக்குப் பிறக்கும் பிள்ளைகளைச் சண்டாளர்கள் என்கிறது.

வருணம் என்பது உண்மை, பிரம்மத்தின் தலையிலிருந்தும் தோளிலிருந்தும் வெவ்வேறு வருணத்தார் பிறந்தார்கள் என்பதும் உண்மை என்று வைத்துக்கொண்டாலும், ஒரே கடவுள் அல்லது ஒரே பிரம்மத்திலிருந்து பிறந்தவர்கள் எப்படி, உயர்ந்தவர்களாகவும், தாழ்ந்தவர்களாகவும் ஆவார்கள்? ஒரு மரத்தில் மேலே உள்ள கிளையில் பழுத்த பழமும், கீழே உள்ள கிளையில் பழுத்த பழமும் வெவ்வேறாகவோ, வெவ்வேறு சுவையுடையதாகவோ இருக்க முடியுமா என்று பெரியார் கேட்டார். ஒரே மரத்தில் மேல் உள்ள கிளையில், மாம்பழமும், கீழுள்ள கிளையில் கொய்யாப் பழமும் காய்ப்பதற்கு வாய்ப்புண்டா? இதைத்தான் அண்மையில், நம்முடைய இனமானப் பேராசிரியர் அவர்கள், ஒரு கூட்டத்தில், 'உங்கள் ஆண்டவன் உடம்பில் ஓடும் ரத்தம், ஒவ்வோர் இடத்திலும் ஒவ்வொரு மாதிரியாகவா இருக்கும்' என்று கேட்டார்.

இந்த வேறுபாடுகளை எல்லாம் உணராமல், நாம் விளையாட்டாக, வசைச் சொல் என்று கருதிக் கொண்டு, வழக்கில் நண்பர்களையே பாவி சண்டாளா என்று கூறுகிறோம். சண்டாளன் என்பது ஒரு குறிப்பிட்ட மக்களை இழிவுபடுத்துகிற சொல். சண்டாளர்கள் என்று ஒதுக்கப்பட்ட மக்களின் மீது, மனு கடுமையான சட்டங்களை விதிக்கிறான். அந்த மக்கள் பாத்திரங்களைப் பயன்படுத்தலாம், ஆனால் அவை உடைந்து போன மண்பாண்டங்களாக இருக்க வேண்டும் என்கிறான் மனு. அவ்வாறே, வேறு சில நிபந்தனைகளும் அவர்களுக்கு விதிக்கப்படுகின்றன. அவர்கள், அணிகளை அணிந்து கொள்ளலாம். ஆனால் அவை, இரும்புகளால் செய்யப்பட்டதாக இருக்க வேண்டும். அவர்கள் உடைகளையும் அணிந்து கொள்ளலாம். ஆனால் அவை, பிணங்களின் மீது போர்த்தப்பட்டதாக இருக்க வேண்டும். விலங்குகளை வளர்ப்பதில் கூட, அவர்கள் ஆடு, மாடுகளை வளர்க்கக் கூடாது. நாய்களை மட்டும்தான் வளர்க்க வேண்டும். அந்த நாய்களும் ஆண் நாய்களாக இருந்துவிடக் கூடாது. இவ்வளவு கடுமையாக விதிகளை விதித்து, சாதியக் கட்டுமானத்தைக் காப்பாற்றுவதற்குப் பார்ப்பனியம் படாத பாடுபடுகிறது.

வருண அடுக்கை காப்பாற்றுவதற்காகவே இத்தனை கடுமையும், கொடுமையும் நிறைந்த சட்டங்கள் இருந்திருக்கின்றன. வருணங்கள் நான்கு என்பதுகூட சரியானதன்று. அவருணத்தார் எனப்படும் பஞ்சமர், சண்டாளர் ஆகியோரையும் சேர்த்தால், ஆறு படிநிலைகள் உள்ளன. பார்ப்பனர் வீட்டுப் பெண்கள் கூட, சூத்திரர்கள் வரிசையில்தான் வைக்கப்பட்டுள்ளனர். எந்த வருணத்திலும் பெண்களுக்குச் சாதிப் பட்டமோ, சமத்துவமோ கிடையாது. சமத்துவம் என்கிற சிந்தனையே, வருண அதர்மத்தில் கிடையவே கிடையாது. தெய்வங்கள் என்று

சொல்லப்பட்டாலும், பெண் தெய்வங்களுக்கு இரண்டாவது இடம்தான். வைணவப் பிராட்டியாராக இருந்தாலும் சரி, சைவ அம்பாளாக இருந்தாலும் சரி, ஆண் தெய்வங்களுக்கு அடுத்த இடம்தான்.

பெண் அடிமைத்தனமும், வருண சாதி அமைப்புடன் நெருங்கிய உறவுடையது. அதிலும், நம் வீட்டுப் பெண்களைவிட, பார்ப்பனர் வீட்டுப் பெண்களே, கூடுதலான அடிமைத்தனத்திற்கு உள்ளாகின்றவர்கள். கணவனை இழந்த பெண்களை, நாமும் கொடுமைப்படுத்தி இருக்கிறோம். ஆனால், அங்கே அந்தக் கொடுமை இரண்டு மடங்கு என்று சொல்ல வேண்டும். அவர்களை மொட்டை அடித்து மூலையில் உட்கார வைத்து, 'மொட்டப் பாப்பாத்தி' என்று பட்டமும் வழங்கியவர்கள். அவர்கள் நேரில் வந்தால்கூட, சகுனம் சரியில்லை என்று கூறியவர்கள். அவர்களைப் பார்த்துப் பார்த்துத்தான் தீமைகள் பலபற்றை நாம் பழகிக் கொண்டோம். அவற்றுள் ஒன்றுதான் பெண்ணடிமைத்தனமும். நம்மவர்களிலும் கூட, நடுத்தட்டு மக்களிடம்தான், பெண்களை அடிமைப்படுத்தும் பழக்கம் கூடுதலாக இருக்கிறது. மேலும் கீழும் உள்ள பெண்கள் ஓரளவிற்கு உரிமைகளைப் பெற்றவர்களாகவே இருக்கிறார்கள். பணக்காரர்கள் வீடுகளில் மட்டுமல்ல, உழைக்கும் மக்களின் வீடுகளிலும், ஆண்கள் பெரும் ஆதிக்கம் செலுத்திவிட முடியாது. மனைவியை அடித்தால், பலநேரங்களில் திரும்ப வாங்கிக் கொண்டுதான் போகவேண்டி வரும். அந்தப் பெண்ணும் உழைக்கிறவள் இல்லையா, அவள் கைகளும் உரமானவை இல்லையா? எனவே அங்கு அடிதடி வேண்டுமானால் நடக்குமே தவிர, ஒருவர் மட்டுமே இன்னொருவரை அடித்துக் கொண்டிருக்க முடியாது.

இவ்வாறெல்லாம், பல்வேறு திருமண முறைகள், வெவ்வேறு விதமான அடிமைத்தனங்கள் என, எல்லாவற்றையும் உருவாக்கி, சாதி எனும் கோட்டையைக் காதல் எனும் புயல் தாக்கிவிடாமல் காக்க முயன்றனர். ஆனால் எல்லா அரண்களையும் உடைத்து நொறுக்கி, கால காலமாகச் சாதிக் கோட்டையைக் காதல் உடைத்துக் கொண்டேதான் 'இருந்தது, இருக்கிறது – இன்றைய தருமபுரி வரையில். இந்தப் பெரியார் திடலில் நின்று பேசுவதில் எனக்குள்ள பெருமை என்னவென்றால், தருமபுரிக் கலவரங்கள் நடந்து முடிந்து, வீடுகள் எல்லாம் உடைத்து நொறுக்கப்பட்ட பிறகு, அந்த மண்ணில் போய் நின்று மிகப்பெரிய மாநாட்டை முதன் முதலாக நடத்தியது திராவிடர் கழகம்தான். தருமபுரியில் என்ன நடந்தது? 'மனு'வின் மொழியில் சொல்ல வேண்டுமானால், அது பிரதிலோம சங்கரம். உயர்சாதி என்று கருதிக்கொண்டிருக்கிறவர்களின் வீட்டுப் பெண்ணை, ஒடுக்கப்பட்ட தலித் சமூகத்தைச் சார்ந்த இளைஞன் மணம் புரிந்ததால்தான் அத்தனை பெரிய கலவரம் அங்கே. இளவரசன் கொலை செய்யப்படுகிறான் என்றால், காதலித்ததற்காக அன்று, சாதியை உடைக்கும் காதலை மேற்கொண்டதற்காக. அது கொலை இல்லை தற்கொலை என்கிறார்கள் சிலர். அப்படியே வைத்துக் கொண்டாலும், ஒருவனைத் தற்கொலை செய்துகொள்ளத் தூண்டுவது கூட, ஒருவிதத்தில் கொலைதான்.

என்னதான் மிரட்டப்பட்டாலும், காதல் இந்த சமூகத்தைக் கைவிட்டுவிடாது. தருமபுரி ஒன்றும் காதலின் கடைசி அத்தியாயத்தை

எழுதிவிடவில்லை. எத்தனை முறை மிரட்டப்பட்டாலும், எத்தனை பேர் கொல்லப்பட்டாலும், மீண்டும் மீண்டும், தலைமுறைகள் தோறும், காதல் வாழ்ந்து கொண்டேதான் இருக்கும். சாதி இருக்கும்வரை, காதல் இருக்கும்வரை, இரண்டுக்கும் இடையிலான மோதல் ஒருநாளும் ஓயாது. இரண்டு குணங்களுக்கு இடையிலான இந்த மோதல், தமிழ்நாட்டைப் பொறுத்தளவு சுயமரியாதை இயக்கத்துக்கும், பார்ப்பனியத்துக்கும் இடையிலான மோதலாக உருப்பெற்றிருக்கிறது.

திராவிட இயக்கம் என்பது, அடிப்படையில் சாதி மறுப்பு இயக்கம். கடவுள் இல்லை என்று சொன்னது மட்டும்தான் பெரியார் கொள்கை என்று பலர் கருதுகின்றனர். கடவுள் மறுப்பு நம் கொள்கைகளில் ஒன்றுதான். இல்லையென்று சொல்லவில்லை. இல்லாத ஒன்றை இல்லை என்றுதான் சொல்ல முடியும். ஆனால், அந்தக் கடவுள் மறுப்பு என்பது கூட, சாதி மறுப்பையே அடித்தளமாகக் கொண்டது.

கடவுள் மறுப்பு, சாதி மறுப்பு, பெண் விடுதலை எல்லாம் ஒன்றோடொன்று மிக நெருங்கிய தொடர்புடையவை. தமிழ்நாட்டில் பெண் விடுதலை பற்றி நாம் பேசும்போதெல்லாம், மறக்காமல் ஒரு பெயரை நாம் முதலில் குறிப்பிட வேண்டும். அது நீதிபதி மயூரம் வேதநாயகம் பிள்ளையின் பெயர். அவர்தான் 19ஆம் நூற்றாண்டின் இறுதியிலேயே பெண் விடுதலைக்காக முதன் முதலில் குரல் கொடுத்தவர். அய்யா பெரியார் பிறப்பதற்கு முன்பே அவர் வெளியிட்ட நூல்களில் பெண் விடுதலைக் குரல் ஒலிப்பதை நம்மால் பார்க்க முடிகிறது. 1876ஆம் ஆண்டு, எல்லோரும் வெண் மதி மாலை பாடிக்கொண்டிருந்தபோது, அவர் 'பெண்மதி மாலை' என்னும் நூலை வெளியிட்டார். பெண் விடுதலை, பெண் மானம் என்பனவெல்லாம் அவருடைய நூல்களின் பெயர்கள். பிரதாப முதலியார் சரித்திரம் என்னும் நாவலை எழுதிய தமிழின் முதல் நாவலாசிரியர் அவர் என்பது மட்டும்தான் கூடுதலாகச் சொல்லப்படுகிறது. அது வெறும் செய்தி. முதன் முதலில் பெண் விடுதலை பேசிய எழுத்தாளர் என்பதே வரலாறு.

குழந்தைத் திருமணம், உடன்கட்டை ஏறுதல் முதலானவைகளை நீதிபதி வேதநாயகம் தன் நூல்களில் மிகக் கடுமையாகச் சாடியிருக்கிறார். இவையெல்லாம் வெறும் பெண் விடுதலைக்கான கூறுகள் என்று மட்டும் நாம் கருதிவிட முடியாது. ஒவ்வொன்றும், இந்நாட்டில் சாதியோடு பிணைக்கப்பட்டிருக்கிறது. ஒரு பெண், தன் விருப்பப்படி, வேறு சாதியில் ஒருவனைக் காதலித்துவிடக் கூடாது என்கிற கவனத்திலேதான், அவள் குழந்தையாய் இருக்கும்போதே திருமணம் செய்துவைத்துவிடுகிற மரபு இங்கே வேரூன்றி இருந்திருக்கிறது. அம்பேத்கர் இவைகளுக்கு இடையில் உள்ள தொடர்புகளை மிக விரிவாக எடுத்துச் சொல்லுவார். எல்லாவற்றுக்கும் சாதிதான் அடித்தளமாக இன்றைக்கும் இருக்கிறது என்பது அவருடைய வாதம்.

Caste in Indian Politics என்னும் தன் நூலில் ரஜினி கோத்தாரி ஒரு கருத்தை உறுதிபடச் சொல்லுவார். எதிர்கால நவீன இந்தியாவை நாம் எப்படி வேண்டுமானாலும் உருவாக்கலாம். ஆனால், சாதியற்ற ஒரு தேசமாக அதனை உருவாக்கிவிடவே முடியாது என்பது அவர்

கருத்து. இதே செய்தியைப் பேராசிரியர் காஞ்ச அய்லையாவும் The Weapon of the other என்னும் நூலில் எடுத்துக் கூறியுள்ளார்.

இவற்றை எல்லாம் எண்ணத்தில் கொண்டுதான், *1929*ஆம் ஆண்டு செங்கல்பட்டில் நடைபெற்ற முதல் சுயமரியாதை மாநாட்டில், காதல் குறித்தே சில தீர்மானங்கள் நிறைவேற்றப்பட்டுள்ளன. அம்மாநாட்டில் நிறைவேற்றப்பட்டுள்ள பல தீர்மானங்களில், காதல் குறித்த ஐந்து தீர்மானங்களை நான் இப்படி வரிசைப்படுத்துகிறேன். ஒரு தீர்மானம், தனக்கு உகந்த ஒருவரைத் தன் வாழ்க்கைத் துணையாகத் தேர்ந்தெடுத்துக் கொள்ளும் உரிமை, ஒவ்வொரு பெண்ணுக்கும் ஆணுக்கும் தேவை என்கிறது. தனக்கு உகந்த என்று கூறும்போதே, தன் சாதியில் என்னும் நிபந்தனை அடிபட்டுப் போகிறது. சாதி பார்த்துக் காதல் வருவதில்லை என்பதுதான் இயற்கை.

பதினாறு வயதாவது நிரம்பியிருக்க வேண்டும் என்பது திருமணம் செய்து கொள்வதற்கான அடிப்படை நிபந்தனையாக ஆக்கப்பட வேண்டும் என்கிறது இன்னொரு தீர்மானம். சாரதாச் சட்டம் என்று அழைக்கப்படுகிற ஹாபிலால் சார்தா சட்டம் அப்போதுதான் நிறைவேறியிருந்தது. அதன்படி, பதினான்கு வயது நிரம்பிய பின்பே, ஒரு பெண்ணுக்குத் திருமணம் செய்திட முடியும். அதற்கே பெரும் போராட்டங்கள் நிகழ்ந்தன. முத்துலட்சுமி அம்மையார் போன்றவர்கள் எல்லாம் சட்டமன்றத்தில் அதற்கு ஆதரவாகப் பேச, எம்.கே.ஆச்சாரியா உள்ளிட்ட பார்ப்பனர்கள் அனைவரும் கடுமையாக எதிர்த்தனர். எங்கள் இந்து மதச் சட்டத்தில், தேவையில்லாமல் ஆங்கிலேய அரசு தலையிடுகிறது என்று குற்றம் சாட்டினார். எங்கள் மதச் சட்டம், பெண்கள் பூப்படைவதற்கு முன்பாகத் திருமணம் செய்துவிட வேண்டும் என்று கூறுகிறது. இந்தச் சட்டமோ, பதினான்கு வயது நிரம்பியபின்பே திருமணம் செய்ய வேண்டும் என்கிறது. பதினான்கு வயதுக்கு முன்பு தங்கள் பெண்களுக்குத் திருமணம் செய்தால், சிறைக்குச் செல்ல வேண்டும் என்கிறது சட்டம். பூப்படைவதற்கு முன்பு திருமணம் செய்யவில்லை என்றால், நரகத்திற்குச் செல்ல வேண்டும் என்கிறது எங்கள் மதம். நாங்கள் என்ன செய்வது என்று கேட்டார் ஆச்சாரியார். இறுதியில் அவர் எங்கே போனார் என்று நமக்கு உறுதியாகத் தெரியவில்லை.

ஆங்கிலேயர்களுக்கு நாம் ஒருவிதத்தில் நன்றி சொல்ல வேண்டும். அவர்கள்தான், மேலே ஆச்சாரியார் சொல்லுகிற, வேதங்களை, இந்துமதச் சட்டங்களை எல்லாம் ஆங்கிலத்தில் மொழிபெயர்த்தார்கள். அதற்குப் பிறகு, அவை பல மொழிகளிலும் பெயர்க்கப்பட்டன. அதன் பிறகுதான் நாமும் அதனைப் படித்து அறிந்து கொண்டோம். மனு சொல்கிறான், 'சூத்திரர்கள் மென்மையாகப் பேச வேண்டும், தூய்மையாக ஆடைகளை உடுத்த வேண்டும், மேல் சாதியினரிடம் எப்போதும் பணிவாக நடந்து கொள்ள வேண்டும்'. எப்படிப்பட்ட மூன்று நிபந்தனைகள் பாருங்கள். மெதுவாகப் பேச வேண்டுமாம். உரக்கப் பேசி அந்த ஒலியால் கூட அவர்களைப் பாதித்துவிடக்கூடாது. கந்தையானாலும் கசக்கிக் கட்ட வேண்டும் என்கிறார்கள். ஏன் கந்தை கட்ட வேண்டும் என்று யாரும் கேட்கவில்லை. அதைக் கசக்கிக் கட்ட வேண்டும் என்றுதான் நிபந்தனை.

ஏனெனில் அந்த துர்நாற்றம் அவர்களைப் பாதித்துவிடக் கூடாது அல்லவா! அதனால் கந்தைத் துணியைக் கசக்கிக் கசக்கிக் கட்டிக்கொள்ள வேண்டும். பிறகு, எப்போதும் மேல்சாதியினரிடம் பணிவாக இருக்க வேண்டுமாம்! சரி, இப்படி எல்லாம் இருந்தால் சொர்க்கம் கிடைத்துவிடுமா? கிடைக்காது. அடுத்த பிறவியில், மேல் சாதியில் பிறப்பதற்கான வாய்ப்புக் கிடைக்கும். மேல் சாதியில் பிறக்கிறவர்கள் மட்டும்தான் சொர்க்கத்துக்குப் போக முடியும் என்கிறது மனுநீதி.

பிற மதங்கள் எல்லாம் ஏன் மாதா கோயிலுக்கும், பள்ளி வாசலுக்கும் வரவில்லை என்று கேட்கின்றன. ஆனால் இந்து மதமோ, எல்லோரும் கோயிலுக்குள் வந்துவிடக் கூடாது என்று அறிவுறுத்துகிறது. சிலர் கருவறை வரைக்கும் உள்ளே போகலாம். சிலர் கருவறைக்கு வெளியில்தான் நிற்க வேண்டும். இன்னும் சிலரோ, கொடி மரத்தோடு திரும்பி விட வேண்டும். நம் சொந்தச் சகோதரர்களில் கோடிக்கணக்கானவர்கள், கோயிலுக்குள் நுழையவே கூடாது. ஆனால் எல்லோரும் இந்துக்கள். என்ன நீதி இது?

கோயிலுக்குள் வரக்கூடாது என்று சொல்லுகிறவர்கள், நம்மை வாக்குச் சாவடிக்குள்ளும் வரக்கூடாது என்று தடுப்பார்களா? வாக்குச் சாவடிக்குப் போகும்போது மட்டும் நாம் எல்லோரும் இந்துக்கள். கோயிலுக்குள் போகும்போதோ, நமக்குள் ஆயிரம் ஏற்றத் தாழ்வுகள்.

மற்ற மதத்தினர் எல்லோரும், கடவுளை மறுத்தால், கடவுளைச் சீண்டினால் கோபப்படுவார்கள். இந்து மதமோ, கடவுளே இல்லை என்று சொல்லும் சார்வாகத்தையும் இந்து மதத்தின் ஒரு பகுதி என்று ஏற்கும். கடவுளை மறுப்பதால், நாம் இந்து இல்லை என்று ஆகிவிட மாட்டோம். ஆனால், சாதியை மறுத்தால், சாதியைச் சீண்டினால் இந்து

மதத்தினர் கடும் கோபம் கொள்வார்கள். சாதி மறுப்புக்கு இந்து மதத்தில் எத்தனையோ தண்டனைகள் உண்டு. வடநாட்டில், இன்றைக்கும் 'காப்' (KAPP) பஞ்சாயத்துகள் உள்ளன. அப்படி ஒன்று தமிழ்நாட்டில் இல்லை, என்றைக்கும் கால் வைக்க முடியாது. திராவிட இயக்கங்கள் வலிமையாக இருக்கும் நாள் வரையில், காப் பஞ்சாயத்துகளுக்கு இங்கே இடம் இல்லை.

அந்தப் பஞ்சாயத்தில் அண்மையில் என்ன நடந்தது. செய்தித் தாள்களில் நீங்கள் படித்திருப்பீர்கள். மேற்கு வங்கத்திலே நடந்த கொடுமை அது. ஒரு தலித் பெண், ஆதிக்க சாதியைச் சார்ந்த ஒருவனைக் காதலித்தாள் என்பதற்காக, அவளுக்கு அந்தப் பஞ்சாயத்து முதலில் 50,000 ரூபாய் தண்டம் விதித்தது. அதனை அந்தப் பெண்ணால் கட்ட இயலவில்லை. அதற்குப் பிறகு அவர்கள் கொடுத்த அடுத்த தண்டனை என்ன தெரியுமா? பொழுது விடிவதற்குள், எத்தனை ஆண்கள் வேண்டுமானாலும் அந்தப் பெண்ணோடு வல்லுறுவு கொள்ளலாம் என்பதுதான். ஒரே இரவில் 13 ஆண்கள் அந்தப் பெண்ணுடன் வன்முறையாக உறவு கொண்டார்கள். பொழுது விடியும்போது, அந்தப் பெண் குற்றுயிரும் குலையுயிருமாகக் கிடந்தாள். சாதி எத்தனை கொடியது என்பதற்கு இதனைக் காட்டிலும் வேறு சான்றுகள் தேவையில்லை. மரணதண்டனை கூடாது என்னும் கருத்துடையவர்களில் நானும் ஒருவன். ஆனால், அந்தத் தீர்ப்பு வழங்கிய பஞ்சாயத்துக்காரர்களை ஏன் நடுத்தெருவில் நிறுத்திச் சுடக்கூடாது என்று தோன்றியது.

இத்தனை கொடுமைகளுக்கும் சாதிதான் காரணம். இந்த சாதியைக் காப்பாற்றுவதுதான் இந்து மதத்தின் அடித்தளமான நோக்கம். அதைத்தான் அவர்கள் வேறு சொற்களில், தருமத்தைக் காப்பாற்றுவது என்று கூறுகின்றனர். தருமத்தைக் காப்பது நல்லதுதானே என்று நாம் கருதிவிடக் கூடாது. வருணாசிரம தருமத்தைத்தான் அவர்கள் சுருக்கமாகத் தருமம் என்று குறிப்பிடுகிறார்கள். யார் யார் எந்தெந்த வருணத்தில் பிறந்தார்களோ, அவரவர்கள் அந்தந்த வருணத்திற்குரிய கடமைகளைச் செய்ய வேண்டும் என்பதுதான் விதி. பார்ப்பான் உழைக்காமல் உண்ணவேண்டும். சத்ரியன் போருக்குச் சென்று மடிய வேண்டும். வைசியன் வணிகம் செய்து பிழைக்க வேண்டும். சூத்திரனோ மேற்காணும் மூன்ற வருணத்தாருக்கும் ஏவல் வேலைகளைச் செய்யும் அடிமைத்தனத்தையே தன் வாழ்க்கையாய்க் கொள்ள வேண்டும். இதுதான் இந்து தருமம். இதைத்தான் வேதங்கள் கூறுகின்றன. ஆகையினாலேதான் நாத்திகம் என்பதைக்கூட, பிற மதங்களைப் போல கடவுள் மறுப்பு என்று கூறாமல், இந்து மதம், 'நாத்திக வேத நிந்திக' என்று கூறுகிறது.

1920களின் தொடக்கத்தில் நடந்த முதன்மையான போராட்டங்கள் இரண்டு. ஒன்று, வைக்கம் போராட்டம். இன்னொன்று, சேரன்மாதேவி குருகுலப் போராட்டம். இரண்டுமே, சாதிக் கொடுமைக்கு எதிரான போராட்டங்கள்தான். ஏறத்தாழ, ஒரே காலகட்டத்தில் நடைபெற்றவை என்றுகூட கூறலாம். ஒன்று கேரளாவிலும், இன்னொன்று தமிழகத்தின் தென்கோடியிலும் நடைபெற்றது. வைக்கத்தில் உள்ள கோயிலுக்கு உள்ளே வரக்கூடாது என்றுகூட இல்லை, அந்தக் கோயிலைச் சுற்றி இருக்கிற தெருக்களிலேயே, ஈழவ சமூகத்தைச் சார்ந்த மக்கள் நடக்கக்கூடாது என்ற

சட்டம் அன்றைக்கு இருந்தது. அதனை எதிர்த்து, கேரளாவிலே இருந்த மக்கள் முதலில் போராடினர். பிறகு அவர்களிடமிருந்து வந்த அழைப்பை ஏற்று, தந்தை பெரியார் அவர்கள் அங்கே போய் அந்தப் போராட்டத்தைக் கூர்மைப்படுத்தினார்.

வ.வே.சு. ஐயர் நடத்திய குருகுலத்தில் பின்பற்றப்பட்ட சாதி ஏற்றத்தாழ்வுகளைக் கண்டித்து நடைபெற்ற போராட்டம் சேரன்மாதேவி போராட்டம். அப்போது தந்தை பெரியார் அவர்கள், காங்கிரஸ் கட்சியின் தமிழகத் தலைவராக இருந்தார். காங்கிரஸ் கட்சியிடம் இருந்தும் நிதி உதவி பெற்றுத்தான் அக்குருகுலம் நடைபெற்றது. ஆனால் அங்கே பார்ப்பனப் பிள்ளைகளுக்கு ஒருவிதமான உணவும், பிறருக்கு வேறு விதமான உணவும் அளிக்கப்பட்டது. அதுமட்டுமில்லாமல் அவர்கள் சேர்ந்து உண்ணுவதற்கும் அனுமதிக்கப்படவில்லை. இந்த வருணாசிரம அதர்மத்தை எதிர்த்து, அன்றைக்குக் காங்கிரஸ் கட்சியிலே இருந்த பெரியார், வரதராஜுலு (நாயுடு), திரு.வி.க. முதலியோர் குரல் கொடுத்தார்கள்.

இந்தப் போராட்டங்களின் போதுதான் காந்தியாருக்கும், பெரியாருக்கும் இடையில் ஒரு தொடர்பு ஏற்பட்டது. ஆனாலும் அவர்கள் முதலில் சந்தித்துக் கொண்டது 1927ஆம் ஆண்டுதான். பெரியாரைப் பற்றி காந்தியார் அறிந்திருந்தார் என்றாலும், நேரடியாகக் கண்டு உரையாடியதில்லை. ஒரு முறை, முன்னாள் இந்திய நிதி அமைச்சர் ஆர்.கே. சண்முகம், காந்தியாரை நேரில் சென்று சந்தித்தார். அவர்கள் உரையாடல் முடியும் தருணத்தில், ‘மிக நன்றாகப் பேசுகிறீர்களே, இந்த தர்க்கத்தை யாரிடம் கற்றுக் கொண்டீர்கள்?’ என்று காந்தியார் கேட்க, ‘ஈரோடு ராமசாமி நாயக்கரிடம்தான்’ என்று ஆர்.கே.சண்முகம் கூறினார். ‘அட, அப்படியா, ஒருமுறை அவரை அழைத்துக் கொண்டு வாருங்கள். நேரில் பேசலாம்.’ என்றார் காந்தியார்.

அந்த அடிப்படையில்தான் பெங்களூரில் இருவரும் சந்தித்தனர். அந்தச் சந்திப்பில் நடந்த உரையாடலின் ஒருபகுதிதான், இன்று பல மேடைகளிலும், நூல்களிலும் மேற்கோளாகக் காட்டப்படுகிறது. ‘ஏன் பார்ப்பனர்களைக் கடுமையாகச் சாடுகிறீர்கள், அவர்களில் நல்லவர்களே இல்லை என்று நினைக்கிறீர்களா?’ என்று கேட்டார் காந்தியார். ‘ஆம், அப்படித்தான்...உங்களுக்குத் தெரிந்தால் பார்ப்பனர்களில் யோக்கியர்கள் யார் யார் என்று கூறுங்கள்’ என்றார் பெரியார். ஒரு நிமிடம் சிந்தனையில் ஆழ்ந்த காந்தியார், ‘ஏன், கோபாலகிருஷ்ண கோகலே இல்லையா? அவர் எவ்வளவு பெரிய அறிவாளி, எவ்வளவு ஒழுக்கமானவர்’ என்று காந்தியார் கேட்க, ‘நீங்கள் மகாத்மா, உங்களுக்கே ஒரு யோக்கியமான பார்ப்பனரைக் கண்டுபிடிக்க ஒரு நிமிடம் ஆகின்றது. நாங்களெல்லாம் சாதாரணமானவர்கள். எங்களால் யாரையும் கண்டுபிடிக்க முடியவில்லை என்பது நியாயந்தானே?’ என்று பெரியார் விடை கூறினார்.

ஒரு மணிநேரம் இருவரும் உரையாடிப் பிரியும் நேரத்தில், ‘நாம் இருவரும் இவ்வளவு நேரம் பேசியும் நமக்குள் ஓர் உடன்பாடு வரவில்லையே?’ என்று காந்தியார் தன் ஆதங்கத்தை வெளிப்படுத்தினார். இருவருக்கும் இடையில் உடன்பாடு வருவதற்கு வாய்ப்புகள் இல்லைதான். காந்தியார் தீண்டாமையைக் கடுமையாக எதிர்த்தார். அந்த வழியில்தான்

இந்திய அரசமைப்புச் சட்டமும், தீண்டாமை ஒரு குற்றச் செயல் என்று கூறுகிறது. ஆனால் பெரியாரோ சாதியையே குற்றம் என்று கருதினார். சாதியில் இருந்துதானே தீண்டாமை வருகிறது. சாதியை ஒழிக்காமல் தீண்டாமையை மட்டும் எப்படி ஒழிக்க முடியும் என்பது பெரியாரியச் சிந்தனை.

சாதிகளுக்குள் சமத்துவத்தை ஏற்படுத்தி விட்டால், சரிதானே என்று சிலர் கேட்கின்றனர். இது ஒரு விந்தையான வாதம். ஏற்றத்தாழ்வுகளைக் கொண்ட, படிகளே இல்லாமல் மாடியைக் கட்டிவிட முடியுமானால், சமத்துவமான சாதிகளையும் உருவாக்கிவிட முடியும். ஆனால் அது ஒரு நாளும் நடைமுறைச் சாத்தியமில்லை. காரணம், சமத்துவத்துக்கு எதிரான, ஏற்றத் தாழ்வுகளிலேதான் சாதி உயிர் வாழ்ந்து கொண்டிருக்கிறது. ஏற்றத் தாழ்வுகளை ஒழிப்பதும், சாதியை ஒழிப்பதும் ஒன்றுதான்.

செங்கல்பட்டு மாநாட்டில் காதல், திருமணம் தொடர்பாக, ஐந்து முக்கிய தீர்மானங்கள் நிறைவேற்றப்பட்டன என்று கூறிய நான், இரண்டு தீர்மானங்களை மட்டும்தான் முதலில் சொன்னேன். மூன்றாவது தீர்மானம், திருமணத்தில் சிக்கனம் பற்றியது. 1929ஆம் ஆண்டே, திருமணங்கள் ஆடம்பரமாகவும், நாட்கணக்கிலும் நடந்து கொண்டிருந்த வேளையில், சுயமரியாதை இயக்கம் இப்படி ஒரு தீர்மானத்தை நிறைவேற்றி இருக்கிறது. திருமணத்திற்கு ஒரு வேளை விருந்து போதும், அதிகமாகப் போனால், ஒரு நாளைக்கு மேல் திருமண விழா நீளக்கூடாது என்கிறது அத்தீர்மானம். பொதுவாக இடைத்தட்டு மக்களின் வாழ்நாள் சேமிப்பு ஒரு நாள் திருமணச் செலவாக முடிந்து விடுவதை நாம் பார்க்கிறோம். பலருக்கு புதிய கடன்களையும் அது தொடக்கி வைக்கும். ஒரு வீடு கட்டிக் கொள்வதும், பிள்ளைகளுக்குத் திருமணம் முடித்து வைப்பதும் நம் வாழ்வின் இயல்பான பகுதிகள். ஆனால், நம் நாட்டிலோ அவைதான் நம் வாழ்வின் லட்சியங்களாக உள்ளன. வீட்டைக் கட்டி முடித்துப் புதிய வாழ்வைத் தொடங்குவதே சரியானது. ஆனால், வீடு கட்டி முடியும்போது பலருக்கும் இங்கே வாழ்க்கையே முடிந்துபோகிறது. திருமண விழா என்பது நம் ஆடம்பரத்தை வெளிப்படுத்துவதற்கான விளம்பரமன்று. நண்பர்களோடும் உறவுகளோடும் மகிழ்ச்சியைப் பகிர்ந்து கொள்ளும் அரிய நிகழ்வு.

நான்காவது தீர்மானம் மண முறிவு பற்றிப் பேசுகிறது. 1929இல் மணமுறிவைப் பற்றிச் சிந்திப்பதே காலத்திற்கு முந்திய செயலாகும். ஆனால் அந்த உரிமை ஆண், பெண் அனைவருக்கும் சட்டப்படி வழங்கப்பட வேண்டும் என மாநாடு வற்புறுத்தியது.

ஐந்தாவதாக, கைம்பெண் மறுமணம் பற்றிப் பேசப்பட்டது. 'கணவனை இழந்தோர்க்குக் காட்டுவது இல்' என்பதுதான் பழந்தமிழ்ப் பண்பாடு என்று உறுதியாகக் கருதிக் கொண்டிருந்த சமூகத்தில், ஒத்து வாழ இயலவில்லை என்றால், பிரிந்து போவதில் என்ன தவறு என்று சுயமரியாதை இயக்கம் கேட்டது. அந்த உரிமை வழங்கப்பட வேண்டும் எனத் தீர்மானமும் நிறைவேற்றியது.

கைம்பெண்களின் மறுமணத்தை நம் சமூகம் ஏன் மறுத்தது? அன்று போர்க்காலச் சமூகம்தான் உலகில் இருந்தது. ஆண்கள் மட்டுமே

போருக்குப் போனார்கள். எனவே, போரில் பெருவாரியான ஆண்கள் இறந்துவிட, ஆண்களின் எண்ணிக்கை கூடுதலாகவும், பெண்களின் எண்ணிக்கை குறைவாகவும் இருப்பது இயல்பானதாக இருந்தது. அந்தச் சூழலில், கணவனை இழந்த பெண், தன் விருப்பத்திற்கு ஏற்ப வேறு சாதியில், வேறு வருணத்தில் இன்னொரு கணவனைத் தேர்ந்தெடுத்துக் கொண்டுவிடக் கூடாது என்பதில் சமூகம் கவனமாக இருந்தது. முதலில் திருமணம் நடந்தபோது, அவள் பூப்படையாத பெண்ணாக இருந்திருப்பாள். குழந்தை மணம் நடந்திருக்கும். அதனால், அவளால் காதலில் ஈடுபட்டுத் தனக்கு உகந்தவனைத் தேர்ந்தெடுக்கும் மனமோ, உடலியல் கூறோ இருந்திருக்காது. ஆனால், இப்பொழுது கணவனோடு இல்லறம் நடத்தி, இல்லற வாழ்வை உணர்ந்தபின், வேறு ஒரு வ்ருணத்தில் அல்லது சாதியில் ஒரு ஆடவனைத் தேர்ந்தெடுத்துவிடக் கூடும். அதனால்தான் கைம்மை நோன்பு வலியுறுத்தப்பட்டது.

கைம்மை நோன்பு கூட, மாற்றாக முன்வைக்கப்பட்ட ஒரு விதிதான். உடன் கட்டை ஏறுதலே, முதலில் பெண்களுக்கான நியதியாக இருந்தது. கணவன் இறந்த உடன், அவனை எரிக்கும் நெருப்பில் அவன் மனைவியையும் சேர்த்துப் போட்டு எரித்து விடுகிற ஒரு கொடூரமான வருண சமூகம் நம்முடையது. அதிலும் சாராசரி மனிதர்களுக்காவது ஒரு மனைவிதான் இருப்பார். மன்னர்களுக்கோ அந்தப்புரம் முழுவதும் மனைவியர். அத்தனை பேரையும் அந்த மன்னன் இறந்தவுடன், அதே நெருப்பில் போட்டு எரிக்கும் பழக்கம் இருந்திருக்கிறது. திருமலை நாயக்கர் இறந்தபோது, அவருடைய 129 மனைவியர்களும் நெருப்பில் எரிக்கப்பட்டிருக்கிறார்கள்.

இன்றைக்கும் சாதிய உணர்வும், சாதிய இழிவும் நம் மண்ணில் இருக்கவே செய்கின்றன. வேதனையோடு ஒரு செய்தியைப் பதிவு செய்வதென்றால், தமிழ்நாட்டிலேயே நம் அய்யா பிறந்த ஈரோடு மாவட்டத்தில்தான் இன்றைக்கும் இரட்டைக் குவளைகளைக் கொண்ட, தேநீர்க் கடைகள் மிகுதியாக உள்ளன. கவிஞர் தணிகைச் செல்வன் தன் கவிதையில் சொல்வதைப் போல, “குவளைகள் இரண்டு, ஒரே கல்லாப் பெட்டி”. அவர்கள் கொடுக்கும் பணம் மட்டும் தீட்டுப்படாதோ?

இந்த நிலை இங்கு மட்டுமில்லை. இந்துக்கள் என்று சொல்லிக் கொள்வோர் போய்ப் புகுந்த நாடுகளில் எல்லாம் கூட இருந்திருக்கின்றன. இரட்டைக் குவளை முறையை எதிர்த்துத்தான், மலேசியாவில் தோழர் கணபதி போராடினார். அங்கே, தகரக் குவளை இருந்திருக்கிறது. சீனர்கள் நடத்தும் கடைகளில் கூட, இரட்டைக் குவளைகள். ‘உங்களுக்கென்ன வந்தது, நீங்களும் ஏன் தாழ்த்தப்பட்ட மக்களுக்கென்று, தனியாகத் தகரக் குவளை வைத்திருக்கிறீர்கள்?’ என்று கணபதி கேட்க, ‘நாங்களா வைத்திருக்கிறோம், உங்கள் ஆட்கள்தான் இப்படிச் செய்ய வேண்டும் என்று எங்களை வலியுறுத்துகிறார்கள்’ என்று சீனர்கள் கூறினார்களாம். அதனை எதிர்த்துக் கணபதி தலைமையில், அங்கு ஒரு பெரிய போராட்டமே நடைபெற்றது.

இந்தியாவில், சமூக ஜனநாயகத்திற்குத்தான் நாம் முழுமையாகப் போராட வேண்டியிருக்கிறது என்றார் அம்பேத்கர். அரசியல் ஜனநாயகம்

கூட இங்கே ஓரளவிற்கு இருக்கிறது. ஆனால், சமூக ஜனநாயகம் துளியும் இல்லை. அதை அடைவதற்கான போராட்டம்தான், நம் இலக்காக இருக்க வேண்டும் என்றார் அவர். அரசியல் ஜனநாயகம் மட்டும் இங்கே இருக்கிறதா என்ன என்று கேட்டால், இருக்கிறது என்பதுதான் உண்மை. இதோ தேர்தல் வரப்போகிறது. என்றைக்குப் பா.ஜ.க.கட்சியினர் கிறிஸ்துமஸ் கொண்டாடினார்களோ, அன்றைக்கே தேர்தல் வரப்போகிறது என்பது உறுதியாகிவிட்டது. தேர்தலில் எல்லோருக்கும் ஒரு வாக்குதானே? பணக்காரனாக இருந்தாலும், ஏழையாக இருந்தாலும், ஆணாக இருந்தாலும் பெண்ணாக இருந்தாலும், முதியவராக இருந்தாலும், இளைஞனாக இருந்தாலும், ஏன்...பார்ப்பனாக இருந்தாலும் தலித்தாக இருந்தாலும் எல்லோருக்கும் ஆளுக்கு ஒரு வாக்குதான். இது அரசியல் ஜனநாயகத்தின் ஒரு பகுதிதானே! ஆனால் சமூகத்தில் இப்படி ஒரு சமத்துவம் இருக்கிறதா? ஒவ்வொருவருக்கும் ஒவ்வொருவிதமான மதிப்பல்லவா இங்கே இருக்கிறது. அதனை உடைத்தெறிய வேண்டும் என்பதுதான் சமூக ஜனநாயகம்.

ஒரு காலகட்டம் வரையில், தொடர்வண்டி நிலைய உணவகங்களில் பிராமணர்கள் தனியே சாப்பிடும் இடம் என்றுதானே இருந்தது. 1941இல் திராவிட இயக்கம் நடத்திய போராட்டங்களின் விளைவாகவே அந்த நிலை ஒழிக்கப்பட்டது. 1940 மார்ச் மாதம், திருச்சி தொடர் வண்டி நிலைய உணவகத்தில் ஒரு மாத வருமானம் 4200 ரூபாய். 1941இல் திராவிடர் கழகம் போராட்டம் தொடங்கிய பிறகு, அதே மார்ச் மாதம் வருமானம் 4000 ரூபாய். போராட்டம் காரணமாக, பார்ப்பனர்களின் வரவு குறைந்தது. அதனால் வெறும் 200 ரூபாய்தான் நட்டம். ஆக, மொத்த வருமானத்தில் 95 விழுக்காடு நம்மவர்கள் கொடுத்த பணமாகத்தானே இருந்திருக்கிறது. அவாள் பெரும்பாலும் உணவகங்களில் உண்பதில்லை. வீட்டில் இருந்து புறப்படும் போதே, கட்டுச் சோறும், கூசாவில் தண்ணீருமாகத்தான் புறப்படுவார்கள். எனவே, வருமானம் எல்லாம் எங்களால், அவமானமும் எங்களுக்கா என்று கேட்டார் பெரியார்.

இந்த அவமானங்களை எல்லாம் எதிர்த்துப் போராடிய இயக்கம் திராவிட இயக்கம். சாதியை உடைப்பதற்கு, காதலை ஒரு ஆயுதமாகப் பயன்படுத்திய இயக்கம் திராவிட இயக்கம். அதற்காகவே சுயமரியாதைத் திருமணங்களையும் இயக்கப் பணிகளின் ஒரு பகுதியாக ஆக்கிக் கொண்ட இயக்கம் திராவிட இயக்கம்.

அண்மையில், பட்டுக்கோட்டை வட்டத்தில் உள்ள மதுக்கூருக்குப் பக்கத்தில் சிரமேற்குடி என்னும் ஒரு சிற்றூருக்குச் சென்றிருந்தேன். அங்கே என் தலைமையில் ஒரு சுயமரியாதைத் திருமணம். மணமகனின் தந்தை அந்த ஊரில் ஒரு தேநீர்க்கடை வைத்திருக்கிறார். இன்றும் அதே கடைதான். அவருடைய மகனை எவ்வளவு படிக்க வைத்திருக்கிறார் தெரியுமா? பி.இ., எம்.டெக்., எம்.பி.ஏ., முடித்துவிட்டு, அந்த இளைஞன் இப்போது சுவீடன் நாட்டில் பணியாற்றிக் கொண்டிருக்கிறார். சிரமேற்குடியில் பிறந்த ஓர் இளைஞர் சுவீடன் நாட்டிற்குப் பயணப்பட்டிருக்கிறாரே, இதுதான் திராவிட இயக்கம் செய்த சாதனை.

திருவையாறு கல்லூரி வெறும் சமற்கிருதக் கல்லூரியாக மட்டும் இருந்த நிலையை மாற்றி, அங்கு சர்.ஏ.டி.பன்னீர்செல்வம் அவர்களின் துணையோடு,

தமிழைக் கொண்டு வந்தவர்கள், திருமணம் செல்வகேசவனாரும், கரந்தை தமிழவேள் உமாமகேசுவரனாரும் என்பதை நாம் அறிவோம். நாம் அறிந்து கொள்ள வேண்டிய இன்னொரு செய்தியும் அங்கே நடந்தது. சேரன்மாதேவிச் சிக்கல் மீண்டும் திருவையாற்றில் தலைகாட்டியது. திருவையாறு கல்லூரியில் 75 திராவிட மாணவர்களும் 45 பார்ப்பன மாணவர்களும் படித்தார்கள். இரு வகுப்பாருக்கும் விடுதியில்,தனித்தனியாக உணவு பரிமாறப்பட்டது. இதனை அறிந்த, நாடிமுத்து (பிள்ளை), யாருக்கெல்லாம் சேர்ந்து உண்ண விருப்பம் இருக்கிறதோ அவர்கள் மட்டும் விடுதியில் தங்கலாம். மற்றவர்கள் எல்லோரும் வெளியேறலாம். அய்யாவின் குரலாக ஒலித்த, நாடிமுத்து அவர்களின் ஆணையைப் பலரும் எதிர்த்தனர். எதற்கும் அவர் கலங்காமல் நின்றார் என்றால், அன்றைக்கு இருந்த திராவிட இயக்கத்தின் எழுச்சிதான் அதற்குக் காரணம்.

சாதியை எதிர்த்து இவ்வாறு பல்வேறு வகைகளில் போராடிய திராவிட இயக்கம் மிகக் கூர்மையானதொரு ஆயுதமாகக் காதலைக் கையில் ஏந்தியது. அன்பின் வடிவம்தான் காதல் என்றாலும், சாதியப் பாறையை உடைக்கும் சிற்றுளி அதுதான். எல்லாக் கட்சிகளும் வீட்டுக்கு வெளியே அரசியல் பேசியபோது, திராவிட இயக்கம் ஒவ்வொரு வீட்டிற்குள்ளும் அரசியலைக் கொண்டுவந்தது. குழந்தைக்கு எப்படிப் பெயரிட வேண்டும், திருமண விழாக்களை எப்படி நடத்த வேண்டும், வீட்டில் ஒருவர் இறந்து போனால் நினைவேந்தல் நிகழ்ச்சியை எப்படி நடத்த வேண்டும் என்று, நான்கு சுவர்களுக்குள் நடக்கும் ஒவ்வொரு அசைவையும் திராவிட இயக்கம் தீர்மானிக்க முற்பட்டது. அரசாங்கம் சொல்வதற்குப் பல ஆண்டுகள் முன்பே, கருத்தடை பற்றி அய்யா பெரியார் பேசினார். 'காதலுக்கு வழி வைத்துக் கருப்பாதை சாத்தக் கதவொன்று கண்டறிவோம், இதிலென்ன குற்றம்' என்று கேட்டார் புரட்சிக் கவிஞர் பாரதிதாசன்.

'பண்ணி வைப்பதாக வரும் பார்ப்பு மணம் வேண்டாம்
கண்ணடித்து அழைக்கும் ஒரு கட்டழகி தன்னை

எண்ணமொத்திருந்தால் ஏற்றுக்கொள்ள வேண்டும்' என்றும் புரட்சிக் கவிஞர் சொன்னார். அன்றைய சூழலில் அத்தனை வெளிப்படையாக, பெரியார் வழிநின்று பாரதிதாசன் காதலை ஆதரித்தார். அதுவும், பெண்களே காதலை முதலில் வெளிப்படுத்தலாம் என்பதைத்தான், கண்ணடித்து அழைக்கும் என்னும் தொடரில் குறிப்பிட்டார். பெண்கள் கண்ணடிக்கலாமா, அது பண்பாட்டுச் சிதைவில்லையா என்று யாரும் கருத வேண்டியதில்லை. எல்லா உரிமைகளும் ஆண்களுக்கு மட்டும்தானா என்ன? அவர்களும் கண்டித்துவிட்டுப் போகட்டுமே என்று பாடுவதற்கெல்லாம் அன்றைக்கு பெரிய துணிச்சல் இருக்க வேண்டும்.

எனவே, காதலை ஊக்குவித்து, காதலர்களை ஆதரித்து, காதல் திருமணங்களை நடத்தி வைத்து, காதலை ஏன் வளர்த்தது திராவிட இயக்கம்? சாதியத்தை அடித்து நொறுக்குவதற்காகவே!

3 போரும் அமைதியும்

போரும் அமைதியும் என்னும் இத்தலைப்பைக் கேட்டவுடனேயே, இலக்கியம் பயின்ற அனைவருக்கும் லியோ டால்ஸ்டாய் எழுதிய அந்த நூல்தான் நினைவுக்கு வரும். 1969இல் அவர் எழுதி வெளியிட்ட நூல் அது. உலகம் முழுவதும் புகழ்பெற்ற அந்நூலை, இன்று வரையில் நான் படித்ததில்லை என்னும் ஒரு குறை எனக்குள் உண்டு. அதே தலைப்பில் பென்குவின் பதிப்பகம் ஒரு தொகுப்பு நூலை வெளியிட்டிருக்கிறது. பல்வேறு காலங்களில், பல்வேறு நாடுகளில் நடைபெற்ற போர்கள் குறித்தும், அதன்பின் உருவான அமைதி குறித்தும் அத்தொகுப்பு விரிவான செய்திகளைத் தருகிறது. ஆங்கிலக் கவிஞன் வேர்ட்ஸ்வொர்த் கவிதைகளில் இடம் பெற்றுள்ள போரும் அமைதியும் பற்றிய செய்திகள் ஒரு தொகுப்பு நூலாக வெளிவந்துள்ளது.

இந்த அரங்கில் கூடியுள்ள உங்களில் பலருக்கு, ஆன்டன் பாலசிங்கம் எழுதியுள்ள, 'போரும் சமாதானமும்' என்னும் நூலின் பெயர் நினைவுக்கு வந்திருக்கும். அதுகூட மொழிபெயர்ப்பில், சமாதானம் என்று குறிக்கப்பட்டுள்ளது. போரும்

அமைதியும் என்றே அந்நூலின் பெயரையும் நாம் குறிக்கலாம்.

உலகம் முழுவதும் போரும் உண்டு, அமைதியும் உண்டு. ஆனால், வெவ்வேறு தளங்களில் அவை நிகழ்கின்றன. டால்ஸ்டாய் காட்டும் போரும் அமைதியும், 19 ஆம் நூற்றாண்டின் தொடக்கத்தில் ரஷ்ய நாட்டுச் சூழலில் காணப்பட்ட சமூக நிலை பற்றியது. 1805 முதல் 1813வரை ரஷ்ய நாட்டில், பிரான்ஸ் படை ஊடுருவி இருந்த காலகட்டத்தில், அன்றைய ரஷ்ய சமூகம் என்னவிதமான பாதிப்புக்கு உள்ளாயிற்று என்பதை விளக்குகிற நூல் அது. போர்க்களங்களில் நெப்போலியன் கொடிகட்டிப் பறந்த காலம் அது. நெப்போலியனின் படைகள் ஐரோப்பாவைத் தாண்டி, ரஷ்ய நாட்டுக்குள்ளும் கால் வைத்து, அந்த மண்ணையும் பற்றி நின்ற நிலையில், அங்கு வாழ்ந்த ஐந்து அரச மரபினர் குடும்பங்களில் ஏற்பட்ட பல்வேறு விதமான உளவியல், சமூகவியல் தாக்கங்களை அந்நாவல் எடுத்துக்காட்டுவதாகத் திறனாய்வாளர்கள் கூறுகின்றனர்.

பொதுவாக, எந்த நாட்டிலும் போர் என்பது நல்ல விளைவுகளை ஏற்படுத்தியதே இல்லை. போர் என்றால், வலி, ரத்தம், சிதைவு என்பனதான் இறுதி மிச்சங்களாக எங்கும் அமையும். போரின் முடிவில், ஒரு நாடு அல்லது சில நாடுகள் வெற்றி பெற்றன என்று கூறுவதும், இன்னொரு நாடு அல்லது வேறு சில நாடுகள் தோல்வி அடைந்தன என்று சொல்வதும் இராணுவ வலிமையின் அடிப்படையிலான மதிப்பீடு மட்டுமே. எந்த நாடு வெற்றி பெற்றிருந்தாலும், எந்த நாடு தோல்வி அடைந்திருந்தாலும், பாதிப்பு என்பது இரண்டு நாடுகளுக்கும் பொதுவானதாகவே இருக்கும். இராணுவ வெற்றியை ஒரு நாடு கொண்டாடலாம். ஆனாலும் பொருளாதார, சமூக வாழ்வியல் சூழல்களில் மிகப் பெரிய பாதிப்பை இரண்டு நாடுகளும் அடைந்திருக்கும் என்பதை யாரும் மறுக்க முடியாது. ஆகவே, போர் என்பது தவிர்க்கப்பட வேண்டியதும், வெறுக்கப்படத் தக்கதும் ஆகும். போர் அழிவுக்கும், அமைதி ஆக்கத்திற்கும் வழிவகுக்கும்.

எனவே, இத்தலைப்பின் அடிப்படை நோக்கமே, இரண்டையும் விரும்பி விளக்குவதன்று. போர் கூடாது, அமைதி வேண்டும் என்பதை வலியுறுத்துவதே நோக்கம். எந்தக் காலத்திலும், எந்த நாட்டிலும் போர்கள் தீங்கு பயப்பன. அமைதி ஆக்கம் தருவது. இதற்கு விதிவிலக்கே கிடையாதா என்றால், உண்டு என்றுதான் கூறவேண்டும். விதிவிலக்கு இல்லாத எதுவும் உலகில் இல்லை. போருக்கு முந்தைய அமைதி விரும்பத்தக்கது அன்று. அமைதிக்கான போர் கண்டிப்பாக விரும்பத்தக்கது.

போருக்கு முந்தைய அமைதி மட்டுமல்லாமல், போர்களற்ற சமூகத்திலும் கூடச் சில வேளைகளில் அமைதி போற்றத் தக்கதாக இருக்காது. ஓர் ஆண்டான் அடிமைச் சமூகத்தில், ஏற்றத்தாழ்வுகளை ஏற்றுக்கொண்டு, ஒடுக்கப்பட்டவர்களே அது நியாயம் என்று தவறாகக் கருதியோ அல்லது அச்சத்தின் காரணமாகவோ, அமைதியாக இருப்பதுண்டு. அந்த நிலை இரண்டு வருணத்தாருக்கும் அல்லது இரண்டு வர்க்கத்தாருக்கும் ஏற்புடையதாக இருக்கலாம். எனினும், அது போலியானது, கூடாதது. அந்த அமைதி நியாயமற்றது.

டால்ஸ்டாய் தன் நாவலில், அரச மரபுக் குடும்பங்களைக் காட்டுவதுகூட, சமூகத்தின் மேல்தளத்தில் இருக்கும் மக்களே அவ்வளவு

துயரப்பட்டிருப்பார்கள் என்றால், உழைக்கும் மக்கள் எவ்வளவு கொடுமைகளுக்கு ஆளாகி இருப்பார்கள் என்பதைக் குறிப்பாக எடுத்துக் காட்டுவதற்காகவும் இருக்கலாம்.

எனவே, அமைதியை இரண்டு விதமாக நாம் பார்க்கலாம். ஒன்று, ஏற்றத்தாழ்வுகள் மிகுந்த சமூகத்தில் அதனை அப்படியே ஏற்றுக்கொண்டு அமைதி காக்கும் சமூகம். இன்னொன்று சமத்துவமான சூழலில் அமைதியாக வாழும் சமூகம். முதல் அமைதி ஏற்கத்தக்கது அன்று என்பதுமட்டுமின்றி, குலைக்கப்பட வேண்டியது என்றும் நாம் துணிந்து கூறலாம். நான் இனத்தால், பிறப்பால், மொழியால், பொருளாதாரத்தால் உயர்ந்தவர்கள் என்று ஒரு பிரிவினர் கருதிக் கொள்வதும், இன்னொரு பிரிவினர் அதனை ஏற்றுக்கொள்வதும் நீடிக்கும் வரை, அச்சமூகத்தில் அமைதியும் நீடிக்கும். அதுபோன்ற அமைதியை எதிர்த்துக் குரல் கொடுக்கிறவர்கள் கலகக்காரர்கள் என்றால், அவர்களின் பட்டியல் இந்தியாவைப் பொறுத்தளவு புத்தரிடம் இருந்து தொடங்கும். பெரியார் காலம் வரைக்கும் அதற்குப் பின்னும் அது தொடரும்.

இந்த அரங்கின் தொடக்கத்தில் ஒரு நூல் அறிமுகப்படுத்தப்பட்டது. தோழர் எழில். இளங்கோவன் எழுதியுள்ள, ‘பவுத்தம்:ஆரிய திராவிடப் போரின் தொடக்கம்’ என்னும் நூல் அது. ஆரிய திராவிடப் போர்தான், நம் வரலாற்றின் தொடக்கம். அடிமைத்தனத்துக்கு எதிரான போர் என்பதால், அது வரவேற்கப்பட வேண்டிய ஒன்றாக இருக்கிறது. அடிமைச் சமூகத்தில் இருக்கிற அமைதியை நாம் எதிர்க்கும் அதே நேரத்தில், எப்போதும் அமைதிக்கு ஆதரவானவர்கள் என்பதை உறுதிப்படுத்தியாக வேண்டும். ‘அமைதிக்கான போர்’ என்னும் தொடரை நாம் வெகுகவனமாகக் கையாள வேண்டியிருக்கிறது. இருபதாம் நூற்றாண்டின் தொடக்கத்தில் புரட்சியாளர் லெனின், அத்தொடரை முன்வைத்த போது, அது மிகுந்த பொருள் ஆழம் உடையதாக இருந்தது. ஆனால் அதே தொடரை 20ஆம் நூற்றாண்டின் இறுதிக்கட்டத்தில், இலங்கையில் ஜெயவர்தனேவும், சந்திரிகாவும் பயன்படுத்தியபோது, அதனுடைய பேராபத்தை நம்மால் உணர முடிந்தது.

அமைதியைப் போலவே, போரும் இருவகையானது. ஒன்று விடுதலைக்கான போர். இன்னொன்று ஆதிக்கத்திற்கான போர். லெனின் நடத்தியது முன்னது, ஜெயவர்தனே நடத்தியது பின்னது. 2010ஆம் ஆண்டு நடைபெற்ற செம்மொழி மாநாட்டின் கடைசி நாள் கருத்தரங்கில், நடிகர் சிவக்குமார் தலைமையில், நானும், தோழர்கள் கஸ்பர், செல்வேந்திரன், அருள்மொழி, பர்வீன் சுல்தானா உள்ளிட்ட பலரும் உரையாற்றினோம். கலைஞர் அவர்கள் எழுதிய செம்மொழி மாநாட்டுப் பாடலில் இருந்து ஒவ்வொரு வரியும் எங்கள் ஒவ்வொருவருக்கும் தலைப்பாகக் கொடுக்கப்பட்டது. ‘போரைப் புறந்தள்ளிப் பொருளைப் பொதுவாக்குவோம்’ என்பது அருள்மொழிக்குக் கொடுக்கப்பட்ட தலைப்பு. தலைவர் கலைஞர் அவர்களே கொடுத்த தலைப்பு என்றாலும், அதற்கு எதிரான கருத்துகளைத்தான் கலைஞர் முன்னிலையிலேயே அருள்மொழி பேசினார். அது எப்படி, போர் இல்லாமல் சமத்துவ உலகை உருவாக்க முடியும் என்று கேட்ட அருள்மொழி, சமத்துவத்துக்கான போர் இன்றும் உலகில் தவிர்க்க இயலாததாகவே இருக்கிறது என்றார். கருத்தரங்கம்

முடிந்தபின், அருள்மொழியை அழைத்து, ‘நீ பேசியது சரிதான்’ என்று கலைஞர் பாராட்டினார். எனவே, சில போர்கள் – சில நியாயமான போர்கள் புறந்தள்ளப்படக் கூடாதவை என்பதை நம்மால் உணர முடிகிறது. பொதுவாக, நாம் போரை எதிர்க்கிறோம், அமைதியை வரவேற்கிறோம் என்றாலும், போர் என்றால் எதற்கான போர், அமைதி என்றால் எத்தகைய சமூகத்தில் அமைதி என்னும் இரண்டினையும் கணக்கில் வைத்துக்கொண்டுதான் முடிவுக்கு வரவேண்டும் என்பதைத் தெளிவுபடுத்துவதற்காகவே இந்தச் செய்திகளை முன்வைக்க வேண்டியிருந்தது.

இனி நாம் போர்களைப் பற்றி முதலில் பார்க்கலாம். உலகளாவிய போர்கள், தமிழகப் போர்கள் என எல்லை அடிப்படையில் நாம் பிரித்துக்கொள்ளலாம். உலகளாவிய போர்களில், பிற நாட்டுடன் போர், உள்நாட்டுப்போர், பனிப்போர் என்று மூன்று பெரும் வகைகளை நம்மால் காண முடிகிறது.

இரண்டாம் உலகப்போருக்குப் பிறகுதான், பனிப்போர் என்பது உலகளவில் பெரிதும் அறியப்பட்டது. இன்னும் மூன்றாம் உலகப்போர் இங்கே மூளவில்லை என்று நாம் அனைவரும் கருதிக் கொண்டிருக்கிறோம். மூன்றாம் உலகப் போர்தான், பனிப்போராக நடந்து கொண்டிருக்கிறது என்பது உண்மை. 1945 தொடங்கி 90 வரையில், 45 ஆண்டுகள் அமெரிக்காவிற்கும் சோவியத்திற்கும் இடையில் நடைபெற்ற பனிப்போர் மிகக் கொடுமையானது. பொதுவாக இரண்டு நாடுகளுக்கு இடையிலான போர் என்றால், அந்த இரு நாடுகளும்தான் பாதிப்புகளுக்கு உள்ளாகும். ஆனால் பனிப்போரின் தன்மையே தனியானது. மோதிக் கொள்ளும் நாடுகள் நேரடியாகப் போரை நடத்துவதில்லை. தங்கள் நாடுகளிலும் அந்தப் போர்களை அவர்கள் நிகழ்த்துவதில்லை. மறைமுகமான தளங்களிலும், வேறுவேறு நாடுகளிலும் பனிப்போரை நடத்திக்கொண்டே இருப்பார்கள். அவ்விரு நாடுகளுக்கும் இடையில் மூண்ட பனிப்போரால், வியத்நாம், ஆப்கானிஸ்தான், ஈரான், ஈராக் என்று எத்தனை நாடுகள் பாதிப்புக்கு உள்ளாயின என்பதை வரலாறு சொல்லும். இன்றும் அந்தப் போர் வேறு வேறு வகைகளில், வேறு வேறு நாடுகளுக்கு இடையில் தொடர்ந்து கொண்டுதான் இருக்கிறது.

உள்நாட்டுப் போர்களில் பல, விடுதலைக்கான போர்களாக இருந்திருக்கின்றன. மதங்களின் அடிப்படையிலும், பல உள்நாட்டுப் போர்கள் நடந்திருக்கின்றன. இந்தியாவையே கூட, அதற்கான எடுத்துக்காட்டாக நாம் கொள்ளலாம். எத்தனை மதச் சண்டைகள் இந்த நாட்டில்! அன்று, வைதீக வேத மதங்களுக்கும், சமண, பவுத்த மதங்களுக்கும் இடையிலான போர். பிறகு இந்து மதம் என்று இன்று கூறப்படும் அந்த அமைப்புக்குள்ளேயே சைவ – வைணவப் போர். 1947இல் இந்தியா – பாகிஸ்தான் பிரிவினை ஏற்பட்டபோது, இந்து – முஸ்லிம்களுக்கு இடையிலே போர். இரண்டு மதங்களையும் சார்ந்த ஏராளமானவர்கள் கொல்லப்பட்டார்கள். அதனை அடிப்படையாக வைத்து இந்தியாவில், எத்தனையோ நூல்கள் வெளிவந்துள்ளன. குஷ்வந்த் சிங் எழுதியுள்ள ‘Train to Pakistan’ என்னும் நூல் மிகப் புகழ்பெற்றது. ஒரு தொடர்வண்டி

முழுவதிலும் பிணங்களை ஏற்றிப் பாகிஸ்தான் இங்கு அனுப்பி வைத்தது. அதற்குப் பதிலாக இன்னொரு தொடர்வண்டி முழுவதும் இங்கிருந்து அங்கு பிணங்கள் அனுப்பி வைக்கப்பட்டன. இந்தப் கொடூர நிகழ்ச்சியை அடிப்படையாகக் கொண்டுதான் குஷ்வந்த் சிங் அந்த நூலை எழுதியிருக்கிறார். இன்றைக்கும் நம் பாடப்புத்தகங்களில், இந்திய - பாகிஸ்தான் பிரிவினையின்போது, 1 லட்சம் இந்துக்களும், 1 லட்சம் இசுலாமியர்களும் கொல்லப் பட்டார்கள் என்றுதான் சொல்லிக் கொடுக்கப்படுகிறது. இதே முறையில் பாடம் சொன்னால், மதக் கலவரம் எப்படி ஒழியும்? 2 லட்சம் மனிதர்கள் கொல்லப்பட்டார்கள் என்று எப்போது நாம் நம் பிள்ளைகளுக்குச் சொல்லிக் கொடுக்கப்போகிறோம்?

இந்தியா பாகிஸ்தான் பிரிவினையின்போது, நவகாளியில் அண்ணல் காந்தியார் நடந்தே சென்று, மக்களைச் சந்தித்தார் என்று படிக்கிறோம். அவருடன் எல்லை காந்தி கான் அப்துல் கபார் கானும் இணைந்து சென்றார். எனினும் அந்த மோதல்கள் முடிவுக்கு வராமலேயே இருந்தன. அதற்கு முக்கியமான காரணமாக எது இருந்தது என்றால், மதங்களின் பெயரால், மக்கள் மட்டும் பிரிந்து நின்று மோதிக் கொள்ளவில்லை. கலவரங்களை ஒடுக்கச் சென்ற காவல்துறையினரும், இந்துக்களாகவும், இசுலாமியர்களாகவும் பிரிந்து நின்று கலவரங்கள் வளரக் காரணமானர்கள். பிறகு, அன்று இந்தியாவின் தலைமை அமைச்சராக இருந்த நேருவும், உள்துறை அமைச்சராக இருந்த பட்டேலும் ஒன்றுகூடிச் சிந்தித்துத் தமிழகக் காவல்துறையினரை அங்கு வரவழைத்தனர். இந்தியா முழுவதும் மதக்கலவரங்கள் பற்றி எரிந்த நேரத்திலும், தமிழ்நாடு மட்டுமே மத நல்லிணக்கத்தோடு இருந்தது. இந்துக்களும், இசுலாமியர்களும் அண்ணன், தம்பிகளாய், மாமன் மைத்துனர்களாய் ஒற்றுமையுடன் அன்று இந்தியாவில் வாழ்ந்த ஒரே பகுதி தமிழ்நாடுதான் என்று கூறவேண்டும். அதற்குக் காரணம் பெரியார் என்னும் அதிசயம் பிறந்த மண் இதுதான். திராவிட இயக்கம் வேரூன்றி நிற்கும் மண்ணும் இதுதான். அதனால்தான், இங்கே மத நல்லிணக்கம் இருக்கிறது. ஆகவேதான் வடநாட்டுக் கலவரத்தை அடக்க, அன்று தமிழ்நாட்டுக் காவல்துறை அழைக்கப்பட்டது.

இந்துக்களுக்கும் இசுலாமியர்களுக்கும் இடையில், எந்தக் கலவரமும் வந்துவிடக்கூடாது என்றும், அமைதி நிலவ வேண்டும் என்றும் விரும்புவதும் தமிழ்நாடுதான். ஈழத்தில் சிங்களர்களால் ஒடுக்கப்படும், அழிக்கப்படும் தமிழர்கள் நடத்தும் போரை ஆதரிப்பதும் தமிழ்நாடுதான்.

போர் என்றாலே, ஆயுதங்களின் நினைவும் நமக்கு அடுத்ததாக எழுகிறது. ஆயுதங்களால்தான் போர்கள் நிகழ்த்தப்படுகின்றன என்றாலும், ஆயுதங்கள் கண்டுபிடிக்கப்படுவதற்கு முன்பே போர்கள் தொடங்கிவிட்டன என்பதுதான் உண்மை. ஆகையினாலேதான், 'மல்யுத்தம் தொடங்கி அணு யுத்தம் வரையில்' என்னும் தொடர் பயன்பாட்டில் உள்ளது. எந்த ஆயுதமும் இல்லாமல் மனிதர்கள் இருவர் உடல் வலிமையின் அடிப்படையில் மோதிக் கொள்வது மல்யுத்தம். அதுதான் தொடக்க நிலைப் போர். இன்று வரையிலும், எத்தனையோ ஆயுதங்கள் கண்டுபிடிக்கப்பட்ட பிறகும் அந்தப் போர் முறை இருக்கவே செய்கிறது.

வரலாற்று ஆசிரியர் பி.டி.சீனிவாசர், முதன் முதலாக முல்லை

நிலத்தில்தான் அரசு முறை தோன்றியிருக்கக் கூடும் என்பார். ஆடு, மாடுகளை மேய்த்தல் என்பது வெறும் தொழில் மட்டுமன்று. நிலத்தையும், மக்களையும் பாதுகாத்தலுக்கும் மேய்த்தல் என்றே பொருள். அதனால்தான் ஏசு நாதரையும் மேய்ப்பர் என்று அழைக்கும் மரபு உள்ளது. முல்லை நில மக்கள் கைகளிலே வைத்திருக்கும் கோல், ஆநிரைகளை மேய்ப்பதற்கானது மட்டுமன்று. அது சில வேளைகளில் பாதுகாப்புக் கருவியாகவும் பயன்படும். இந்த அடிப்படைகளிலேதான் முல்லை நிலத்தில் முதல் அரசு முறை தோன்றியிருக்கும் என அவர் கருதுகின்றார்.

போர்க்களங்களிலும் கூட, ஆநிரை கவர்தல்தான் பழந்தமிழர் போரின் முதற்கட்டம் என்பதை நாம் அறிவோம். ஏனென்றால், ஆநிரைகள்தான் அன்று அடிப்படையான செல்வங்களாகக் கருதப்பட்டன. மாடு என்னும் சொல்லுக்கே, தமிழில் செல்வம் என்று ஒரு பொருள் உண்டு. அதனால்தான் கல்வி பற்றிப் பேசும் வள்ளுவர், கல்விதான் நமக்கான பெரும் செல்வம், மற்றவைகளெல்லாம் செல்வமாகாது என்னும் பொருளில், மாடல்ல மற்றையவை என்கிறார். ஒரு கால கட்டத்தில், ஒருவரிடம் எவ்வளவு ஆநிரைகள் உள்ளன என்பதைக் கொண்டே, செல்வத் தளத்தில் அவர் பற்றிய மதிப்பீடு உருவானது. ஆகவேதான், ஆநிரைகளைக் காத்தலும் கவர்தலும் அரசர்தம் கடனாயிற்று. தம் நிலத்தைச் சார்ந்த ஆநிரைகளைக் காத்துக் கொள்வது இம்மன்னர்களுக்கும், ஆநிரைகளைக் கவர்ந்து செல்வது போருக்கு அழைக்கும் அம்மன்னர்களுக்கும் உரிய போர் முறை என்றாயிற்று.

இடைநிலமான முல்லைநில மக்கள் கைகளில் வைத்திருக்கும் கோலின் அடிப்படையிலேயே, அவர்கள் 'கோன்' என்று அழைக்கப்பட்டனர். கோன் என்றால் 'அரசர்' என்பது பொருள். கோன் என்னும் அச்சொல், 'ஆர்' என்னும் மதிப்பு விகுதி பெற்று, கோனார் ஆயிற்று. ஆதலால் அச்சொல் அரசர்க்கு இணையான மதிப்புடையது. அதனை அறிந்து கொள்ளாத நம் நண்பர்கள் இன்று, தங்களைக் கோனார் என்பதற்குப் பதிலாக, 'யாதவர்' என அழைத்துக் கொள்கின்றனர். இடையர் என்னும் சொல்கூட, இன்று சாதியைக் குறிக்கும் ஒரு சொல்லாக ஆகிவிட்டது. குறிஞ்சி, மருதம், முல்லை, நெய்தல், பாலை என்னும் நிலப்பகுப்பில், முல்லை நிலமானது இடையில் அமைந்துள்ள காரணத்தால், அந்நிலத்தில் வாழ்ந்த மக்கள் இடையர்கள் என்று அழைக்கப்பட்டனர். குன்றில் வாழ்ந்த மக்கள் குன்றவர்கள் என்று அழைக்கப்பட்டு, பிறகு குறவர்கள் என்று மாறியதைப் போன்று.

முல்லை நில மக்களின் கைகளில் இருக்கும் கோல் என்னும் சொல்லில் இருந்தே, கோன்மை வருகிறது. கோன்மைதான், செங்கோன்மை என்றும், கொடுங்கோன்மை என்றும் இரண்டாகப் பிரிகிறது. கையில் இருக்கும் கோலைத்தாண்டி, மன்னனுக்கு வந்துசேருகிற மகுடம் இன்னொரு பெரும் அடையாளமாகத் திகழ்கிறது. ஆம், முடியும், கோலுமே அரசர்களின் அடையாளங்கள். முடி என்பது அரச அதிகாரத்திற்கும், கோல் என்பது அரச நீதிக்கும் உரிய குறியீடுகளாக அமைகின்றன. அந்தக் கோலைத்தான், பிற்காலத்தில், சங்கராச்சாரியார்கள் தங்கள் கைகளில் ஏந்திக் கொண்டார்கள். அதற்குத் தண்டம் என்று பெயர். தண்டனை

கொடுக்கின்ற அதிகாரத்தின் குறியீடாக அதனை அவர்கள் வைத்துள்ளனர். ஆக மொத்தம், கையில் உள்ள குச்சி உள்பட அனைத்தும் நம்மிடம் இருந்து களவாடிக்கொண்டு போனதுதான் என்பதே உண்மை.

முல்லை நிலத்தில் இருந்து கோல் வந்தது என்றால், குறிஞ்சி நிலத்தில் இருந்து வில்லும், வேலும் வந்தன. குறிஞ்சி நில மக்கள் வேட்டுவர்கள். வேட்டையாடுவதில் மிகவும் வல்லவர்கள். அவர்கள் கைகளிலே இருந்த வில்லும் அம்பும்தான், சேரர்களின் கொடியில் சின்னமாக ஆயிற்று. சேர நாடு என்பதே மலைகள் சூழ்ந்த சாரல் நாடுதானே! சாரல் நாடு என்றால், அது குறிஞ்சி நிலம்தானே! எனவே, அந்நிலத்தின் தொடர்ச்சியாய், சேரர்களின் கொடியில் அம்பும் வில்லும் பொறிக்கப்பட்டன. வேட்டுவர்களின் கைகளில் இருந்த, வேல், அவர்கள் வணங்கிய முருகனின் கைகளுக்கு அதிகாரச் சின்னமாக மாற்றப்பட்டது. கடலோரப் பகுதிகளை ஆண்ட பாண்டிய மன்னர்கள், தங்களின் கொடியில் மீன்களைப் பொறித்துக் கொண்டார்கள். போரில் புலியெனப் பாயும் விரைவு கொண்டவர்கள் தாங்கள் என்பதை நிறுவிட, சோழர்கள் புலிக்கொடி ஏந்தினர். இவ்வாறு, நம் பழந்தமிழ்ச் சின்னங்கள் வாழ்க்கை முறைகள் அனைத்தும் ஒன்றோடு ஒன்று தொடர்புடையனவாகவும், பொருள் உடையனவாகவும் இருக்கின்றன.

இவையெல்லாம் பண்டைப் போர் முறைகள். இப்போதோ உலகில் அணுயுத்தம் தொடங்கிவிட்டது. இரண்டாம் உலகப் போரின் முடிவில், அதன் தொடக்கம் இருக்கிறது. ஜப்பான் நாட்டில் உள்ள ஹிரோசிமா, நாகசாகியில் 1945 ஆகஸ்ட் 6, 9 ஆகிய நாள்களில் அமெரிக்கா வீசிய அணுகுண்டுகள்தான், அணு யுத்தத்தின் தொடக்கம் என்று கூறலாம். அன்றைக்கு ஒரு நகரத்தையும், அடுத்தடுத்த தலைமுறைகளையும் அழித்தொழித்த அந்த அணுகுண்டுக்கு அமெரிக்கா வைத்த பெயர், 'சின்னப் பையன்' என்பது!. அந்தச் சின்னப்பையன் செய்த வேலை என்ன தெரியுமா? இரண்டே நாள்களில், கொல்லப்பட்ட மக்களின் எண்ணிக்கை, ஏறத்தாழ 2,44,000 என்று சொல்லப்படுகிறது. எனவே இனி ஒரு அணுஆயுதப் போர் ஏற்படுமானால் புல், பூண்டு கூட முளைக்காது என்பது உறுதி.

அணு ஆயுதப் போர்களும், அவற்றுக்கான ஆயுத உற்பத்திகளும், உலக நன்மை கருதி, உடனடியாகத் தடுத்து நிறுத்தப்பட வேண்டும். அதே நேரத்தில், அணு ஆயுதங்களைக் கண்டுபிடிப்பதாகச் சொல்லி, பிற நாடுகளின் மீது, அமெரிக்கா நடத்திய தேவையற்றப் போர்களையும் நாம் அறிவோம். நேற்றைக்கு ஈராக் மீது போர் தொடுத்த, அமெரிக்கா இன்று அதே காரணத்தைச் சொல்லி, ஈரான், சிரியா போன்ற நாடுகளின் மீதும் போர் தொடுக்க முயல்கிறது. ஈராக்கில் நடந்த போரில் இறுதி வரையில், எந்தவோர் அணுஆயுதமும் கண்டுபிடிக்கப்படவில்லை. ஈராக் நாட்டை அழித்து, அதன் அதிபர் சதாம் உசேனைக் கைது செய்து, அவருடைய பல் இடுக்குகளில் விளக்கடித்துப் பார்த்தபின்னும் அமெரிக்காவால் எந்த ஒரு அணு ஆயுதத்தையும் கண்டுபிடிக்க முடியவில்லை. மிக மிகத் தொன்மையான நாகரிக அடையாளங்களைக் கொண்ட, நாகரிகத்தின் தொட்டில் என்று அழைக்கப்பட்ட, ஈராக்கை அழித்ததுதான் மிச்சம் என்றாயிற்று. உண்மையில், அது அணு ஆயுதத்திற்காக நடந்த போர்

இல்லை, எண்ணெய்க் கிடங்குகளுக்காக நடந்த போர் என்பதை எல்லோரும் அறிவர்.

ஜப்பானில் தொடங்கிய அணு யுத்தம், என்னென்ன பாதிப்புகளைக் கொண்டு வந்தது என்பதை அப்போதே சில ஏடுகளும், நூல்களும் வெளியிட்டன. அப்போர் குறித்த முதல் ஆவணங்கள் என்று அவற்றைக் கூறலாம். லண்டனில் இருந்து வெளிவந்த, டெய்லி நியூஸ் என்னும் நாளேடுதான், அது பற்றிய செய்திகளை உலகிற்கு முதலில் அறிவித்தது. வில்ஃபிரட் என்னும் இளைஞர் அந்தச் செய்திகளைத் தந்திருந்தார். ஆஸ்திரேலியாவில், மெல்பர்ன் நகரில் பிறந்து, தொழிலுக்காக லண்டனுக்கு வந்தவர் அவர். இன்றைக்குப் புலனாய்வு இதழியல் என்றெல்லாம் நாம் கூறுகிறோம், அதனை அன்றைக்கே தொடக்கி வைத்தவர் என்று வில்ஃபிரட்டைக் கூறலாம். அணு குண்டுகள் வீச்சு நடந்து ஒரு மாதம் கூட ஆகாத நிலையில், செப்டம்பர் 2ஆம் நாள், தன்னந்தனியனாக வில்ஃபிரட் ஒரு தொடர்வண்டியில் போய் அந்த நகரில் இறங்கினார்.

ஹிரோசிமா நகரத்தை ஒரு மாத காலம் சுற்றிப்பார்த்து, நிலைமைகளை முற்றிலுமாக அறிந்து கொண்டு, அடுத்த மாதம் வெளியான அவ்வேட்டில் எழுதப்பட்ட கட்டுரைக்கு வில்ஃபிரட் வைத்த தலைப்பு, 'தி அட்டாமிக் பிளேக்' என்பது! அவர் ஆஸ்திரேலியாவில் பிறந்தவராக இருந்தாலும், இங்கிலாந்து மக்களுக்கு மிக எளிமையாக விளங்கும் விதத்தில், பிளேக் என்னும் நோயின் பெயரைத் தலைப்புக்கு அவர் கொண்டு வந்திருந்தார். 17ஆம் நூற்றாண்டிலேயே, பிளேக் நோயின் கொடூரத்தை அறிந்தவர்கள் இங்கிலாந்து மக்கள். அந்நூற்றாண்டின் மத்தியில், அந்நோய்க்குப் பயந்து, லண்டன் பல்கலைக்கழகங்கள் அனைத்துமே 6 மாதங்களுக்கு மூடப்பட்டன. அதில், ஒரு நன்மையும் விளைந்தது என்பது பரவலாக அறியப்பட்ட செய்தி. அக்கால கட்டத்தில், பல்கலைக்கழக மாணவராக இருந்த, ஐசக் நியூட்டன் விடுமுறையில் வீட்டின் தோட்டத்தில் இருந்த போதுதான், கீழே விழுந்த ஆப்பிளைக் கண்டு, புவி ஈர்ப்பு விசை குறித்த சிந்தனைக்கு ஆளானார் என்று குறிப்பிடுவார்கள்.

இந்தியாவிற்கும் பிளேக் நோய்க்கும் கூட ஒரு தொடர்பு உண்டு. 19ஆம் நூற்றாண்டின் இறுதியில், இந்தியாவில், பிளேக் நோய் ஏற்பட்டது. எலிகளால் வரக்கூடிய நோய் அது. முதலில் அந்நோய் எலிகளுக்கு வரும். எலிகள் பல செத்துச் செத்துக் கீழே விழும். பிறகு, மனிதர்களையும் அந்நோய் தொற்றிக்கொள்ளும். இவற்றை ஏற்கனவே அறிந்திருந்த வெள்ளையர்கள், இந்தியாவில் பிளேக் நோய் கண்டு மிரண்டு போனார்கள். அதனை ஒழிப்பதற்கு, ராண்ட் என்னும் அதிகாரியின் தலைமையில், மிக விரைவான, போர்க்கால நடவடிக்கைகள் மேற்கொள்ளப்பட்டன. அவர்கள், தேவைக்கும் கூடுதலாக மக்களிடம் கடுமையாக நடந்து கொண்டார்கள் என்றே கூறவேண்டும். வீட்டிலிருந்த பாத்திரம், பண்டங்களை எல்லாம் வெளியே தூக்கி எறிந்து விட்டு, வீடுகளுக்கு எலி மருந்து அடித்தார்கள். இதனால், மக்களும் அவர்களின் மீது கடும் கோபத்தில் இருந்தனர். இந்தச் சூழலைச் சரியாகப் பயன்படுத்திக் கொள்ள நினைத்த பால கங்காதர திலகர், ஆங்கிலேயர்கள், இந்துக்களின் கடவுளான பிள்ளையாரின் வாகனத்தை ஒழிக்க முயல்கின்றனர் என்று பேச, அது ஒரு விதமான கிளர்ச்சிக்கு உள்ளாயிற்று. அந்த அதிகாரி

சாபேகர் சகோதரர்களால் சுட்டுக்கொல்லப்பட்டார். தூக்கு மேடை ஏறிய அவர்கள், திலகர் கொடுத்த பகவத் கீதையைக் கைகளில் வைத்துக் கொண்டு தூக்கு மேடைக்குச் சென்றார்கள். இவ்வாறு, பிளேக் நோயுடன் தொடர்புடைய செய்திகள் உலகம் முழுவதும் உண்டு.

வில்ஃபிரட்டினுடைய கட்டுரைக்குப் பிறகு, ஜான் ஹெர்சே எழுதிய ஹிரோசிமா என்னும் புத்தகம் ஏராளமான தகவல்களை வெளியிட்டது. குண்டு விழுந்த முதலாண்டு துயர நினைவு நாளின் போது, 1946 ஆகஸ்ட் 6ஆம் தேதி அந்த நூல் வெளியிடப்பட்டது. குண்டுவீச்சுகளில் இறந்து போகாமல், தப்பித்து விட்ட, அந்தப் பேரழிவை நேரடியாகச் சந்தித்த ஆறு பேரினுடைய நினைவுகளும், நேர்காணல்களும்தான் அந்த நூல். அதனை முழுமையாகப் படித்து முடிக்கும் எவர் ஒருவருக்கும், இனி உலகில் எந்த மூலையிலும் போரே கூடாது என்னும் எண்ணம் உடன் எழும். நூலின் உள்ளே இடம் பெற்றுள்ள அறுவரில் ஒருவர் மருத்துவர். குண்டு விழுந்த இடத்திலிருந்து பல மைல்களுக்கு அப்பால் உள்ள மருத்துமனையில் அவர் பணியாற்றினார். குறைந்தது, 29 மைல் சுற்றளவுக்கு அந்தக் குண்டுவீச்சின் பாதிப்பு நிலம் முழுவதும் பரவியிருந்தது என்கின்றனர். மனிதர்களை மட்டுமின்றி, செடி, கொடிகளையும் கூட அந்த குண்டுவீச்சு அழித்துவிட்டது.

மருத்துவமனைக்கு ஓடிவந்த பலர், வெளியில் சரிந்து கிடந்த தங்களின் குடல்களைத் தாங்களே தூக்கிக் கொண்டு ஓடிவந்தனர் என்று குறிப்பிடுகிறார் அந்த மருத்துவர். அங்கு வந்தவர்களுடைய கை, கால்கள் அனைத்தும் இறுக்கமின்றி, தொள தொளத்துப் போயிருந்தன என்கிறார். அவருடைய மொழியிலேயே சொல்ல வேண்டுமானால், ‘அந்தக் குண்டுவீச்சில் இறந்து போனவர்களைக் காட்டிலும், உயிரோடு இருந்தவர்கள்தான் பாவம் செய்தவர்கள்’.

வந்தவர்களில் பலர், தங்களை அறியாமலேயே சிறுநீரும், மலமும் கழிக்கின்ற அந்தக் கொடுமையினையும் காண நேர்ந்தது. இத்தனை துயரங்களையும் தாங்கிக் கொண்டு, அந்த மக்கள் இன்னமும் வாழ்கிறார்கள், இன்னமும் உயிரோடு இருக்கிறார்கள் என்பதுதான் எல்லாவற்றிலும் மிகப் பெரிய கொடுமையாக இருக்கிறது என்கிறார் அந்த மருத்துவர். போர் என்றால் வலி, போர் என்றால் ரத்தம், போர் என்றால் அழுகை, ஒப்பாரி என்பதை அந்த நூல் நம் ஆழ்மனத்தில் பதிய வைக்கிறது.

அப்படியானால், விடுதலைக்கான போர்களை மட்டும், ஏன் நாம் ஆதரிக்க வேண்டும், அவைகளும் போர்தானே என்று தோன்றலாம். அவை தொடுக்கப்பட்ட போர்கள் இல்லை, ஒடுக்கப்பட்ட மக்களின் மீது திணிக்கப்பட்ட போர்களாக இருக்கின்றன. நம் காலத்திலேயே ஈழத்தில், அயர்லாந்தில், தெற்கு சூடானில் இன்னும் பல்வேறு நாடுகளில் இப்படி ஆதிக்கங்கள் மக்களின் மீது சுமத்தப்பட்டன. அவற்றை எதிர்த்து போராடுவதைத் தவிர, அந்தப் போர்களை எதிர்கொள்வதைத் தவிர, அந்தப் போர்களில் நாமும் பங்கெடுப்பதைத் தவிர வேறு வழியில்லை. போரே வேண்டாமென்று கருதி அடிமைத்தனத்தை நாம் அரவணைத்துக் கொள்ள முடியாது. எனவே விடுதலைப் போர்கள் என்பது, விருப்பமின்றியே நாம் ஈடுபட்டாக வேண்டிய போர்களாக உள்ளன.

அப்படியானால், அந்தப் போர்களையும் நிறுத்துவதற்கு ஏதேனும் வழி உண்டா? ஆதிக்கத்திற்கு எதிர்ப்பான விழிப்புணர்வை எல்லாத் தரப்பிலும் ஏற்படுத்துவதுதான் அதற்கான ஒரே வழி. எங்கே ஆதிக்கம் இல்லையோ, எங்கே அடக்குமுறை இல்லையோ அங்கே விடுதலைப் போருக்கான தேவையும் இல்லை.

தமிழ்நாட்டுக்குப் போர் மிகவும் பழையது. இரண்டாயிரம் ஆண்டுகளுக்கு முன்பிருந்தே போர் இலக்கியங்கள் நம்மிடம் உள்ளன. அவை குறித்த என் கருத்துகளையும் இந்த அவையில் பதிவு செய்ய வேண்டும் எனக் கருதுகிறேன். எதிரில் புலவர் வெற்றியழகன், தஞ்சை கூத்தரசன் போன்ற தமிழ் இலக்கியங்களை நன்கு அறிந்த பெருமக்கள் அமர்ந்திருக்கின்றனர். நான் கூறப்போகும் கருத்துகள் அவர்களுக்கு உடன்பாடானவையாக இருக்குமா என்று தெரியவில்லை. இருப்பினும் கருத்துகளை இங்கே நாம் பகிர்ந்து கொள்ளலாம். முன்பெல்லாம் தமிழின் போர் இலக்கியங்களைப் படிக்கும் போது, நான் பெருமித உணர்வு கொண்டிருக்கிறேன். புறநானூறும், பதிற்றுப்பத்தும், கலிங்கத்துப் பரணியும் நம் வீரத்தின் வெளிப்பாடுகளாக உள்ளன என்று எண்ணி மகிழ்ந்திருக்கிறேன். ஆனால், நமக்குள்ளேயே இப்படிப் போர்கள் நடத்தப்பட்டிருக்க வேண்டுமா என்னும் வினா இப்போது எழுகிறது. நமக்குள் மட்டுமின்றி, பிறரோடும் கூட, அவர்கள் வேற்று இனத்தினராகவே இருந்தாலும், போரிட்டு இருபக்கங்களிலும் அழிவை ஏற்படுத்தி இருக்க வேண்டுமா என்றும் இப்போது ஓர் எண்ணம் மேலெழுகிறது.

கிரேக்கம், தமிழகம் போன்ற தொன்மையான நாகரிகம் கொண்ட சமூகங்களில் இரண்டாயிரம் ஆண்டுகளுக்கு முந்திய கால கட்டத்தை, வீர யுகம் என்று அழைப்பார்கள். அந்த யுகத்தில், போர் வீரமே வேறு எதனைக் காட்டிலும் முதன்மை பெற்றிருந்தது. ஆடவர்களுக்கு அழகு,

அறிவு, போன்ற குணங்கள் எல்லாம் இல்லையென்றாலும், வீரம் மிகுந்திருக்க வேண்டும் என்ற எதிர்பார்ப்பு இருந்தது. வலிமை மிகுந்த உடலும், வீரம் மிகுந்த மனமும் கொண்ட ஆண்களையே அன்றைய பெண்கள் விரும்பி மணந்து கொண்டனர் என்பதும் மரபாக இருந்தது.

தமிழ் இலக்கியங்களை அகம், புறம் என இரண்டாகப் பகுப்பர். சங்க இலக்கியத்தில், நான் மேலே குறிப்பிட்டுள்ள புறநானூறும், பதிற்றுப்பத்தும் புற இலக்கியங்கள். அவை தருகின்ற போர்ச் செய்திகளில், ஒரு சில மட்டுமே வேற்று நாட்டவர் அல்லது வேற்று இனத்தவரோடு நிகழ்ந்த போர்கள். மற்ற அனைத்தும் சேர, சோழ, பாண்டியர்களாகிய மூவேந்தர்களுக்கு இடையிலேயேும், இங்கே இருந்த குறுநில மன்னர்கள் இடையிலேயும் நடந்த போர்கள். சேரன் மகளை சோழன் கவர்ந்ததும், அதில் பிணக்கு நேர்ந்ததும், சோழன் நாட்டைப் பாண்டியன் வென்றதுமாக நம் வரலாற்றுச் செய்திகள் நிறைந்து கிடக்கின்றன. மூவேந்தர்கள் மூவரும் ஒற்றுமையாக நம் தமிழ்நாட்டில் இருந்த செய்தி ஒரே ஒரு பாடலில் மட்டுமே காணக்கிடைக்கிறது. ஔவையார் பாடியுள்ள புறநானூற்றின் 367ஆவது பாடல், சேர மன்னன் மாரி வெண்கோ, பாண்டியன் உக்கிரப் பெருவழுதி, ராஜசூயம் வேட்ட சோழன் பெருநற்கிள்ளி ஆகியோர் இணைந்து அமர்ந்திருந்த காட்சியைக் காட்டுகிறது.

எயினர், மறவர், மள்ளர் போன்ற மக்கட் சமூகத்தினர் போர்ப் பயிற்சி பெற்றவர்களாகப் பழந்தமிழகத்திலே இருந்திருக்கிறார்கள். அன்று படைகளிலே இரு வகைகள் இருந்திருக்கின்றன. ஒன்று நிலைப்படை, இன்னொன்று போர்க்காலப் படை. உழவர்களாக இருக்கிற மக்களும், போர்க்காலத்தில், போர் வீரர்களாக மாறிவிடுவார்கள். அவர்கள்தான் பள்ளர்கள் என்றும், தேவேந்திர குல வேளாளர்கள் என்றும் இன்று அழைக்கப்படுகின்ற மள்ளர்கள் ஆவர். அவர்கள் மட்டுமின்றி, சமூகத்தில் உள்ள அனைவருமே போர்ப்பயிற்சி பெற்றவர்களாக அன்று இருந்திருக்கிறார்கள். தேவையை ஒட்டி, எவர் ஒருவரும் போருக்குப் புறப்பட அணியமான நிலையில், இருந்துள்ளனர் என்பதே அது ஒரு வீர யுகம் என்பதை எடுத்துக்காட்டுகிறது.

அரசு என்றாலே, படை இன்றி இயங்க முடியாது என்பதுதான் உலக நடைமுறை. திருக்குறளிலும் கூட, பொருட்பாலின் முதல் அதிகாரத்தின் முதல் குறளின் முதல் சொல்லே படை என்றுதான் அமைந்திருக்கிறது. அதுவரையில், அறம் பேசிய வள்ளுவர், அன்புடைமை பேசிய வள்ளுவர், தன் மீது நின்று கொண்டு, தன்னையே தோண்டுகிறவனைக் கூடப் பொறுத்துக்கொள்ளும் பூமி போலப் பொறுமைகாக்க வேண்டும் என்று அறிவுறுத்திய வள்ளுவர், பொருட்பாலுக்கு வந்தவுடன் படை என்ற சொல்லோடு தன் குறளைத் தொடங்குகிறார். படையின்றி அரசில்லை என்பதுதான் அதற்கான காரணம். எனவேதான்,

படைகுடி கூழ்அமைச்சு நட்புஅரண் ஆறும்
உடையான் அரசருள் ஏறு

என்கிறது குறள்.

இன்றைய இந்தியாவிலும் கூட, படைக்கு அதாவது இராணுவத்திற்குக் கொடுக்கப்படும் முன்னுரிமையை நாம் அறிவோம். உலக நாடுகளின்

இராணுவ வரிசையில், நான்காவது பெரிய இராணுவமாக இந்தியா இன்று விளங்குகிறது. இராணுவத்திற்கான நிதி ஒதுக்கீட்டிலும், உலக அளவில் இந்தியா ஏழாவது இடத்தில் இடம் பெற்றுள்ளது. இந்தியா மட்டுமின்றி, உலகத்தின் பல நாடுகளும் பாதுகாப்புத் துறைக்கு ஒதுக்கும் நிதிதான் மிகக் கூடுதலாக உள்ளது. எந்த ஒரு நாடும், தன் நாட்டு மக்களின் உணவுக்காக, கல்விக்காக, மருத்துவத்திற்காக ஒதுக்கும் நிதியைவிட, இராணுவத்திற்காக ஒதுக்கும் நிதியே பன்மடங்கு கூடுதலாக உள்ளது. ஆம், உலக நாடுகள் அனைத்தும் எப்போதும் போருக்குத் தயார் நிலையிலேயே இருக்கின்றன.

பழந்தமிழகமும் பல போர்களைக் கண்டிருக்கிறது. மக்களில் ஒரு பகுதியினர் போர்க்குடிகள் என்றே அழைக்கப்பட்டிருக்கிறார்கள். அன்றைய போர்களுக்கான காரணம் என்ன, அப்போர்கள் எப்படி நடைபெற்றிருக்கின்றன, அவை ஏற்படுத்தியுள்ள விளைவுகள் யாவை என்பனவற்றை அறிய, பழைய கல்வெட்டுகளும், செப்பேடுகளும் அன்றைய இலக்கியங்களும் நமக்கு உதவுகின்றன. இலக்கியங்கள் என்று எடுத்துக்கொண்டால், சங்க இலக்கிய நூல்களில், இரண்டு நூல்கள் போர்கள் குறித்த விரிவான செய்திகளைத் தருகின்றன. ஒன்று புறநானூறு, இன்னொன்று பதிற்றுப்பத்து. புறநானூற்றில் மூவேந்தர்கள் உள்ளிட்ட குறுநில மன்னர்கள் பலரும் ஈடுபட்ட போர்களைப் பற்றிய செய்திகள் அடங்கியுள்ளன. பதிற்றுப்பத்திலோ சேர மன்னர்களைப் பற்றி மட்டுமே கூறப்பட்டுள்ளது.

'மண் தின்னும் செல்வவளம்' என்று ஒரு வரி சங்க இலக்கியத்தில் காணப்படுகிறது. ஒரு நாட்டின் வளம் என்பதே, இன்னொரு நாட்டின் மண்ணைக் கைப்பற்றிக் கொண்டதன் மூலமும் வரக்கூடியது என்பதை இவ்வரி உணர்த்துகிறது. 'அடுதலும் தொலைதலும் உலகத்து இயற்கை' என்பதும் நம் பழந்தமிழ் வரியே. போரும், போரினால் ஏற்படும் அழிவுகளும் இவ்வுலகத்தின் இயற்கை என்று அவ்வரி நமக்குக் கூறுகின்றது.

போர்களுக்கான காரணங்களில் எல்லைகளை விரிவுபடுத்துகிற நோக்கமே முதன்மையாக உள்ளது. அவற்றை எல்லைப் போர்கள் என அழைக்கலாம். இன்றைய உலகில் கூட, அண்டை நாடுக நக்கு இடையே எல்லைப் போர்கள் மூண்டு கொண்டே இருப்பதை நா ம பார்க்கிறோம். அருணாசலப் பிரதேசத்தின் ஒரு பகுதி யாருக்கு எனபதில், நமக்கும், சீனாவிற்குமான விவாதம் இன்று வரை முடியவே இல்லை. நம் நாட்டின் வரைபடத்தில் அப்பிரதேசம் இருந்தாலும் கூட, அங்கு போய் நம்மால் இன்னும் நம் தேசியக் கொடியைக் கூட, சுதந்திரமாக ஏற்றிவிட முடியவில்லை. சீனாவின் வரைபடத்திலும் அருணாசலப் பிரதேசம் இடம் பெற்றிருக்கிறது. உண்மையில் அப்பிரதேசத்தின் பெரும்பகுதி அவர்கள் வசம்தான் இருக்கிறது என்பதை மறைப்பதற்கில்லை.

எல்லைப் போர்களுக்கான அடிப்படைகளில் ஒன்றாகப் புகழ் வேட்கை அமைந்திருக்கிறது. குறுநில அரசர்கள், அரசர்களாகவும், அரசர்கள் பேரரசர்களாகவும் ஆக வேண்டும் என்னும் வேட்கை, பல நேரங்களில் போருக்குக் காரணமாக அமைந்திருக்கிறது. ஒருவிதத்தில் அது இயற்கையானதுதான். சாதாரணமாக எழுத்தராகப் பணியாற்றும் ஒருவர்,

தலைமை எழுத்தராகப் பதவி உயர்வு பெற வேண்டும் என்று விரும்புவதைப் போல, அரசராக இருப்பவர் பேரரசராக மாற வேண்டும் என்று ஆசைப்பட்டிருக்கக் கூடும்தானே! பெருநிலத்தை ஆள்கிறவர்தான் பேரரசராக முடியும் என்பதால், அடுத்தவன் நிலத்தைக் கைப்பற்றும் நோக்கில், போர்கள் நடந்திருக்கின்றன.

போர்களுக்கான இன்னொரு கொடுமையான காரணமும் இருந்திருக்கின்றது. 'மகட் கொடை மறுப்பு' என்னும் அடிப்படையில் பல போர்கள் நடந்திருக்கின்றன. ஓர் அரசனின் மகளை, இன்னொரு தேசத்தின் அரசனோ, இளவரசனோ மணந்து கொள்ளப் பெண் கேட்டிருப்பார்கள். அந்த அரசன் மறுத்திருப்பான். அதுவே மகட் கொடை மறுப்பு எனப்படும். உடனே இருநாடுகளுக்கும் இடையில் பெரும்போர் மூளும். தனி ஒரு மனிதனின் விருப்பத்திற்காக, ஒரு நாட்டையே போரில் ஈடுபடுத்துவது எவ்விதத்தில் நியாயம். இந்தக் கேள்வி அன்று அரசர்கள் நெஞ்சிலும் எழவில்லை, மக்களின் நெஞ்சிலும் எழவில்லை. ஒரு மண ஒப்பந்த மறுப்பின் பொருட்டு, இரு நாடுகளுக்கும் இடையில் போர், உயிர் இழப்புகள், உடைமை நாசம் என்று பல்வேறு இழப்புகளை அவை சந்தித்திருக்கின்றன.

போர்க்காலத்தில், குறிப்பிட்ட சிலருக்குப் போரில் இருந்து விதி விலக்குகள் அளிக்கப் பட்டிருக்கின்றன. இன்னின்னார், போருக்கு வரவேண்டாம் என்பதாக மட்டுமின்றி, வெற்றி பெறப்போகும் மன்னர்கள், எதிரி நாட்டில், வாழும் மக்களுள்ளும் சிலருக்கு விதி விலக்கை அளிக்கின்றனர். ஆவும், ஆ நிகர் பார்ப்பன மக்களும் பாதுகாப்பான இடத்திற்குச் சென்று விடுமாறு அன்று அறிவிக்கப்பட்டுள்ளது. பசுக்கள், பசுவின் குணமொத்த பார்ப்பனர்கள் (?), இறுதிச் சடங்குகளை நிறைவேற்றுவதற்குப் பிள்ளைகள் இல்லாதவர்கள், கணவனால் கைவிடப்பட்டவர்கள் ஆகியோர், பாதுகாப்பான அரண் நோக்கிச் சென்றுவிடுமாறு அறிவிப்புகள் செய்யப்பட்டுள்ளன. புறநானூற்றில் மட்டுமின்றி, சிலப்பதிகாரத்திலும் அப்படி ஓர் அறிவிப்பைக் காண முடிகிறது.

கண்ணகி மதுரையை எரிப்பதற்கு முன்பு, நெருப்பைப் பார்த்து, 'அந்தணர், அறவோர், பசு, பத்தினிப் பெண்டிர், மூத்தோர், குழவி முதலோர் நீங்க' மற்ற அனைவரையும் பொசுக்கிடு என்றே கூறுகிறார். மீதமிருப்போர், யாரெனப் பார்த்தால், நாம்தான் என்று தோன்றுகிறது. ஒவ்வொரு போரிலும், முதலில் பலியாகிறவர்கள், பெண்களும், குழந்தைகளும்தான் என்பார்கள். ஆனால், சங்க இலக்கியத்திலும், சிலப்பதிகாரத்திலும் அவர்களுக்கு விலக்கு தரப்பட்டுள்ளது. அதே நேரத்தில் உழைக்கும் மக்கள்தான் அன்று போருக்குப் பலியாகி இருந்திருக்கிறார்கள் என்பது புலனாகிறது.

போகிற போக்கில், இன்னொரு செய்தியையும் இங்கு பதிவு செய்யத் தோன்றுகிறது. ஈழத்தில் நடைபெற்ற விடுதலைப் போரிலும், இறுதியில் கிளிநொச்சிப் பகுதியில் வாழ்ந்த உழைக்கும் மக்கள்தான் பெரும் பாதிப்புக்கு உள்ளாகி இருக்கின்றனர். வசதி வாய்ப்பு உடையவர்களும், மேல் தட்டு எனக் கருதப்படும் சமூகத்தைச் சார்ந்தவர்களும்

வெளிநாடுகளுக்கும், பாதுகாப்பான இடங்களுக்கும் சென்றுவிட, உழைக்கும் மக்களோ, இறுதிவரை தங்களைப் போரில் ஈடுபடுத்திக் கொண்டுள்ளனர்.

சேரன் செங்குட்டுவன் வடபுலத்தின் மீது போர் தொடுத்த செய்தி நாம் அனைவரும் அறிந்ததே, கனக விசயரின் நாடுகளை வெற்றி கொண்ட வேளையில், அங்கிருந்த சிலர் எப்படித் தப்பித்துச் சென்றனர் என்று கூறப்பட்டுள்ளது. காவி உடை அணிந்து, சாம்பல் பூசிச் சிலர் களத்தில் இருந்து தப்பித்திருக்கின்றனர். அப்போதும், தப்பித்துப் போவதற்குக் காவி உடைதான் பயன்பட்டிருக்கிறது என்று புரிகிறது. வேறு சிலர் ஆடியும், பாடியும் கலைஞர்களைப் போல மாறுவேடம் பூண்டு தப்பித்துள்ளனர். எனவே, சமயம், சார்ந்தோரும், கலைஞர்களும் வெளியேறுவதற்கு அன்றைய போர்க்களம் அனுமதித் திருக்கிறது.

இறுதியாக, பழந்தமிழ்ப் போர்க்களங்களில் பின்பற்றப்பட்ட, இரு மரபுகளை இங்கு நாம் எண்ணிப் பார்க்கலாம். ஒன்று, போர்க்களத்தில் பின்பற்றப்பட்ட மரபு. இன்னொன்று போர் முடிந்தபின் உருவான நிகழ்வு. களத்தில் பல விதிமுறைகள் மிகச் சிறந்த மரபுகளாகப் பின்பற்றப்பட்டுள்ளன. சில வேளைகளில் அவை சற்று மிகையாகவும், புனைவாகவும் கூடச் சொல்லப்பட்டுள்ளனவோ என்று எண்ணத் தோன்றுகிறது. கண் இமைக்கிறவனோடு கூடப் போர் புரியாதே எனக் கூறப்படும் மரபு சற்று மிகையாகத்தான் இருக்கிறது. அதே நேரம் புறமுதுகிட்டு ஓடுகிறவனோடு போரிடாதே என்பது சரியாகவும் இருக்கிறது. சிறுபஞ்ச மூலம் என்னும் நூல், 'உடை விட்டவன், படை விட்டவன், நடை விட்டவன்' ஆகியோரோடு போரிடுவது தமிழ் மரபில்லை என்கிறது. உடை விட்டவன் என்றால், போர்க்களத்தில் அவன் அணிந்துள்ள போர் உடைகள் நழுவுமானால், அவனை விட்டுவிட வேண்டும் என்று பொருள். படை விட்டவன் என்னும் தொடர், அவன் ஏந்தியுள்ள ஆயுதங்களைக் குறிக்கிறது. போரிடும் வாளையோ, வேலையோ இழந்து ஆயுதங்களற்று, வழக்குச் சொல்லில் கூறவேண்டுமானால், நிராயுதபாணியாக ஒருவன் நிற்பான் எனில், அவனோடு போரிடக் கூடாது என்பது தமிழ் அறம். நடைவிட்டவன் என்பது, மெதுவாகக் களம் விட்டு நழுவுகின்றவர்களை, தப்பித்துச் செல்ல முயல்கின்றவர்களைக் குறிக்கின்றது. அவர்களோடும் போரிடக் கூடாது என்கிறது சிறுபஞ்ச மூலம்.

இத்தகைய மரபுகள், போற்றத்தகுந்தனவாக இருப்பினும், போருக்குப் பின் நிகழ்ந்த சிலவற்றை நம்மால் வேதனையோடுதான் பார்க்க முடிகிறது. போரில் வென்ற நாடு, தோல்வியடைந்த நாட்டையும், அந்நாட்டு மக்களையும் எப்படி நடத்தியிருக்கிறது என்பதைப் படிக்கும்போது, அது போற்றக்கூடிய மரபாக இல்லை. தோல்வி அடைந்த நாடுகள் பல, தீக்கிரையாக்கப்பட்டிருக்கின்றன. 'ஊர் சுடு விளக்கம்' என்று அதனைக் குறித்துள்ளனர். அது மட்டுமின்றி, யானைகளைக் கொண்டும், குதிரைகளைக் கொண்டும் நீர் நிலைகள் கலக்கப்பட்டிருக்கின்றன. கழுதைகளைப் பூட்டி எதிரி நாட்டு வயல்களை உழுதிருக்கிறார்கள். அப்படிச் செய்யப்பட்டதைத்தான், 'கழுதை புரண்ட களம்' என்று

கூறுகின்றனர். இவை எல்லாம் எந்த ஒரு மன்னனால், வெற்றி பெற்ற தருணத்தில், செய்யப்பட்டிருந்தாலும் அது போற்றுதற்கு உரியதில்லை. நான் தமிழ் மட்டும் படித்திருந்தால், இந்நிகழ்ச்சிகளைக் கண்டு பெருமிதம் கொண்டிருப்பேன். பெரியாரையும் சேர்த்துப் படித்த காரணத்தால், என்னால், வேதனைதான் கொள்ள முடிகிறது. தமிழன் என்பது, நமக்கான பெருமைதான் என்றாலும், மனிதன் என்பதே உலக மானுடச் சிறப்பு என்பதை நாம் ஏற்க வேண்டும்.

தோல்வியடைந்த நாடுகளை இழிவு படுத்துவதற்காக, மூன்று செயல்கள் அன்று நிகழ்த்தப்பட்டிருக்கின்றன. வென்ற நாடுகளின் வீரர்கள், தோற்ற நாடுகளில் காணப்படும் காவல் மரங்களை வெட்டி அதில் தங்களின் முரசங்களைச் செய்திருக்கிறார்கள். காவல் மரம் என்பதுதான் ஒரு நாட்டினுடைய பெருமையின் அடையாளம் என்பதால் அதைச் சிதைத்திருக்கிறார்கள். தோல்வி கண்ட மன்னனின் மணி முடியை யானைக் கால்களால் உருட்டி இருக்கிறார்கள். பிறகு, அவற்றை உருக்கி கழல்களாக ஆக்கித் தங்கள் கால்களில் வீரக் கழல்களாக அணிந்துள்ளனர். இவைகளை எல்லாம் கூட விட்டுவிடலாம். ஆனால் மூன்றாவதாக நடைபெற்றிருக்கிற ஒரு செயலை, நம்மால் செரிக்க முடியவில்லை. தோல்வியுற்ற நாட்டின், பெண்களினுடைய கூந்தல்களை எல்லாம் வெட்டி, கயிறாகத் திரித்து, ஒரு வடம் போல ஆக்கித் தங்களின் வெற்றித் தேரை

இழுத்து வந்திருக்கிறார்கள். இது எப்படி ஒரு நாட்டுக்குப் பெருமை தரும்? இன்னொரு தேசத்தின் பெண்களை அவமானப்படுத்துவது, இந்த தேசத்துப் பெண்களுக்கு எப்படிப் பெருமை சேர்க்கும்?

இமயவரம்பன் சேரலாதனின் போர் வெற்றி குறித்து, பதிற்றுப்பத்தில் ஒரு செய்தி காணக்கிடக்கிறது. யவனர்களை வென்று திரும்பிய அம்மன்னன் அவர்களை அடிமையாக்கித் தன்னோடு தன் சேரநாட்டிற்கு அழைத்து வரும்வேளையில், அவர்கள் தலைகளிலே எண்ணெயை ஊற்றி, இழுத்து வருவதாகக் கூறப்பட்டுள்ளது. யவனராய் இருந்தால் என்ன, வேறு யாராக இருந்தால் என்ன, மனிதர்களை அவமானப்படுத்துவதை எந்நாளும் நாம் ஏற்றிப் போற்ற முடியாது. திராவிட இயக்கத்தினரே இப்படித்தான், தமிழ் மரபுகளையும், தமிழ் மன்னர்களையும் இழிவுபடுத்துவார்கள் என்று சிலர் விமர்சனம் செய்யக்கூடும். அது குறித்துக் கவலை கொள்ளாமல், எந்த ஒன்றையும் மனிதநேயத்தோடும், தோழமையோடும் பார்க்க வேண்டும் என்னும் நோக்கில்தான் இதனை இங்கு நான் பதிவு செய்கிறேன்.

பொறையன் என்னும் சேர மன்னன், மூவன் என்னும் மன்னனோடு போர் புரிந்து வென்ற போது, அவனுடைய பல்லை எடுத்து வந்து, தன் கோட்டையில் காட்சிப் பொருளாக்கினான் என்றும் இலக்கியத்தில் படிக்கிறோம். இவையெல்லாம் மனித மாண்புகளைக் குலைக்கும் செயல்களாகவே உள்ளன. போர் என்பது, எதிரியை வெல்வதாக மட்டுமின்றி, எதிரியை இழிவுபடுத்துவதாகவும் அமைந்திருக்கிறது. அடுத்தவனை வென்று, அவனைத் தன் அடிமையாக்கிக் கொள்வதுதான் போரின் நோக்கம் என்பதுபோல ஆக்கப்பட்டிருக்கிறது.

தமிழகப் போர்களில் இருந்தே நான் கூடுதல் எடுத்துக்காட்டுகளைக் காட்டுவதன் நோக்கம், தமிழ்ச் சூழலுக்கு ஏற்றதாக இத் தலைப்பை ஆக்கிக் கொள்ள வேண்டும் என்பதுதான். உலகம் முழுவதும் இத்தகைய நிகழ்வுகள் நடந்திருக்கின்றன என்பதை நான் மறுக்கவில்லை. வியட்நாமியப் போரில் நடந்து முடிந்த கொடுமைகளை எல்லாம் பட்டியலிட்டால், அது மிக நீளும். அந்தப் போர்கள் குறித்து ஏற்கனவே நிறைய நூல்கள் வெளிவந்துள்ளன. தமிழ் இலக்கியம் சார்ந்தும், தமிழ் மண் சார்ந்தும், தமிழ் மரபு சார்ந்தும் மட்டும் போர் குறித்த பல செய்திகளை இங்கு நாம் பகிர்ந்து கொண்டோம்.

இத்தொடர் சொற்பொழிவில், ஒன்றினை நாம் எண்ணிப் பார்க்க வேண்டியுள்ளது. எதிரும் புதிரும் என்னும் தலைப்பின் கீழ், ஆற்றப்பட்டுள்ள இரண்டு பொருள்களில் ஒன்று குறித்தே கூடுதலாகப் பேசப்பட்டுள்ளது என்பதை நான் உணர்கிறேன். அறிவியலும் – ஆன்மீகமும் என்று பேசத் தொடங்கினால், அறிவியலை விட, ஆன்மீகம் பற்றி விளக்குவதற்குத்தான் கூடுதல் நேரம் செலவிடப்பட்டுள்ளது. அவ்வாறே, சாதியும் – காதலும் என்னும் தலைப்பில், சாதிக்கே கூடுதல் நேரமும் இன்று போரும் – அமைதியும் என்ற தலைப்பில் போர் குறித்தே முக்கால் பகுதியும் பேசப்பட்டுள்ளது. அதற்கான காரணம் ஒன்று உள்ளது. அறிவியலை, காதலை, அமைதியை ஏற்கின்றவர்களும், விரும்புகின்றவர்களுமே இந்த அரங்கில் கூடுதலாக இருப்பதால், அவை குறித்து விரிவாகச் சொல்லத்

தேவையின்றிப் போயிற்று. போரை ஏற்காத, ஆன்மீகத்தை அரவணைக்காத, சாதி அமைப்பை வெறுக்கின்ற போக்குடையவர்களே இங்கே நம்மில் பலராக இருக்கின்றோம். எனவே, எதிர்மறையில் உள்ளவைகளைக் குறித்துக் கூடுதலாகப் பகிர்ந்து கொண்டிருக்கிறோம்.

எனினும், உரையின் இறுதியில் அமைதி பற்றிச் சில வரிகளைக் கூறியே நிறைவு செய்திட வேண்டும். அமைதி என்பது, மகிழ்ச்சியாய் இருப்பது என்று பலரும் கருதுகின்றனர். அவ்வாறு கூறிவிட முடியாது. மகிழ்ச்சி கூட அமைதியின் இயல்புக்கு மாறானதுதான். சிக்மன்ட் ஃபிராய்ட் மகிழ்ச்சி பற்றிய தன் குறிப்பை, 'Happiness is also a pain on the other side' என்று கூறுவார். மகிழ்ச்சி என்பதும் ஒரு விதமான வலிதான். துன்பம் மட்டுமன்று, கோபம், காதல், மகிழ்ச்சி எல்லாமே வலிகள்தான். நம்முடைய இதயத் துடிப்பை, சரி பார்ப்பதற்குப் பயன்படும் மருத்துவக் கருவியை இ.சி.ஜி. என்று கூறுவார்கள். அது நம் இதயத் துடிப்பை மேலும் கீழுமாகக் கோடுகள் போட்டுக் காட்டும். அங்கே நேர் கோடு என்பதுதான் ஆபத்தானது. நேர் கோடு கருவியில் தெரியுமானால் அந்த மனிதன் இறந்துவிட்டான் என்று பொருள். ஆனால், ஏற்ற இறக்கம் இல்லாத, நேர் கோடாக மனம் இயங்குமானால், அது நலமுடன் வாழ்கிறது, அமைதியாய்த் திகழ்கிறது என்று பொருள். ஒரு நாட்டின் அமைதிக்கும் அது பொருந்தும். ஏற்றத் தாழ்வுகள் இல்லாத, ஏழை, பணக்காரன் இல்லாத, மேல் சாதி, கீழ்ச் சாதி இல்லாத சமூகம், நாடு, உலகம் ஆகியனவே அமைதியானவை, போற்றத்தக்கவை. அத்தகைய அமைதி நோக்கி நம் மனமும், நாடும் நடைபோடட்டும்.

தீட்டும் புனிதமும்

4

எதிரும் புதிரும் தொடரின் வரிசையில், இன்றைக்குப் புனிதமும் தீட்டும், என்னும் தலைப்பின் கீழ் கருத்துகளை நாம் பகிர்ந்து கொள்ள இருக்கிறோம். புனிதம் தீட்டு என்கிற இரண்டு சொற்கள் வெறும் சொற்கள் இல்லை. அந்த இரண்டு சொற்களைக் கொண்டுதான் இந்தியாவினுடைய, சமூக அரசியல் வரலாறு எழுதப்பட்டிருக்கிறது என்பதுதான் மிகச் சுருக்கமான செய்தி. இந்த இரண்டு சொற்களையும் நீக்கிவிட்டால் இந்திய சமூகத்தினுடைய தன்மை முற்றிலும் வேறுமாதிரியானதாக இருக்கும். நான் இந்தியச் சமூகம் என்று சொல்லுகிற காரணத்தால், இந்தப் புனிதம் என்பதும், தீட்டு என்பதும் உலகத்தின் வேறு நாடுகளில், வேறு பகுதிகளில் இல்லையா என்று கேட்டால், புனிதம் என்கிற சொல் பிற மொழிகளிலும், பிற பகுதிகளிலும் பயன்படுத்தப்படுகிறது. பொதுவாக புனிதம் என்பது மதத்தோடும், கடவுளோடும் தொடர்பு உடைய சொல்லாகப் பயன்படுத்தப் படுகிறது. இன்றைக்கும் நாம் பார்க்கலாம் கிறிஸ்தவர்கள் பைபிளை த ஹோலி பைபிள் (the holy bilble) என்றுதான் சொல்லுகிறார்கள். இஸ்லாமியப் பெருமக்கள் குர்ரானை த ஹோலி குர்ரான்

என்றுதான் சொல்லுகிறார்கள்.

எனக்கு ஒரு அனுபவம் உண்டு, 1990 களில் என்று கருதுகிறேன். நான் கைது செய்யப்பட்டு வேலூர்ச் சிறைச்சாலையிலே இருந்தேன். நான் கைது செய்யப்பட்டது விடுதலைப் புலிகளுக்கு ஆதரவாக பேசிய காரணத்திற்காக. அதே நேரத்தில் இஸ்லாமிய நண்பர்கள் ஏறத்தாழ முப்பது நாற்பது பேர் என்னோடு சிறையில இருந்தார்கள். அவர்கள் கைது செய்யப்பட்டதற்கான காரணம் 1992 ஆம் ஆண்டு டிசம்பர் 6 ஆம் தேதி பாபர் மசூதி இடிக்கப்பட்டதற்குப் பிறகு, ஒவ்வொரு டிசம்பர் 6 ஆம் தேதியும் அவர்களுக்கான சிறைக்கதவுகள் திறந்திருக்கும். அப்படி நான் ஒரு டிசம்பரில் உள்ளேயிருந்தபோது அதே டிசம்பரில் அவர்களும் உள்ளே இருந்தார்கள். அப்போதுதான் நண்பர் ஹைதர் அலி அவர்களும் நானும் எல்லாம் சேர்ந்திருந்த நேரம். எங்களுக்குள் ஒரு நட்பும் ஏற்பட்ட நேரம். அப்போது எனக்கு இயல்பாகக் குர்ரானையும் படிக்கவேண்டும் என்று தோன்றிற்று, நான் குர்ரான் படித்ததில்லை. பைபிளில் சில பகுதிகளைத் தேர்ந்தெடுத்துப் படித்திருக்கிறேன், குறிப்பாக மலைச்சொற்பொழிவைப் படித்திருக்கிறேன். அது ஒரு சிறந்த இலக்கியம்.

தினமும் அவர்கள் தொழுது கொண்டிருந்தார்கள். குர்ரானைப் படித்துக்கொண்டிருந்தார்கள். நான் குர்ரானைப் படிக்க வேண்டும் புத்தககம் கிடைக்குமா என்று கேட்டபோது, அவர்கள், " நீங்கள் குர்ரான் படிக்கிறேன் என்று கேட்பதே எங்களுக்கு மகிழ்ச்சி" என்றனர். குர்ரான் படித்தாலே நான் இஸ்லாமியனாகிவிடுவேனா என்பது வேறு. அவர்களுக்கு அப்படி ஒரு நம்பிக்கை, மகிழ்ச்சி. ஆனால், "அந்த குர்ரானை நீங்கள் புனிதமாகப் போற்ற வேண்டும். எல்லாப் புத்தகங்களோடும் நீங்கள் தூக்கிப் போட்டுவிடக் கூடாது, எங்களைப் பொறுத்தவரையில் அது புனிதமான நூல். எனவே அதை நீங்கள் தொடுவதற்கு முன்பு கை கால்களையெல்லாம் சுத்தம் செய்து விட்டுப் பிறகுதான் எடுக்க வேண்டும். அதை மட்டும் நீங்கள் பின்பற்ற வேண்டும்" என்று கேட்டார்கள். உங்கள் மத நம்பிக்கையை நான் கேலி செய்ய விரும்பவில்லை, ஆனால் அது என்னால் இயலாது. எனக்கு அது இன்னொரு புத்தகம் அவ்வளவுதான். எனவே நீங்கள் இந்த நிபந்தனைகளோடு கொடுப்பது என்றால் அந்தப் புத்தகத்தைக் கொடுக்காமல் இருப்பதுதான் நல்லது என்று சொன்னேன். அதற்குப் பிறகு குர்ரான் ஏறத்தாழ 2000 களில் எனக்கு நண்பர்களால் கொடுக்கப்பட்டது அப்போது நிபந்தனைகள் ஏதுமில்லை. இப்போது குர்ரான் பல்வேறு மொழிகளில் பெயர்க்கபட்டிருக்கிறது. அவர்கள் அந்த அரபு மொழியைத் தவிர பிற மொழிகளில் பெயர்ப்பதற்குக் கூடத் தயங்கியிருந்த காலம் உண்டு. கிறிஸ்தவர்கள் அதிலே மிகவும் முன்னணியான இடத்திலே இருந்தார்கள், எல்லா மொழிகளிலும் விவிலியம் மொழிப் பெயர்க்கப்பட்டது. மிகக் கூடுதலான மொழிகளில் பெயர்க்கப்பட்டிருக்கிற நூல் என்று கூட விவிலியத்தைச் சொல்லுவார்கள். இன்றைக்கு இஸ்லாமியர்களும் அப்படிப் பெயர்த்திருக்கிறார்கள். இப்போது நான் குறைத்துச் சொல்லவில்லை, அந்தப் புனிதம் என்பது நடைமுறையில் கொஞ்சம் சாத்தியமாகப் படவில்லை என்று அவர்கள் கருதியிருக்கலாம்.

ஆனால் இந்து மதம் மிக நுட்பமான தந்திரங்களைக் கைக்கொண்டது. பெரியவர் ஞானய்யா அவர்கள் சாதியைத் தகர்ப்பது குறித்து ஒரு நூலை

வெளியிட்டிருக்கிறார் இதே பெரியார் திடலில்தான் அந்த நூல் வெளியிடப்பட்டது. ஒவ்வொருவரும் படிக்கவேண்டிய மிக அருமையான தகவல்களைக் கொண்ட நூல் அது. ஒரு மிகச் சிறந்த பொதுவுடைமையாளர், தன்னுடைய 93 ஆவது வயதில், வெறும் வர்க்கப் போராட்டத்தை மட்டும் பேசி இந்தியாவில் பயனில்லை, வருணம் என்பதை முன்னெடுக்காமல் தீர்வு இல்லை என்று கருதி எழுதியிருக்கிற நூல் அந்த நூல்.

அந்த நூலில் ஒரு செய்தியை ஞானய்யா அவர்கள் குறிப்பிடுவார் உலகத்தில் வேறு எந்த மதத்திற்கும் இல்லாத ஒரு பெரிய தந்திரமான நிலை இந்து மதத்துக்கு உண்டு. பல்வேறு விதமான கடவுளர்கள், இத்தனை கடவுளர்கள் வேறு எந்த மதத்திலும் கிடையாது. ஒரு மதம் என்று சொன்னால், ஒரு கடவுள் தான். இங்கே கடவுளர்களின் எண்ணிக்கை இந்து மக்களின் எண்ணிக்கையை விட கூடுதல். அதிலும் கடவுளர்கள் காலந்தோறும் மாறிக்கொண்டே இருப்பதும் இந்து மதத்திலே மட்டும்தான். நாம் பார்க்கிற இந்து மத வேதங்களில் சொல்லப்பட்டிருக்கிற எந்தக் கடவுளும் இன்றைக்கு நடைமுறையிலே இல்லை. அங்கே சோமன், அக்னி, வாயு போன்றவர்களே கடவுள் என்று சொல்லப்பட்டிருக்கிறார்கள். இன்றைக்குச் சோமனுக்குக் கோவில் இல்லை, அக்னிக்குக் கோவில் இல்லை. இன்றைக்கு இருக்கிற சிவனும், விஷ்ணுவும் பிறகு வருகிறார்கள். ஏழாவது நூற்றாண்டுக்குப் பிறகு பிள்ளையார் வருகிறார். மிக அன்மைக் காலத்திலே வந்த ஐயப்பன் அத்தனை பேரையும் கேரளாவிற்கு கூட்டிப் போய்விடுகிறார். எனவே கடவுளர்களே கூட மாறிக்கொண்டிருக்கிற ஒரு மதம், கடவுளர்கள் வேறு வேறாக இருக்கிறார்கள், வழிபாட்டு முறை வேறு வேறாக இருக்கிறது. கடவுளுக்குப் படைக்கப்படுகின்ற பொருள்கள் வேறு வேறாக இருக்கின்றன. ஒரு திரைப்படத்திலே கூட வேடிக்கையாகச் சொல்வார்கள், பொங்கலும் நெய்யும் சாப்பிட்டாத்தான்யா அவாள் சாமி, எப்ப சாராயமும், கறியும் கேட்கிறாரோ நம்ம சாமிடா அது என்று. எல்லா மாற்றங்களையும் சகித்துக்கொள்ளுகிற ஒரு மதமாக இந்து மதம் இருக்கிறது. எல்லா மாற்றங்களையும் உள்வாங்கிக் கொண்டு உயிர் வாழ்கிறதே இது எப்படி என்று கேட்டு ஞானய்யா அவர்கள் மிக அழுத்தமான ஒரு விடையைச் சொல்லுவார், ஏறத்தாழ அம்பேத்கர் அவர்கள் சொன்ன செய்தி அது, இந்து மதம் எந்த மாற்றத்தை வேண்டுமானாலும் ஏற்றுக்கொள்ளும், சாதிய உயர்வு தாழ்வு அடுக்கை மட்டும் மாற்றுவதற்கு ஒரு நாளும் ஏற்காது. அது ஒன்றுதான் அதனுடைய அடிப்படை.

கடவுளை வணங்கவில்லையென்றால் ஏன் வணங்கவில்லை என்று இந்து மதத்திலே கேட்க மாட்டார்கள். அம்பேத்கர் எழுதுவார், மேலோட்டமாகப் பார்த்தால், இந்து மதம் ஒரு தாராளமயமான மதம் போலத் தோன்றும். கிறிஸ்தவர்கள் என்னய்யா சர்ச்சுக்கு வரவேயில்லை, உன்னைப் பார்க்கவேயில்லையென்று கேட்பார்கள். இஸ்லாமியர்கள் தொழுகைக்கு, குறைந்தது வெள்ளிக்கிழமையாவது போக வேண்டும் என்று நினைப்பார்கள். ஆனால் இந்துக்கள் யாராவது ஏன் கோவிலுக்கு வரவில்லை என்று நம்மைக் கேட்கின்றனரா? வராத வரைக்கும் நல்லது. நீவேறு கோவிலுக்கு வந்து, சிக்கல் உருவாக்குவதை விட வராமல் இருப்பது நல்லது என்றுதான் கருதுகின்றனர். எனவே இந்து மதம் ஒரு தாராளப் போக்குடையதா என்றால், அம்பேத்கர் சொல்லுவார், தாராளப்

போக்குடையதுதான், நீங்கள் சாதியில் கை வைக்காத வரையில். சாதி மாறி ஒரு தலித் இளைஞன் ஒரு பெண்ணைத் திருமணம் செய்துகொண்டு போகட்டும், அப்போது தெரியும் இந்து மதம் எவ்வளவு கொடுமையானது என்று. எனவே இந்து மதம் உயிர் வாழ்கிற இடம் கடவுளிடம் இல்லை, கோவிலில் இல்லை, சாதியிலும், புனிதத்திலும் தீட்டிலும்தான் அந்த மதம் உயிர் வாழ்கிறது.

புனிதம் என்பது வேறு நாடுகளிலும் இருக்கிறது. ஆகையினாலேதான் அந்த ஹோலி (holy) என்கிற சொல்லும் சேக்ரட் (sacred) என்கிற சொல்லும் இருக்கிறது. It is a sacred water என்று சொல்லுகிறார்கள். ஆனால் இந்த தீட்டு என்பதற்கு ஆங்கிலத்திலே என்ன சொல்லப்படுகிறது என்று நான் இன்றைக்குத் தேடிப்பார்த்தேன். தீண்டாமை வேறு, தீட்டிலிருந்துதான் வருகிறது என்றாலும் அந்த அன்டச்சபிலிடி (untouchability) என்பதை நாம் தீட்டு என்று சொல்ல முடியாது. தீட்டுக்கான நேர் ஆங்கிலச் சொல் கிடைக்கவில்லை. பிறகு இரண்டு ஆங்கிலப் பேராசிரியர்களுக்குத் தொலைபேசிக் கேட்டேன், புரஃபேல் (Profale) என்கிற சொல்லை அதற்கு நெருக்கமான சொல்லாக வைத்துக்கொள்ளலாமா என்று கேட்டேன். முதலில் அவர் taboo என்கிற சொல்லைக் குறிப்பிட்டார். பிறகு, taboo என்பதற்கு ஆக்ஸ்போர்டு (oxford) அகராதி vehiment prevention of some action based on some belief என்று சொல்லுகிறது. மத நம்பிக்கைகளின் அடிப்படையில் மிகக் கடுமையாக ஒருவரை ஒரு செயலைச் செய்யவிடாமல் தடுப்பதற்கு taboo எனப் பெயர். கோவிலுக்குள் வரக்கூடாது என்பது taboo. ஆனால் அதைவிட profale என்பதுதான் நேரடியாகப் பொருத்தமாக இருக்கிறது என்றார். ஆனாலும் தீட்டு என்பதற்கு நேர்ப் பொருத்தமான துல்லியமான, மிகச்சரியான ஒரு சொல்லைச் சொல்ல முடியவில்லை, காரணம் இந்தத் தீட்டு என்கிற பழக்கம் அங்கே இல்லாமல் இருக்கலாம். அதுதான் அடிப்படைச் செய்தி.

அங்கே கருப்பு, வெள்ளை என்கிற வேறுபாடு இருக்கிறதா, இல்லையா என்று கேட்டால் அது சாதியின் அடிப்படையில் சொல்லப்படுகிற, பால் அடிப்படையில் சொல்லப்படுகிற தீட்டு என்பதை ஒத்திருக்கிறதே தவிர, இரண்டையும் ஒன்று என்று சொல்லிவிட முடியாது. கருப்பர்கள், கருப்பின மக்கள் ஒதுக்கப்படுவதை இன்றைக்கு உலகம் முழுவதும் ஒரு பெரிய சிக்கலாகக் கையிலே எடுத்துக்கொண்டு பேசப்படுகிறது. ஆனால் அந்த அளவுக்குக் கூட சாதிய வேறுபாடு உலக அளவில் பேசப்படுவதில்லை. ஒப்பிட்டுப் பார்த்தால் நிறவெறியை விடச் சாதிய வெறியே கொடுமையானது.

தந்தை பெரியார் அவர்கள், நான் வர்க்கப் போராட்டத்தை மறுக்கவில்லை. ஆனால், வர்க்கப் போராட்டத்தை விட வருணப் போராட்டமே முதன்மையானதென்று சொன்னதற்குக் காரணத்தை விளக்கினார். ஏழை, பணக்காரன் போராட்டம் நிறந்தரமானதன்று, ஏழை பணக்காரனாகவும் பணக்காரன் ஏழையாகவும் ஆகிவிட முடியும், உலகத்தில் எல்லாம் மாறும் சாதியைத் தவிர. சாதி மட்டும் மாறாது. மாற்றம் ஒன்றே மாறாதது என்று மார்க்ஸ் சொன்னார். இந்தியாவில் பிறந்திருந்தால் சாதி ஒன்றே மாறாதது என்று சொல்லியிருக்கலாம். மற்ற எல்லாம் மாறும், மதம் மாறுகிறது, யார் வேண்டுமானாலும் மதத்தை

மாற்றிக் கொள்ளலாம். குடியுரிமை மாறுகிறது, நம்முடைய பிள்ளைகள் அமெரிக்கக் குடிமக்களாகிவிட்டார்கள். சிங்கப்பூர் குடிமகனாக ஆக முடியும். குடியுரிமையை மாற்றிக்கொள்ள முடியும். ஆணாகப் பிறந்தவன் பெண்ணாக மாறிப்போகிறான். ஆண் பெண் மாறுபாடு இருக்கிறது. நம்முடைய உடம்பிலே ஓடுகிறதே ரத்தத்தினுடைய வகை மாறவே மாறாது என்றார்கள், இன்றைக்கு அறிவியலில் அதிலேயும் மாற்றம் வருவதற்கு வாய்ப்பு இருக்கிறது. இன்றைக்குச் சிறுநீரகக் கோளாறுகள் வருகிறபோது அந்த டயாலிசிஸ் (dialysis) என்கிற ரத்த மாற்று முறையில் தொடர்ந்து எலும்புகளிலே இருக்கிற அந்த மஞ்சைகள் முற்றுமாக அழிந்து போய்விடுமானால் புதிய மஞ்சைகளிலிருந்து உருவாகிற ரத்தம் புதிய வகை ரத்தமாகக் கூட இருக்கலாம் என்கின்றனர். அதிலும் மாற்றம் உண்டு. எதை மாற்ற முடியாதென்றால் பிறப்பதற்கு முன்னாலேயே முத்திரை குத்தப்பட்டு, இறந்ததற்குப் பிறகும் சுடுகாடு வரைக்கும் தொடர்ந்து வருகிறதே, அவன் பிள்ளைக்கும் பரம்பரைக்கும் தொடர்கிறதே, அந்த சாதிதான் மாற்றப்பட முடியாதது. எனவே அந்த சாதியின் அடிப்படையிலேதான் இங்கே முதன் முதலாகப் புனிதம் என்பதும், தீட்டு என்பதும் கற்பிக்கப்பட்டது.

புனிதம் என்ற சொல்லே ஒரு விதமான விமர்சனம். இவன் புனிதமனாவன் என்று சொல்லுவதன் மூலம் மற்றவர்கள் அத்தனை பேரும் புனிதமற்றவர்கள் என்கிற பொருளையும் அது உள்ளடக்கி இருக்கிறது. இதைப் பெரியார் அவர்கள் ஒருமுறை சொல்கிற வரைக்கும் அந்தப் பொருள் தெளிவாகவில்லை. அவன் தோள், அவன் பூணூல், அவன் போட்டுக் கொள்ளுகிறான், உங்களுக்கென்ன என்று கேட்டபோதுதான் அதற்கு விளக்கத்தை அய்யா சொன்னார், பூணூல் அவனுடையதுதான், அவனுடைய தோள்தான், போட்டுக் கொள்ளலாம். ஆனாலும் அது ஒரு விமர்சனத்தை உள்ளடக்கியிருக்கிறது என்பதற்கு எளிமையான ஓர் உதாரணத்தை அய்யா சொன்னார். ஒரு தெருவில் பத்து வீடுகள் இருக்கின்றன ஒரு வீட்டின் வாசலில் 'இது பத்தினியின் வீடு' என்று ஒரு பலகையை மாட்டினால் என்னடா அர்த்தம்னு கேட்டார். இது பத்தினி வீடுன்னா பக்கத்துல இருக்கிறதெல்லாம் யார் வீடுன்னு ஒரு கேள்வி வராதா? எனவே இது பத்தினி வீடு என்று சொல்லுவது அந்த வீட்டைப் பற்றிய விளக்கம் மட்டும் இல்லை, பக்கத்து வீட்டைப் பற்றிய விமர்சனமும் ஆகும். அதுதான் அதிலிருக்கிற முக்கியமான செய்தி. தன்னை விளம்பரப்படுத்திக் கொள்ளுகிறபோது அது அடுத்தவனைப் பாதிக்கிறமாதிரி நீ அறிமுகப்படுத்திக்கொள்ளுகிற செயல்.

இந்தப் புனிதத்துக்கு நேர் எதிராகத்தான் தீட்டு என்பது வந்து சேருகிறது. தீட்டு என்கிற கற்பிதம் இந்தியாவிலே காலூன்றிய காலம் கி.பி. நானூறுக்குப் பிறகு ஏற்பட்ட குப்தர்களின் காலம்தான் என்று அம்பேத்கர் தன்னுடைய நூல்களில் சான்றுகளால் நிறுவுகிறார். குப்தர்களின் காலத்தைத்தான் நாம் பொற்காலம் என்று பிள்ளைகளுக்குச் சொல்லிக் கொடுக்கிறோம். 'குப்தர்கள் காலம் பொற்காலம் நிறுவுக' என்கிறோம். அந்தக் கேள்வியில் கூட, குப்தர்கள் காலம் பொற்காலமா என்று நாம் கேட்பதே இல்லை. விடையைச் சொல்லிவிட்டு அதை ஆமாம்

என்று சொல்லுவதற்கு ஆயிரம் பேரைத் தேடுவதுதான் நம்முடைய தேர்வு முறை. குப்தர்கள் காலம் பொற்காலம்தான், யாருக்கு என்று ஒரு கேள்வி இருக்கிறது. உழைப்பே உயர்வு தரும் என்பது உண்மைதான். யார் உழைப்பு யாருக்கு என்று இன்னொரு கேள்வி இருக்கிறது. குப்தர்கள் காலம் அவாளுக்குப் பொற்காலம். அவர்களுக்கு எதுவெல்லாம் பொற்காலமாக இருந்ததோ அந்தக் காலத்தையெல்லாம் எல்லோருக்கும் பொற்காலம் என்றனர். அவர்களுக்கு எது இருண்ட காலமாக இருந்ததோ அந்தக் களப்பிரர் காலத்தை எல்லோருக்கும் இருண்ட காலம் என்று சொல்லிவிட்டார்கள்.. அப்படித்தான் வரலாறு இப்போதும் சொல்லப்படுகிறது.

இவ்வாறு புனிதமும் தீட்டும் கற்பிக்கப்பட்ட வேளையில் மிகக் கவனமாக ஒவ்வொரு துறைக்கும் ஒவ்வொரு புனிதம் கற்பிக்கப்பட்டது. ஆறுகளில் கங்கை புனிதம், கங்கையாறு புனிதமானது என்று சொல்லுகிறபோதே காவிரிக்குப் புனிதம் இல்லை என்று முடிவாகிறது. ஆறுகளில் கங்கை புனிதம், மொழிகளில் சமஸ்கிருதம் புனிதம், வில்ங்குகளில் பசு புனிதம், நூல்களில் வேதம் புனிதம். இதுதான் அடிப்படைச் செய்தி. தீட்டு என்று வந்தால் ஒரு பக்கத்தில் சாதி அடிப்படையில் தீட்டு, இன்னொரு பக்கம், பால் அடிப்படையில் தீட்டு. இப்படித்தான் பெண்கள் தீண்டத்தகாதவர்கள் ஆக்கப்பட்டனர். ஆண்களுக்குச் சாதி அடிப்படையில் மட்டும் தீட்டு. பெண்களுக்கு இருவகையான தீட்டு. சாதி அடிப்படையிலும் , பால் அடிப்படையிலும்! இந்த நான்கு புனிதங்களைப் பற்றியும், இரண்டு தீட்டுகளைப் பற்றியும் பார்ப்பதுதான் இன்றைக்கு நம்முடைய நோக்கம்.

நான்கு விதமான புனிதம் இருக்கிறது. முதலில் மிகப் புனிதமானது இந்துக்களுக்குப் பசு. விலங்குகளில் ஆட்டை வெட்டலாம், கோழியை வெட்டலாம், மாடுகளில் கூட எருமை மாட்டை வெட்டலாம், பசு மாட்டைத் தொடக்கூடாது. எருமை மாடு கருப்பாக இருக்கிறது வெட்டிவிட்டுப் போகலாம் பிரச்சனை இல்லை. பசு வெள்ளையாக இருக்கிறதே, அதை வெட்டக்கூடாது.

பசு எப்போது புனிதமாயிற்று. அதற்கு ஒரு அரசியல் வரலாறு இருக்கிறது. அதற்கு ஒரு சமூக வரலாற்றுப் பின்னணி இருக்கிறது. டில்லியிலே இருக்கிற ஜவஹர்லால் நேரு பல்கலைக் கழகத்திலே இருக்கிற நண்பர் சீனிவாச ராகவன் எனக்கு cow politics என்று ஒரு நூலை அனுப்பிவைத்தார். அந்தப் புத்தகத்துக்குப் பெயரே cow politics. தமிழ் நாட்டிலும் ஒரு புத்தகம் வந்திருக்கிறது பத்து ஆண்டுகளுக்கு முன்னால் வெளிவந்த ஒரு சிறு நூல். அருமையான செய்திகளைக் கொண்டிருக்கிற நூல், பேராசிரியர் அருணன் அவர்கள் எழுதியிருக்கிற 'கோமாதா அரசியல்.' சின்னப் புத்தகம்தான். ஆனால் ஏராளமான செய்திகளைக் கொண்டிருக்கிற புத்தகம். கோமாதா அரசியல், ஆங்கிலத்திலே வந்திருக்கிற cow politics. இரண்டிலும் பல செய்திகள் ஒத்துப் போகின்றன.

பசுவின் மீதான அரசியல் என்பது புனிதத்தோடு ஒட்டி வருகிறது. ஏறத்தாழ, 19 ஆம் நூற்றாண்டின் இறுதியிலேயே அதற்கான மோதல் நடந்திருக்கிறது. அதில் ஒன்றைக் குறிப்பிட்டுச் சொல்ல வேண்டும் இங்கே

இருக்கிற பலர் அறிந்திருக்கிற செய்தியாக இருக்கக் கூடும். பத்தொன்பதாம் நூற்றாண்டின் இறுதியில் பசுக்களெல்லாம் ஒரு பெரிய வெள்ளத்தில் இறந்து போகின்றன. அப்போது குறிப்பாக வங்காளத்திலே அதற்காகவே ஒரு பெரிய இயக்கம் தொடங்கப்படுகிறது. அந்த இயக்கத்தை மறுதலித்துப் பேசியவர்களில், குறிப்பிடத்தக்கவர் விவேகானந்தர். விவேகானந்தர் மிக அழுத்தமாக ஒன்றைச் சொல்லுகிறார். எப்போதுமே ஒன்றைக் கவனத்திலே வைத்துக் கொள்ள வேண்டும். விவேகானந்தர் போன்றவர்களை மிகக் கவனமாகவே நாம் அணுகவேண்டும். ராஜாராம் மோகன்ராய்தான் உடன்கட்டை ஏறுதலை எதிர்த்தார். ஆனால், ராஜாராம் மோகன்ராயும், தயானந்த சரஸ்வதியும்தான் ஆரிய சமாஜத்தையும், பிரம்ம சமாஜத்தையும் உருவாக்கினார்கள். அவர்களின் அடிப்படை நோக்கம் இந்து மதத்தைத் தகர்ப்பதன்று, அதனைச் சீர் திருத்துவதுதான். மிகப் பலர் அந்த மதத்துக்குள் சீர்திருத்தங்களுக்கான முயற்சிகளைத் தொடங்கினார்கள. அவர்களுள் ஒருவர்தான் விவேகானந்தர். ஆகையினாலே விவேகானந்தரை நாம் சொல்லுகிறபோது, அவருடைய எல்லாக் கருத்துகளையும் ஏற்கிறோம் என்று பொருளில்லை, அவர் ஒன்றும் பசுவதைக்கு எதிரானவர் இல்லை. ஆனால் அந்த நேரத்திலே என்ன சொன்னார் என்றால், ”வெள்ளத்தில் பசுக்கள் மட்டும் சாகவில்லை மனிதர்களும் செத்துக்கொண்டிருக்கிறார்கள். மனிதர்களைப் பற்றிக் கவலைப்படாமல், பசுக்களைப் பற்றி மட்டும் கவலைப்படுகிற உங்களின் இயக்கத்தின் மீது எனக்கு அக்கறை இல்லை, அதை என்னால் ஏற்க முடியாது” என்று விவேகானந்தர் சொன்னார்.

தென்னாப்பிரிக்காவிலிருந்து இந்திய அரசியலுக்குள் வருவதற்கு முன்பே காந்தியார் அவர்கள் இது பற்றிய கருத்தைச் சொல்லியிருக்கிறார். அன்றைக்கு இருபதாம் நூற்றாண்டினுடைய அரசியலின் தொடக்கம் பெரும்பாலும் இந்து முஸ்லீம் என்கிற போராட்டக் களத்திலிருந்து தொடங்குகிறது. காந்தியார் வருவதற்கு முன்பும், வந்ததற்குப் பின்பும் ஒன்றிலே கவனமாக இருந்தார். இந்துக்களையும் இஸ்லாமியர்களையும் இணைக்காமல் வெள்ளைக்காரர்கள் என்கிற கிறிஸ்தவர்களை எதிர்க்க முடியாது என்று நினைத்தார். என்ன ஒரு பிழையென்றால், இந்திய அரசியலை மதத்தின் அடிப்படையில் பார்த்ததுதான். இந்திய மக்களை இந்துக்களாகவும் இஸ்லாமியர்களாவும் பார்த்தாரே தவிர தமிழர்களாய், தெலுங்கர்களாய், வங்காளிகளாய், பஞ்சாபிகளாய் பார்க்கத் தவறி விட்டார்.. எனவே அன்றைக்குக் காந்தியார், ”பசுவதை கூடாது என்பதில் எனக்கும் உடன்பாடு உண்டு, ஆனால் அதற்காக நீங்கள் இஸ்லாமியர்களோடு மோதாதீர்கள். பசுக்களைக் கொல்லக் கூடாது என்று சொல்லி, இஸ்லாமியரைக் கொல்லாதீர்கள்” என்பது காந்தியாரினுடைய 1909 ஆம் ஆண்டு அறிக்கை. இஸ்லாமியச் சகோதரர்களையும் இந்தக் கருத்தில் உடன்பட வைத்துப் பசுவைக் காப்பாற்றுங்கள் என்றார். இது அவருடைய நிலை. ஆக, பசுவைக் காப்பாற்றுவது என்பதுதான் எல்லோருக்கும் உடன்பாடாக இருந்த செய்தி.

அடுத்ததாக, ஜனசங்கம் என்னும் கட்சி தொடங்கிய நாளிலிருந்து, இந்தப் பசு வதையைத் தடைசெய்ய வேண்டும் என்கிற ஒரு கருத்து வளர்ந்து கொண்டே வந்தது. அதை முதன் முதலாக நடைமுறைப்படுத்தி,

1955 ஆம் ஆண்டு சட்டமாகக் கொண்டு வந்தவர் சம்பூரண ஆனந்த் என்கிற உத்திரப்பிரதேச முதல்வர். நேரு அவர்கள் அதை மறுத்தார். என்ன வேடிக்கை என்றால், பசுவதை தடைச் சட்டத்தை மறுத்தவரும் காங்கிரஸ்காரர்தான், கொண்டு வந்தவரும் காங்கிரஸ்காரர்தான். காங்கிரஸ் எப்போதும் அப்படியே இருந்திருக்கிறது. எல்லாக் கருத்துக்களுக்கும் இடமளிக்கிற ஒரு பெரிய கட்சி, பேராயக் கட்சி உலகத்திலேயே காங்கிரஸ் கட்சிதான்.

இந்திய அரசமைப்புச் சட்டத்தினுடைய வழிகாட்டு நெறிமுறை என்று சொல்லப்படுகிற The directive principles என்பதில் பசுவதைத் தடைச் சட்டத்தைக் காலப்போக்கில் கொண்டு வரலாம் என்கிற கருத்து இருக்கிறது. அம்பேத்கர் மிகத் தெளிவாகப் பல இடங்களிலே குறிப்பிடுகிறார், இந்திய அரசமைப்புச் சட்டத்தின் மிகப் பல பகுதிகள் என்னுடைய விருப்பத்திற்கு எதிரானவையாகவே இடம் பெற்றிருக்கின்றன. ஏன் அதற்குப் பிறகும் நான் ஏற்றுக்கொண்டேன் என்றால், இந்தியா முழுவதும் இருக்கிற தலித் மக்களுக்குச் சில நன்மைகளையாவது செய்து விட முடிகிறது என்பதனாலே அந்த வாய்ப்பை நான் நழுவ விட

வேண்டாம் என்று கருதினேன், என்று நேர்மையாக அதைக் குறிப்பிடுகிறார். அதனாலேதான் மிகக் கோபம் கொண்டு 1953 ஆம் ஆண்டு அம்பேத்கர் சொல்லுகிறார், I shall be the first person in burning this constitution என்று. இந்திய அரசமைப்புச் சட்டத்தைக் கொளுத்துவது என்றால் அதைக் கொளுத்துகிற முதல் மனிதனாக நான் இருப்பேன் என்கிறார்.

மனுநீதியை அய்யா பெரியார் அவர்கள் காலமெல்லாம் எதிர்த்தார், 1927 ஆம் ஆண்டு அம்பேத்கர் மனுநீதியைக் கொளுத்தினார். அதுதான் அவருடைய முதல் தொடக்ககாலப் போராட்டம். ஆனால் இந்திய அரசமைப்புச் சட்டத்தினுடைய வழிகாட்டு நெறிமுறைகளிலே இருக்கிறது என்பதை வைத்துக் கொண்டுதான் உத்திரப்பிரதேச முதல்வர் சம்பூர்ண ஆனந்த் 1955 ஆம் ஆண்டு அதை நடைமுறைக்குக் கொண்டு வந்தார். அடுத்தடுத்து, அந்தப் பசுவதைச் சட்டம் பீஹாரில், ராஜஸ்தானில், மத்தியப் பிரதேசத்தில் கொண்டுவரப்பட்டது. குஜராத் என்பது அன்றைக்கு மராட்டியத்தோடு இணைந்திருந்தது. இல்லையானால் குஜராத்தில் வந்திருக்கும். மராட்டியம் என்பது தமிழகத்தைப் போல மிகக் கடுமையான பார்ப்பன இந்துத்துவ எதிர்ப்பை மையமாகக் கொண்ட நிலம். பெரியாருக்கும் அம்பேத்கருக்கும் முன்னோடியான மகாத்மா ஜோதிராவ் புலே பிறந்த மண் மராட்டிய மண். எனவே மராட்டியத்திலே வரவில்லை. இப்போது ஒன்றை நாம் எண்ணிப் பார்க்கலாம், உத்திரப் பிரதேசம், மத்தியப் பிரதேசம், பீஹார், ராஜஸ்தான், குஜராத், ஹரியானா என்பதைத்தான் நாம் சுருக்கமாக ஹிந்தி பெல்ட் (Hindi belt) என்றும், cow belt என்றும் குறிப்பிடுகிறோம். அந்த cow belt என்பது 1955 ஆம் ஆண்டு தொடங்கி இந்தச் சட்டத்தின் அடிப்படையிலே சொல்லப்பட்ட செய்திதான்.

அதை மிகக் கடுமையாக நேரு அவர்கள் எதிர்த்தார். ஆனாலும், நேரு அவர்கள் ஒன்றைக் குறிப்பிட்டார், இந்திய அரசமைப்புச் சட்டத்தினுடைய வழிகாட்டு நெறிமுறைகளிலே இருக்கிற காரணத்தாலும், சட்டம் ஒழுங்கு என்பது மாநில அதிகாரத்திற்கு உட்பட்டது, மாநிலப் பட்டியலில் இருக்கிறது, மத்தியப் பட்டியலில் இல்லை என்கிற காரணத்தாலும் இதை நான் என்னுடைய எல்லை தாண்டிப் போய்த் தடுக்க முடியாது என்று சொன்னார். ஆனாலும் இந்திய அளவில் அதைச் சட்டமாக ஆக்கவேண்டும் என்கிற போராட்டம் பிறகு தொடங்கிற்று.

இந்தியா முழுவதும் இரண்டு பெரிய சங்கங்கள் தொடங்கப்பட்டன. ஒன்று பாரத் கோ சேவக் சமாஜ். இந்தியாவிலே உள்ள மாடுகளைக் காப்பாற்றுகிற சங்கம். இன்னொரு பெரிய அமைப்பும் உருவாயிற்று, கோரக்ஷன் மகா சமிதி. மாடுகளை பாதுகாக்கிற மிகப் பெரிய பேரவை. இவை இரண்டும் தான் 1964 ஆம் ஆண்டு ஒரு பெரிய மாநாட்டை இந்தியாவிலே கூட்டின. லக்னோவில் கூடிய அந்த மாநாட்டுக்கு, அந்த அமைப்புக்கு யார் தலைவர் என்று பார்த்தால் மிகப் பெரும் பணக்காரர்களில் ஒருவராக அன்றைக்கிருந்த டால்மியாதான் கோரக்ஷன் மகா சமிதியினுடைய தலைவர். அந்த மாநாட்டில் உரையாற்றியவர்களில் முக்கியமானவர் யார் என்று பார்த்தால் அது ஆர்.எஸ்.எஸ்.னுடைய தத்துவ ஆசரியர் என்று சொல்லப்படுகிற கோல்வால்கர். கோல்வால்கர் மிக உறுதியாக பசுவதைத்

தடைச் சட்டத்தைக் கொண்டு வர வேண்டும் என்று பேசுகிறார், அவருடைய சிந்தனைக் கொத்து என்கிற புத்தகம் இன்றைக்கும் இருக்கிறது, நாம் கண்டிப்பாக அதைப் பல நேரங்களிலே படித்தாக வேண்டும். அதுவும் இந்தக் காலகட்டத்தில் உறுதியாக படிக்கவேண்டும். Bunch of thoughts என்கிற அந்தப் புத்தகத்திலே ஒரு கேள்வி பதில் இடம் பெற்றுள்ளது. அவரிடத்திலே எடுக்கப்பட்ட ஒரு நேர்காணலில் கோல்வால்கர் சொல்லுகிறார். இந்தப் பசுவதை எப்படி வந்தது இந்த நாட்டில் என்று கேட்கிற போது, மொகலாயர் காலத்திற்குப் பிறகு வந்தது என்கிறார். எவ்வளவு பெரிய பொய் என்பதை நாம் கவனிக்க வேண்டும். "மொகலாயர் காலத்திற்குப் பிறகு இங்கே வந்த இஸ்லாமியர்கள் இந்துக்களினுடைய உணர்வுகளை, சுயமரியாதையைப் பாதிப்பதற்காகப் பசுவை வெட்டிக் கொன்று தின்னத் தொடங்கினார்கள்" என்கிறார். 'தீண்டத்தகாதவர் யார்' என்கிற புத்தகத்தில் அம்பேத்கர் இதற்கான விடையைச் சொல்லியிருக்கிறார், அதற்கு நான் பின்னால் வருகிறேன்.

கோல்வால்கர் மிகத் தெளிவாக சொல்லுகிறார் இந்தப் பழக்கத்தை, பசுவதை என்பதைத் தொடங்கியவர்கள் இஸ்லாமியர்கள்தான் என்று. கேள்வி கேட்டவன் புத்திசாலி. அடுத்த கேள்வியைச் சரியாகக் கேட்கிறான். 'வேத காலத்தில் எல்லாப் பிராமணர்களும் பசுவைத் தின்றிருக்கிறார்கள் என்கிற செய்தி இருக்கிறதே'. கோல்வால்கர் அதற்குச் சொன்ன விடை "கோவைத் தின்று என்று எழுதியிருப்பதை நீங்கள் தவறாகப் புரிந்துகொண்டீர்கள், கோ என்ற சொல்லுக்குப் புலன் என்று ஒரு பொருள் உண்டு". எங்கே போய்க் கண்டுபிடித்தாரோ தெரியவில்லை. "கோ என்ற சொல்லுக்குப் புலன் என்று ஒரு பொருள் உண்டு. எனவே 'கோ' வைத் தின்று என்றால் புலன்களை அடக்கி என்று பொருள்".

'கோ'வைத் தின்று என்றால், தங்கள் புலன்களைக் கட்டுப்படுத்திய ஞானிகள் என்று பொருளே தவிர, மாமிசம் உண்டவர்கள் என்று பொருள் இல்லை என்பது கோல்வால்கரின் விளக்கம். ஆனால் அந்த நிருபர், முழுமையாக வேதத்தின் பல பகுதிகளை படித்திருந்தால் கோல்வால்கர் தப்பியிருக்க முடியாது. ஓரிடத்தில் 'கோ'வைத் தின்று என்றாலும் இன்னொரு இடத்தில் மிகத் தெளிவாக 'மாட்டின் மாமிசத்தை நெய்யில் உருக்கித் தின்றால் புத்திசாலியாக வருவான்' என்று இருக்கிறது, புலனையெல்லாம் நெய்யில் உருக்க முடியாது. கோ என்றால் புலன் என்று சொன்னால், நெய்யிலே உருக்குவதற்கு என்ன பொருள் என்று கேட்டிருக்கலாம், எனவே மிகத் தெளிவாக மாடுகள் உட்பட்ட விலங்குகளை உண்டு கொண்டிருந்தவர்கள் வேத காலத்தில் பார்ப்பனர்களே என்பது உறுதியாகிறது. அதுதான் அடிப்படையான உண்மை. பிறகு ஆதி சங்கரர் காலம் வரைக்கும் அதுதான் நடைமுறையாக இருந்துள்ளது.

ஆதிசங்கரர் காலத்தில்தான் மாற்றம் வந்தது. அவர் பௌத்தத்தை வெல்வதற்கு, பௌத்தத்தின் கோட்பாடுகளைத் தங்கள் கோட்பாடு என்று அறிவித்துக்கொண்டார். ஆகையினாலேதான் இன்றைக்கும் ஆதிசங்கரருக்குப் பிரசன்ன பௌத்தர் என்று பெயர். பிரசன்ன என்றால் மறைவாக என்று பொருள். பௌத்தக் கோட்பாடுகளைத்தான் அவர் சொன்னார். அதையும் தாண்டி இன்றைக்கும் வங்காளத்துப்

பார்ப்பனர்கள் மீன்களைத் தின்று கொண்டிருக்கிறார்கள். கேட்டால் அவர்கள் இது கடல் புஷ்பம் தானே என்கிறார்கள். நீங்கள் சாப்பிட்டால் கடல் புஷ்பம், அதையே நாங்கள் சாப்பிட்டால் மீனா.? நம் ஊர்ப் பார்ப்பனர்கள் கூட முட்டை சைவம்தான் என்று சாதிக்கிறார்கள். சாப்பிட்டுத் தொலையுங்கள், அதற்காக முட்டை ஒரு நாளும் சைவம் ஆகாது. எல்லாத் தாவரங்களிலும் உயிர் இருக்கிறது. என்ன ஒன்று கத்தரிக்காயை, வாழைக்காயை வெட்டும் போது ரத்தம் வருவதில்லை, அது அம்மா என்று கத்துவதில்லை என்பதைத் தவிர, எல்லாம் உயிர்கள்தாம். உயிர் இல்லை என்றால் அது வளராது. அது கல்லும் மண்ணும்போல இருந்திருக்குமே தவிர, வளராது, காய்க்காது, கனியாகாது.

ஆகையினாலே இந்த புலால் உண்ணுகிற, மாட்டுக்கறி உண்ணுகிற வழக்கத்தை அவர்கள்தான் தொடக்கத்தில் வைத்திருந்தார்கள். பௌத்தமும் சமணமும் கடுமையாக அதனை எதிர்த்தன. பௌத்தமாவது உயிரோடு இருக்கிற ஒன்றைக் கொன்று தின்னாதே என்று சொல்லிற்று, சமணம் ஒரு நாளும் தானாக இறந்தால்கூட தின்னாதே என்றது. பொதுவாக, தானாக இறந்த உயிர்களை யாரும் உண்ணுவதில்லை. உயிரோடு இருப்பதைத்தான் கொன்று உண்ணுகிறோம், எனவே பௌத்தமும் சமணமும் மிகக் கடுமையாகப் புலாலை எதிர்த்த அந்தக் காலகட்டத்தில் பௌத்த , சமணத்தின் பக்கத்திலே மக்கள் போய்விடாமல் தடுப்பதற்காக நாங்கள்தான் புலாலை மறுத்து மரக்கறி உண்கிறவர்கள் என்கிற நிலையை ஆதிசங்கரர் உருவாக்கினார்.

1964 ஆம் ஆண்டுக்குப் பிறகு நாம் கவனமாக குறித்துக்கொள்ள வேண்டிய ஒரு தேதி, *1966* , நவம்பர் *7*. இந்த தேதியைச் சொல்லும்போதே அதிலே இருக்கிற முதன்மை என்ன என்பதை உங்களில் பலர் உணர்ந்திருப்பீர்கள். அந்த நாளில் இதே பசுவதைத் தடைச் சட்டத்தைக் கொண்டுவரவேண்டும் என்று வலியுறுத்தி நடந்த பேரணிதான் டில்லியில் தங்கியிருந்த காமராஜர் வீட்டை ஒரு கும்பல் எரித்தது. அன்றைக்குக் காமராஜர் அவர்கள் உயிரோடு தப்பியதே, ஒரு வியத்தகு செய்திதான். ஏனெனில், காமராஜர் அவர்கள் பசுவதைத் தடைச் சட்டத்தை ஏற்கவில்லை. அதெல்லாம் அவனவன் சாப்பிடுகிற பழக்கம் என்றார். இதுக்குப் போய் ஒரு சங்கம், இதுக்குப் போய் ஒரு சட்டமா என்று கேட்டார். அதற்காகத்தான் அந்தப் பேரணியில் அவர் வீட்டைக் கொளுத்தினார்கள், அவர் தப்பித்தது ஒரு மிகப் பெரிய செய்தி. ஆர்.எஸ்.எஸ்.காரர்கள் காந்தியாரைக் கொன்றவர்கள், காமராஜரைக் கொல்ல முயன்றவர்கள். இதையெல்லாம் நாம் கவனத்தில் வைத்துக்கொள்ள வேண்டும்.

1966 ஆம் ஆண்டு, நவம்பர் *7* ம் தேதி டில்லி முழுவதும் ஒரு மிகப்பெரிய பேரணி, கலவரம், எரியூட்டல்கள், எங்கு பார்த்தாலும் நெருப்பு. எதற்காக இவ்வளவும்? பசுவைக் காப்பாற்ற வேண்டும் என்று உயிரோடு இருக்கிற மனிதர்களையெல்லாம் எரித்தார்கள். இவர்களுடைய பசு நேயம், மனிதநேயத்திற்கு முரண்பட்ட நேயம். காரணம் பசு அவர்களின் புனிதமான விலங்கு என்பதுதான், அந்தப் புனிதம்தான் அடிப்படை. புனிதமும் தீட்டும்தான் இந்த நாட்டின் வரலாற்றைக்

கட்டமைத்திருக்கின்றன.

பிறகு இன்னொரு செய்தியையும் இந்த இடத்தில் குறிப்பிட வேண்டும். நவம்பர் 7 ஆம் தேதி பேரணி, கலவரத்திற்குப் பிறகு ஒரு வாரம் ஓய்ந்தது. எப்படி நேரு பசுவதைத் தடைச் சட்டத்தை ஏற்கமுடியாது என்று சொன்னாரோ அப்படியே இந்திராகாந்தியும் உறுதியாக இருந்தார். முடியாது என்று சொல்லிவிட்டார். ஆனால் இந்திராகாந்தியின் அமைச்சரவையில் உள்துறை அமைச்சராக இருந்த நந்தா அது சரிதான் என்று சொன்னார். ஆனால் இந்திராகாந்தியை மீறி அவரால் செயல்பட முடியவில்லை. பிறகு அதே 1966 ஆம் ஆண்டு, அதே நவம்பர் மாதம், 20 ஆம் தேதி, பூரி சங்கராச்சாரியாரும், பிரபுதத் பிரம்மச்சாரியும் டில்லியிலே சாகும்வரை உண்ணாவிரதம் தொடங்கினார்கள். பசுவதைத் தடைச் சட்டத்தைக் கொண்டு வரவில்லை என்றால், நாங்கள உயிரை மாய்த்துக்கொள்வோம் என்று கூறி அவர்கள் உண்ணாவிரதப் போராட்டத்திலே அமர்ந்தபோது மறுபடியும் டில்லி முழுவதும் பெரும் கலவரம் மூண்டது. எல்லாம் இந்தப் பசுவுக்காக. ஆனால் அந்த கோரக்ஷன் மஹா சமிதி என்ன முடிவெடுத்தது என்றால், நல்லது பூரி சங்காராச்சாரியாரும், இந்த பிரம்மச்சாரியும் இறந்து போனால் அதை வைத்துப் போராட்டத்தைப் பெரிதாக்கலாம் என்று முடிவெடுத்தார்கள். இந்தத் தகவல் சங்காராச்சாரிக்குக் கிடைத்த உடனே, பதினேழாவது நாள் சங்கராச்சாரியார் ஒரு அறிக்கை விட்டார். 'ஏறத்தாழ நிலைமை சரியாகி விட்டதென்பதால் நாங்கள் உண்ணாவிரதத்தைக் கைவிடுகிறோம்' என்றார். எப்படிச் சரியானது என்று எவருக்கும் விளங்கவில்லை. ஆனால் பூரி சங்கராச்சாரியாருக்கு ஒன்று விளங்கியது அடடா நம்மை பலிப்போடுவதற்குத் தயாராகி விட்டார்கள் என்பது! ஒரு கலவரத்தைத் தூண்டுவதற்கு முன்னோடியாகத்தான் அவர்கள் உண்ணாவிரதம் இருந்தார்களே தவிர, உயிரை விடுவதற்காக அன்று. எனவே உண்ணாவிரதம் கைவிடப்பட்டபோது போராட்டம் கொஞ்சம் பிசுபிசுத்தது.

ஆனால், மறுபடியும் விடாமல் அதை வலியுறுத்தியவர்கள் இரண்டு பேர். அவர்கள் யார்ரென்று தெரிந்தால் கொஞ்சம் வியப்பாக இருக்கும். ஒருவர் வினோபாவே, இன்னொருவர் ஜெயப்பிரகாஷ் நாராயணன். இவர்கள் இரண்டு பேரும் ஒரு பக்கத்தில் முற்போக்காக அரசியலில் இருந்திருக்கலாம், ஆனால் சமூகச் சிந்தனையில் மிகப் பிற்போக்காக இருந்திருக்கிறார்கள், திலகரைப் போல. அரசியல் விடுதலைப் போராட்டத்தில் முன்னணியில் இருந்த திலகர், சமூக விடுதலைப் போராட்டத்தில் மிகப் பிற்போக்கானவராக இருந்தார். அப்படித்தான் ஜெயப்பிரகாஷ் நாராயணனும், வினோபாவேயும் இருந்துள்ளனர்.

1979 இல் மொரார்ஜி தேசாய் பிரதமராக இருந்தபோது, வினோபாவே பசுவதை தடைச் சட்டத்திற்காக மீண்டும் சாகும் வரை உண்ணாவிரதத்தைத் தொடங்கவிருப்பதாக அறிவித்தார். அப்போது வினோபாவேக்கு இருந்த செல்வாக்கு மிகக் கூடுதல். 1979 ஆம் ஆண்டு இருந்த மொரார்ஜியினுடைய அமைச்சரவையே ஜெயப்பிரகாஷ் நாராயணனால் உருவாக்கப்பட்டது. அந்த ஜெயப்பிரகாஷ் நாராயணன் அதை வலியுறுத்தினார். உடனே மொரார்ஜி என்ன செய்தார் தெரியுமா? மாநிலப் பட்டியலில் சட்டம்

ஒழுங்குத் துறையின் கீழே இருந்த பசுவதைத் தடைச் சட்டத்தைக் கொண்டுவருகிற அதிகாரத்தைப் பொதுப்பட்டியலுக்கு மாற்றினார். எப்படி நெருக்கடிக் காலத்தில் கல்வி என்பது மாநிலப் பட்டியலிலிருந்து (state list) பொதுப்பட்டியலுக்கு (concurrent list) மாற்றப்பட்டதோ அப்படி! தொடக்கத்திலிருந்து பார்த்தால் மெல்ல மெல்ல இந்த மாநிலப் பட்டியலினுடைய அதிகாரம் குறைந்து, அது பொதுப்பட்டியலுக்கும், மத்தியப் பட்டியலுக்கும் போய்க்கொண்டே இருக்கிறது. இது மாநில சுயாட்சிக்கு எதிரானது. அப்படி அந்தப் பசுவதைத் தடையைப் பொதுப் பட்டியலுக்கு மாற்றுவதற்கான சட்ட முன் வடிவத்தை அவர் கொண்டு வந்த நேரத்தில் ஜனதா ஆட்சி கலைந்து போயிற்று. இல்லையானால் இந்தியா முழுவதும், 1979 ஆம் ஆண்டிலேயே பசுவதைத் தடைச் சட்டம் வந்திருக்கும். ஆனால் அதற்குப் பிறகு மீண்டும் அந்தப் போராட்டம் பெரிதாக எழவில்லை.

மீண்டும் அது சட்ட முன்வடிவாக, 2003 ஆம் ஆண்டு, ஆகஸ்ட் 21 ஆம் தேதி, இந்திய அமைச்சரவையிலே கொண்டுவரப்பட்டது. அன்றைக்கு வாஜ்பாய் அரசாங்கத்தில், வேளாண்துறை அமைச்சராக இருந்த ராஜ்நாத் சிங் (இதே ராஜ்நாத் சிங்தான்) அதனைக் கொண்டுவந்தார். ஆனால் அன்றைக்கு பா.ஜ.க. கூட்டணியிலே அங்கம் வகித்த தி.மு.கழகம், ம.தி.மு.க, பா.ம.க. எல்லாக் கட்சிகளும் அதைக் கடுமையாக எதிர்த்த காரணத்தினால், வேறு வழியின்றிஅரசு கைவிட நேர்ந்தது. அந்தச் சட்ட முன் வடிவத்தைத்தான் அவர்கள் கை விட்டிருக்கிறார்களே தவிர, திட்டத்தை இன்னமும் கை விடவில்லை. இப்போதும் பாரதிய ஜனதா கட்சியினுடைய கடந்த நாடாளுமன்றத் தேர்தல் அறிக்கையில் அது சொல்லப்பட்டிருக்கிறது. மிகக் கவனமாக நாடு முழுவதும் மோடி என்றால் வளர்ச்சி என்பதை மட்டும் தேர்தல் பரப்புரையில் கூறினார்கள். ஆனால் தேர்தல் அறிக்கை வருகிறபோது, 370 சட்டப் பிரிவை நீக்கவேண்டும். ராமர் கோவில் கட்டப்படவேண்டும். பசுவதைத் தடைச் சட்டம் கொண்டுவரப்பட வேண்டும், போன்ற பலவற்றை வெளிப்படையாகச் சொன்னார்கள். எதற்காக என்றால், நாளைக்குச் செய்கிறபோது நாங்கள் சொல்லிவிட்டுத்தான் செய்கிறோம், எங்கள் தேர்தல் அறிக்கையில் இருக்கிறது என்று கூறுவற்காக. ஏன் தேர்தல் கூட்டங்களில் சொல்லாமல் தேர்தல் அறிக்கையில் மட்டும் சொல்கிறார்கள் என்றால், அவர்களுக்கு நன்றாகத் தெரியும், வெகுமக்கள் பலர் கேட்பார்களே தவிர படிப்பதில்லை, எது கூட்டத்தில் சொல்லப்படுகிறதோ அதுதான் வெகு மக்களுக்குப் போகுமே தவிர, தேர்தல் அறிக்கையைப் பற்றிப் பொது மக்கள் கவலைப்படுவதில்லை என்பது! நாளைக்கு அதைச் சட்டமாகக் கொண்டுவருகிறபோது தேர்தல் அறிக்கையைச் சான்றாக அவர்கள் காட்ட முடியும்.

விலங்குகளில் பசு புனிதம் என்றால், ஆறுகளில் கங்கை.

அடுத்தது கங்கை. 2525 கிலோ மீட்டர் ஓடுகிற ஒரு மிக நீளமான ஆறு அது! உத்ரகாண்ட் மாநிலத்தில் தொடங்கி, ஓரிரு மாநிலங்களைக் கடந்து, பங்களாதேசத்திற்குப் போய், வங்காளக் குடாக்கடலில் கலக்கிற ஆறுதான் கங்கை. இமாலய மலையிலிருந்து தோன்றி உருவாகி ஓடிவருகிற ஆறு. உங்களில் பலர் ரிஷிகேஷ் சென்றிருக்கலாம். அந்த ஆறு அங்கே ஓடிவருகிற

அழகைப் பேரழகு என்றுதான் சொல்ல வேண்டும். அதில் ஒன்றும் மதமெல்லாம் இல்லை. ஆற்றுக்கு ஏது மதம், ஆற்றுக்கு ஏது கடவுள்? ரிஷிகேஷில் கங்கை ஓடிவருகிறபோது அந்தப் பாலத்துக்குத்தான் ராமர் பாலம், லக்ஷ்மண் பாலம் என்று இவர்கள் கடவுள் பெயர் வைத்திருக்கிறார்கள் ஹரித்வாருக்கு வருகிற வரையில் ஆறு ஆறாகவே இருக்கிறது. ஹரித்வாருக்கு வருகிறபோது கொஞ்சம் களங்கப்படுகிறது. வாரணாசிக்குப் போனால் முடிந்து போயிற்று. வாரணாசி என்பதுதான் காசி. பிணங்கள் எரிப்பதற்கான ஒரு பேராறாகக் கங்கை மாறிப்போகிறது.

கங்கையைப் பற்றிய இன்னொரு செய்தி! மதங்கள் அந்த ஆற்றைப் புனிதம் என்கின்றன, அறிவியல் அந்த ஆற்றைப் பற்றி என்ன சொல்லுகிறது என்பதை ஆங்கிலத்தில் அந்த வரியை அப்படியே சொல்லுகிறேன். The most fifth polluted water in the world என்று சொல்லுகிறது. உலகத்திலேயே மிகவும் மாசுப்படுத்தப்பட்டுப் போயிருக்கிற ஐந்தாவது பேராறு கங்கை. நம்மை மிஞ்சி நான்கு ஆறுகள் இருக்கின்றன..

வாரணாசிப் பகுதியிலிருந்து கடலில் கலக்கிறவரைக்கும் நாற்பது கோடி மக்களைத் தாண்டி அந்த ஆறு ஓடுகிறது. நாற்பது கோடி மக்களுக்கும் முடிந்த வரையில் எல்லா நோய்களையும் எடுத்துச் செல்கிறது. குறிப்பாக, பத்து லட்சம் மக்கள் வாரணாசியில் அன்றாடப் பயன்பாடுகளுக்கு அந்தக் கங்கை ஆற்றை நம்பியிருக்கிறார்கள், வாரணாசியின் இரண்டு கரைகளிலும் வீடுகள். இந்தப் பக்கமெல்லாம் பிணத்தை எரித்துக்கொண்டிருக்கிறார்கள். அந்தப் பக்கம் மக்கள் வாழ்கிறார்கள்.

காசிக்குப் போனவர்கள் எல்லோரும் ஒரு போத்தலில் தண்ணிர் எடுத்துக்கொண்டு வருவார்கள். தெரியாமல்கூடக் குடித்துவிடக்கூடாது. பொதுவாக அதனை யாருக்குக் கொடுப்பார்கள் என்றால், இறந்து போகிற நிலையில் இருக்கிறவனுக்குக் கொடுப்பார்கள், கடைசியாக

வழியனுப்புகிற விழா அது. அதைக் கொடுத்த உடனே முடிந்தது, அப்பறம் பிழைக்கவே மாட்டான். நான் கேட்கிறேன் அது புனிதமான நீரென்றால் ஆளுக்கு ஒரு அவுன்ஸ் குடிக்கவேண்டியதுதானே தினமும். அருகம்புல் சாறு எதற்கு? புனிதமான கங்கை ஆற்றுத் தண்ணீரைக் குடி, ஒரு பத்து பதினைந்து நாட்களுக்கு மேல் உயிர் வாழ முடியாது. ஏனென்றால், மனிதக் கழிவுகளிலிருந்து உற்பத்தியாகிற நோய்க்கிருமிகள் கங்கையில் உள்ளன. அது பொதுவாக ஆறுகளில் இருக்கும். ஆனால், பொதுவாக இருக்கக்கூடிய அளவைக் காட்டிலும் 120 மடங்கு கங்கையாற்றில் கூடுதலாக இருக்கிறதாம்! என்ன ஆகும்?

ஹைதராபாத்திலிருக்கிற அனுசக்தி தேசிய மையம் இரண்டாண்டுகளுக்கு முன்னால் ஓர் அறிக்கை விட்டிருக்கிறது, கங்கை ஆற்றைச் சுத்தப் படுத்தாமல் வைத்திருந்தால் மிக விரைவில் நாடு முழுவதும் புற்று நோய் பரவும் என்று. இதுதான் அண்மையில் வந்திருக்கிற செய்தி. அதற்குப் பிறகுதான் உமாபாரதி அதற்கான அமைச்சராக நியமிக்கப்பட்டு இருக்கிறார். புனிதமான ஆற்றைப் புனிதப்படுத்துவதற்கு, புனிதமான ஆற்றை காப்பாற்றுவதற்கு! புனித ஆறு யாரையும் காப்பாற்றவில்லை, புனித ஆற்றை அரசு காப்பாற்ற வேண்டிய கட்டாயம் இருக்கிறது. 1985 ஆவது ஆண்டு மட்டும் உலக வங்கி 2.2 கோடி டாலர் பணத்தை அதற்காக கொடுத்தது. 2.2 கோடி ரூபாய் இல்லை, டாலர். அறுபதால் பெறுக்க வேண்டும். அது 1985 ஆம் ஆண்டு. தொடர்ந்து உலக வங்கியும், உலக நிதி மையம் International monitary fund என்கிற IMF நிறுவனமும் தொடர்ந்து கங்கை ஆற்றைச் சுத்தப்படுத்துவதற்காகப் பணத்தை அள்ளி வீசிக்கொண்டே இருக்கிறார்கள். பணம் கரைந்து கொண்டிருக்கிறது, ஆனால் கங்கை சுத்தப்படவில்லை. பிணத்தை எரிப்பதை நிறுத்தினால்தானே அது சுத்தமாகும். இன்றைக்கும் பிணத்தை எரித்து, எரித்து ஆற்றுக்குள் தள்ளிவிடுகிற ஒரு போக்கு நடைமுறையில் இருக்கிறது. இந்தப் புனித ஆற்றினுடைய நிலை இது. இன்னும் எத்தனை பேருக்குப் புற்று நோயைக் கொண்டுவந்து சேர்க்கும் என்று தெரியாது என்கிற நிலையிலேதான், எந்த ஆறு புனிதமானது என்கிறார்களோ அந்த ஆற்றின் நிலை இருக்கிறது.

மொழிகளில் புனிதமானது சமஸ்கிருதமாம். ஏனென்றால் அது கடவுள் மொழியாம். தமிழ் நாட்டில் வாழ்கிறவர்களுக்குத் தமிழ் தாய்மொழி. ஆந்திராவில் வாழ்கிறவர்களுக்குத் தெலுங்கு தாய்மொழி. எந்த மாநிலத்தில் எந்த நாட்டில் வாழ்கிறவர்களுக்குச் சமஸ்கிருதம் தாய்மொழி? யாருக்கும் தாய்மொழியாக இல்லாமல், எந்த தேசிய இனத்தின் மொழியாகவும் இல்லாமல், எல்லா தேசிய இனங்களுக்குள்ளும் ஊடுருவி, எல்லா தேசிய இனங்களையும் அழித்துக்கொண்டிருக்கிற மொழிதான் சமற்கிருதம். ஒரு பார்ப்பனரே எனக்கு சொன்ன விளக்கம், 'அது எப்படிங்க தாய்மொழியா இருக்கும், அப்படித் தாய்மொழியாக இருந்தால் அப்பறம் அது கடவுள் மொழியாக இருக்க முடியாதே, மனுஷ மொழியாயிடுமே' என்றார். தாய்மொழி என்று சொன்னால் அது நீச பாஷை, இது தேவ பாஷை. கடவுளின் மொழி என்பதால் சமஸ்கிருதம் தேவ பாஷை, மனிதர்கள் பேசுவதால் மற்றவைகள் நீச பாஷைகள் என்றார். அது மனிதர்களின் மொழியே இல்லை, கடவுளின் மொழி என்றால், அதனைக் கடவுள் பார்த்துக் கொள்ள வேண்டியதுதானே! அதற்கு மனிதர்களின் வரிப்

பணத்தில் அரசுப் பணத்தை நாம் ஏன் செலவழிக்க வெண்டும்? இந்திய அரசாங்கம் இன்றைக்கு சமஸ்கிருதத்திற்கு செலவழித்திருக்கிற அளவுக்கு, பணத்தை இந்திக்குகூடச் செலவழிக்கவில்லை. இந்தி என்பது முன்னால் காட்டப்படுகிற முகம். சமஸ்கிருதமே பின்னால் இருக்கிற உருவம்.

இன்று மிகத் துணிச்சலாகப் பல பொய்களைத் தொலைக்காட்சியில் பலர் சொல்கிறார்கள். உண்மைகளை நாம் நிறுவ வேண்டியிருக்கிறது. இந்தியா விடுதலை பெற்று அரசமைப்புச் சட்டம் உருவான பிறகு, 1950 ஆவது ஆண்டு பதினான்கு மொழிகள் மட்டுமே எட்டாவது அட்டவணையில் ஏற்றுக்கொள்ளப்பட்டன. மொழிகளைப் பற்றிய சட்டம் தொடர்பான சில செய்திகளை நாம் இங்கே பகிர்ந்து கொள்ள வேண்டியுள்ளது. அன்றைக்கு, 1949 ஆம் ஆண்டு, செப்டம்பர் 12,13, 14 ஆகிய மூன்று தேதிகளில் மொழி பற்றிய விவாதம் அரசமைப்புச் சட்டக் குழுவிலே நடைபெறுகிறது. அதிலே டி.டி.கிருஷ்ணமாச்சாரி, என்.ஜி.ரங்கா போன்றவர்களெல்லாம் இந்தியை மட்டும் அலுவல் மொழியாக ஆக்க வேண்டாம், ஆங்கிலமும் இருக்கட்டுமென்று சொன்னார்கள். எனவே இந்தப் பெருமையைத் திராவிடக் கட்சிகள் எடுத்துக்கொள்ள முடியாது என்று, பாரதிய ஜனதா கட்சி நண்பர்கள் தொலைக்காட்சியிலே குறிப்பிடுகிறார்கள். அவர்கள் சொல்வது உண்மைதான். டி.டி.கிருஷ்ணமாச்சாரி பேசியிருக்கிறார், ஆனால் அந்தப் பேச்சின் முன்னும் பின்னுமான பகுதியை எடுத்துவிட்டு இடைப்பகுதியை மட்டும் அவர்கள் சொல்கின்றனர். அவர் என்ன சொல்லியிருக்கிறார் என்றால், இந்தியை மட்டும் அலுவல் மொழி ஆக்கக்கூடாது, அப்படி ஆக்கினால் தமிழ் நாட்டில் ஈ.வே.ராமசாமி நாயக்கர் தலைமையில் பெரும் கலவரம் வந்துவிடும். எனவே இந்தியை மட்டும் ஆக்காதீர்கள் என்கிறார். அப்படியானால், பெருமை யாருக்கு? யாரைக் காட்டி, இந்தி கூடாது என்று டி.டி.கிருஷ்ணமாச்சாரி சொன்னார்?

அனந்த சயனம் அய்யங்கார் உட்பட 82 பேர் கையெழுத்துப்போட்டு ஒரு அறிக்கை கொடுத்தார்கள், இந்தி மட்டுமே அலுவல் மொழியாக இருக்கவேண்டும், வேண்டுமானால் பத்து ஆண்டுகளுக்கு ஆங்கிலம் இணை மொழியாக இருக்கலாம் என்று. ஆனால் சந்தானம், என்.ஜி. ரங்கா உட்பட்ட 43 பேர் பதினைந்து ஆண்டுகளுக்கு ஆங்கிலமும் இணைமொழியாக இருக்கலாம் என்று கையொப்பம் இட்டுக்கொடுத்தார்கள். ஆக ஒட்டு மொத்தம் இந்திதான் அலுவல் மொழி, கூடுதலாக ஆங்கிலம் எத்தனை ஆண்டுகளுக்கு இருக்கலாம் என்பதில்தான் விவாதம். ஒற்றை மனிதர்தான் நீங்கள் ஹிந்தியா ஆங்கிலமா என்கிற விவாதத்தைத் தூக்கியெறிந்துவிட்டு பதினான்கு மொழிகளையும் இந்தியாவின் அலுவல் மொழிகளாக ஆக்குங்கள் என்று மாநிலங்கள் அவையில் குரல் கொடுத்தார். அந்த ஒரே மனிதர் பேரறிஞர் அண்ணா அவர்கள்தான். 1965 ஆம் ஆண்டு மார்ச் 4ம் தேதி மற்றும் 1965 மே 3ஆம் தேதி, மாநிலங்கள் அவையின் உரைகளிலே அண்ணா தெளிவாகச் சொல்கிறார், பதினான்கு மொழிகள் அன்றைக்குப் பதினான்குதான் இன்றைக்கு இருபத்து இரண்டு

பதினான்கு மொழிகளை நீங்கள் அலுவல் மொழிகளாக ஏன் ஆக்கக்கூடாது, பதினான்கு மொழி பேசுகிற மக்களையும் இந்தியா ஆளவேண்டும், அரசு ஆளவேண்டும் என்று கருதினால் அத்தனை

மொழிகளுக்கும் உரிய அங்கீகாரத்தை வழங்கவேண்டும் என்று அண்ணா சொன்னார். அன்றைக்கு அவருக்குச் சொல்லப்பட்ட சமாதானம் என்னவெனில், இல்லை, இல்லை அது நடைமுறைச் சாத்தியம் இல்லை என்பது. அன்றைக்கு அது உண்மையாகக் கூட இருக்கலாம் ஆனால் இன்றைக்கு அறிவியல், தொழில் நுட்பம் வளர்ந்திருக்கிற நேரத்தில், அது நடைமுறைச் சாத்தியம்தான் என்பதை உரத்துச் சொல்லவேண்டிய கட்டம் இது.

1961 ஆவது ஆண்டு மக்கள் தொகைக் கணக்கெடுப்பை நாம் எடுத்துக் கொள்ளலாம். இந்தியாவின் மக்கள் தொகை அன்றைக்கு 54.8 கோடி. அதில் இந்தப் பதினான்கு மொழி பேசுகிற மக்களினுடைய ஒட்டு மொத்த தொகை 38.23 கோடி. மீதம் 16 கோடி மக்கள் பேசுகிற மொழிகளுக்கு அன்றைக்கே அங்கீகாரம் இல்லை. மைதிலிக்கு இல்லை, போஜ்பூரிக்கு இல்லை, சட்டிஷ்கரிக்கு இல்லை, அவந்திக்கு இல்லை. உங்களினுடைய ராமர் வாழ்ந்ததாய்ச் சொல்லுகிற அயோத்தி மக்கள் பேசுகிற மொழி அவந்தி. உங்கள் சீதை கண்டெடுக்கப்பட்டதாய்ச் சொல்லுகிற மிதிலைப் பகுதியிலே இருக்கிற மக்கள் பேசுகிற மொழி மைதிலி. போஜ்பூரி என்பது பீஹாரி மொழியினுடைய ஒரு பகுதி, மறைமலை அடிகளார் மிகத் தெளிவாக வரையறுத்துக் காட்டுவார். இந்தி என்பதை மேல்நாட்டு இந்தி, கீழ்நாட்டு இந்தி, பீஹாரி இந்தி என்று மூன்றாகப் பிரிக்க வேண்டும். மூன்று மொழிகளிலும் இருக்கிற பல்வேறு மக்களின் மொழிகளையும் இந்தி என்று தவறுதலாகச் சொல்லித்தான் 27 சதவிகிதம் கணக்கைக் காட்டுகிறீர்கள். சரியாய்க் கணக்கெடுத்தால் 14 சதவிகிதத்திற்கும் குறைவு என்று மறைமலை அடிகள் சான்றுகளோடு அன்றைக்கே விளக்கினார்.

1967 ஆம் ஆண்டு சிந்தி மொழி 15 வது மொழியாக இணைத்துக்கொள்ளப்பட்டது சிந்தி மொழியை 20 லட்சம் மக்கள்தாம் பேசுகிறார்கள், பதினான்கு மொழிகளில் இரண்டு மொழிகள் மட்டும்தான் 'கோடி'க்குக்கு கீழே. மற்ற அத்தனை மொழிகளும் 'கோடி'க்கு மேலே. அன்றயக் கணக்கின்படி, தமிழகத்தில் 3 கோடி 69 லட்சம் மக்கள். ஆந்திரா ஏறத்தாழ 4 கோடி. 'கோடி'க்குக் கீழே இருந்தது காஷ்மீரி மொழி, 19 லட்சம் மக்கள் பேசுகிற மொழி. அந்தப் பதினான்கு அங்கீகரிக்கப்பட்ட மொழிகளில் ஒன்று சமஸ்கிருதம். அதை அன்றைக்கு எத்தனை மக்கள் பேசுகிறார்கள் என்று கணக்கெடுப்பு சொல்லுகிறது என்றால், குறித்துக்கொள்ளுங்கள், வெறும் 2544 பேர்.

சந்தாள் என்றொரு பழங்குடி மக்கள், வடகிழக்குப் பகுதியிலே வாழ்கின்றனர். அவர்கள் பேசுகிற மொழி சந்தாலி. அதை 30 லட்சம் மக்கள் பேசுகிறார்கள். 2544 பேர் பேசுகிற மொழிக்கு அங்கீகாரம், அரசு செலவு, சமஸ்கிருத ஆண்டு. ஆனால் 30 லட்சம் பேர் பேசுகிற மொழிக்கு அங்கீகாரமே இல்லையே, ஏன்? இந்திய அரசு எண்ணிக்கையை வைத்து முடிவு செய்யவில்லை. எத்தனை பேர் இந்த மொழியைப் பேசுகிறார்கள் என்பதை வைத்து முடிவு செய்யவில்லை, யார் பேசுகிறார்கள் என்பதை வைத்து முடிவு செய்கிறது. ஏன் சமஸ்கிருதத்துக்கும், சிந்திக்கும் அத்தனை பெரிய ஆதரவு? சிந்தி என்பது பனியாக்களின் மொழி, சமஸ்கிருதம் பார்ப்பனர்களின் மொழி. பார்ப்பன, பனியாக்கள் பேசுகிற மொழிக்கு

ஏற்றம், பழங்குடி மக்கள் பேசுகிற சந்தாலிக்கு இறக்கமா? சமஸ்கிருதத்தைப் புனிதமான மொழி என்று சொல்லிவிட்டதனாலே ஜனநாயகத்துக்குப் புறம்பாக, கோடிக்கணக்கான மக்கள் பேசுகிற மொழிகளைப் புறக்கணித்துவிட்டு வெறும் 2544 பேர் பேசுகிற சமஸ்கிருதத்துக்கு இத்தனை ஏற்றம் கொடுக்கப்பட்டுள்ளது.

அடுத்து, நூல்களில் புனிதமானது வேதம்.

வேதம் என்றால் உயர்வு என்ற கருத்து உள்ளது. நமக்கு அதைப் படிக்க அனுமதியில்லை, அனுமதி உள்ள பார்ப்பனரெல்லாரும் கூட, வேதம் படித்ததில்லை. காயத்ரி மந்திரம் தெரியுமே தவிர வேதம் தெரியாது. வேதத்தை ஆங்கிலேயர்கள் ஆங்கிலத்திலே மொழி பெயர்க்கிற வரைக்கும் வேதம் ஒருவருக்கும் தெரியாது. சமஸ்கிருதம் தெரிந்த, தெரிந்தவர்களிலும் ஆயிரத்தில் ஒருவர்தான் வேதப்புத்தகத்தைப் படித்துள்ளனர்.

வேதம் என்பது இன்றைக்குப் பல்வேறு மொழிகளிலே மொழி பெயர்க்கப்பட்ட பிறகு, எல்லோரிடமும் எழுகிற கேள்வி ஒன்றுதான், இவ்வளவுதானா வேதம்! மொத்தம் ரிக், யஜுர், சாம, அதர்வண வேதம் என்று நான்கு வேதங்கள். ரிக் வேதம்தான் தொன்மையானது. ரிக் வேதத்திலே ஏறத்தாழ பத்தாயிரம் வரிகள் இருக்கின்றன, ஆயிரத்து இருபத்து எட்டு (1028) சூத்தம் என்று சொல்லுகிறார்கள். சூத்தம் என்றால் பாடல், வேறு ஒன்றுமில்லை. அந்தப் பாடல்களிலே என்ன இருக்கிறது?

இரண்டு புத்தகங்களை நாம் எடுத்துக்கொள்ளலாம் வேதத்தை முழுமையாக சமஸ்கிருதத்திலே படித்தவர்கள் எழுதியிருக்கிற நூல் ஒன்று. தேவிபிரசாத் சட்டபாத்யாயா, அவர்தான் இன்றைக்கு இந்தியத் தத்துவ இயலில் தமிழில் மிகக் கூடுதலாக எழுதியுள்ளார். தமிழில் மொழி பெயர்க்கப்பட்டிருக்கிற அவருடைய, இந்திய தத்துவ இயல். இந்தியத் தத்துவத்தில் நிலைத்திருப்பனவும், ம்றைந்தனவும் உள்ளிட்ட பல நூல்கள்.. அவரே ஒரு மேற்கோளைக் காட்டுகிறார், 'நான் சொன்னால் கூட ஏற்க மாட்டார்கள், வங்காளத்துப் பார்ப்பனர் எச்.பி.சாஸ்திரி புத்தகத்திலிருந்து ஒரு நீண்ட மேற்கோளை அப்படியே தருகிறேன்', என்று அவர் எடுத்துத் தருகிறார். இந்தியத் தத்துவ இயல் என்கிற புத்தகத்திலே இருக்கிறது. எச்.பி.சாஸ்திரி என்ன சொல்லுகிறார் என்றால். 'வேதம் படித்தவன் சிவனுக்கும், விஷ்ணுவுக்கும் அடுத்த நிலையிலே வைத்துப் பார்க்கவேண்டியன் என்று சொல்லப்படுகிறது.. விஸ்வாமித்திரர் ஒரு வேத மந்திரத்தை, சூக்தத்தைச் சொன்னார். பதினெட்டு ஆண்டுகால வறட்சி முடிந்து வானம் பிய்த்துக்கொண்டு மழை பெய்தது என்கின்றனர். எல்லாம் கதைகள். எங்கே எப்போது நடந்தது என்று எவனும் சான்று கேட்க முடியாது. எனவே இப்படியெல்லாம் சொல்லப்பட்டதை வைத்து, நானும் வேதத்தைப் பயந்து பயந்து படிக்கத் தொடங்கினேன், படித்து முடித்ததற்குப் பிறகு எந்த மிகையும் இல்லாமல், எந்தக் குறைபாடும் இல்லாமல், நெஞ்சில் பட்டதை மறைக்காமல் சொல்லுகிறேன், அவை சிறந்த இசைப்பாடல்கள், அதற்கு மேல் அதில் ஒன்றுமில்லை. அவ்வளவுதான்" என்று அவர் சொன்னார்.

வேதங்களிலே என்ன உள்ளடக்கம்? எங்களுக்கு உணவு வேண்டும், மழை வேண்டும், எங்கள் கால்நடைகள் வளமாக இருக்க வேண்டும்,

எங்களுக்கு வெற்றி வேண்டும், என்று சோமனை,வாயுவை, இந்திரனை, அக்னியைப் பிரார்த்தித்துக்கொண்ட துதிப்பாடல்கள் அவை. ஆனாலும் எச்.பி.சாஸ்திரி சொல்லுகிறார், 'கவித்துவ நயத்தில் அந்தப் பாடல்கள் இன்னமும் உயர்ந்தே இருக்கின்றன'. கம்பராமாயணத்தினுடைய கவிதை நயத்தை, கற்பனை வளத்தை, ஒப்புமைத் திறத்தை யாரும் மறுக்க முடியாது. அதுபோல வேதங்கள் என்பவை, கவித்துவமான பாடல்களின் தொகுப்பு. 'பல்வேறு காலங்களில் பல்வேறு புலவர்களால் பாடப்பட்ட அந்தப் பாடல்களினுடைய தொகுப்புதான் ரிக்வேதமே தவிர, அதிலே வேறு ஒன்றும் புனிதமாக எனக்குத் தெரியவில்லை' என்று அவர் சொன்னதற்குக் காரணம், அவர் மட்டும்தான் அப்போது வேதத்தைப் படித்திருந்தார்.

வேதப் புத்தகம் சரஸ்வதி ஆறுதான் புனிதமானது என்கிறது. சரஸ்வதி என்கிற ஆற்றுக்குத்தான் ஆகாய கங்கை என்று பெயர். எங்கே இருக்கிறது அந்த சரஸ்வதி என்பதற்கு இன்றைக்கு வரைக்கும் விடை கிடையாது. அலஹாபாத்திலே திரிவேணி சங்கமம் – கங்கை, யமுனை, சரஸ்வதி கலக்கிறது என்பார்கள். கங்கை தெரிகிறது, யமுனை தெரிகிறது, சரஸ்வதி கண்ணுக்குத் தெரியாது ஆகாயத்திலிருந்து வந்து அது பூமிக்குள் ஓடிவிடும் என்று சொல்லுகிற பொய்யை, இனியும் எப்படி நம்புவது? பூமிக்குள் ஓடியிருந்தால் எங்கே என்று சொல்லித்தொலையுங்கள், நிலத்தடி நீராவது கிடைக்கும், தோண்டி எடுக்கலாம். இல்லாத ஒன்றைக் கற்பனை செய்து, அதுதான் புனிதமானது என்று சொல்வதா?

இப்படிப் புனிதங்கள் ஒரு பகுதியிலே கற்பிக்கப்பட்டன. தீட்டு இன்னொரு பகுதியில் கற்பிக்கப்பட்டது. அதனை இரண்டு அடிப்படையிலே நாம் பார்க்கிறோம். ஒன்று பிறப்பின் அடிப்படையில் தீட்டு. அவன் தகுதி திறமை எதுபற்றியும் கவலை இல்லை, எத்தனை பெரிய அறிவாளியாக இருந்தாலும், அவன் பார்ப்பானாய், சத்திரியனாய், வைசியனாய் பிறக்காமல் சூத்திரனாய்ப் பிறந்தால் பஞ்சமராய், சண்டாளனாய்ப் பிறந்தால் அவன் தீட்டுக்கு உரியவன். யாராக இருந்தாலும் எந்தச் சாதியில் பிறந்தாலும், பார்ப்பனப் பெண்ணாகவே இருந்தாலும், பெண்ணாய்ப் பிறந்தால் தீட்டு. பிறப்பின் அடிப்படையிலும், பால் அடிப்படையிலும் சொல்லப்பட்ட இந்த இரு தீட்டுகளை ஒட்டித்தான் மொத்த சமூக வரலாற்றின் அடுக்குகள் நிறுவப்படுகின்றன.

அனைத்து ஜாதியினரும் அர்ச்சகராவதில் ஏன் இன்னும் இத்தனை சிக்கல்? ஏன் ஆகக்கூடாது? எதற்காக நாம் அர்ச்சகராக வேண்டுமென்று போராடுகிறோம், மோட்சத்துக்கு முதலிடம் வேண்டும் என்பதற்காகவா? மோட்சம் நரகத்திலேயே நம்பிக்கை இல்லாதவர்கள் ஆயிற்றே நாம்! திரும்பத் திரும்பப் பலர் கேட்டார்கள், உங்களுக்குத்தான் கடவுள் நம்பிக்கை இல்லை, மத நம்பிக்கை இல்லை, கோவில் நம்பிக்கை இல்லை, பிறகு யர்ர் அர்ச்சகராக இருந்தால் உங்களுக்கு என்ன என்று கேட்டார்கள். கோவிலுக்குப் போகாதே என்று சொன்னதும் திராவிட இயக்கம் தான். கோவிலுக்குப் போகவேண்டுமென்று விரும்புகிறவனைத் தடுக்காதே என்று சொன்னதும் திராவிட இயக்கம்தான். ஏனென்றால் அது அவனுடைய உரிமை, அவன் போவது அறிவுடைமை அன்று என்பதை அவனுக்கு நாங்கள் சொல்லுவோம், ஆனாலும்கூட அவன் விருப்பத்தை நிறைவேற்றிக்

கொள்வதற்கான உரிமையை நீ யார் தடுப்பதற்கு?

கோவில் நாங்கள் கட்டிய கோவில். கல்லைச் சுமந்தவர்கள் நாங்கள், மண்ணைச் சுமந்தவர்கள் நாங்கள், வெயிலில் காய்ந்தும், மழையில் நனைந்தும் கொவிலைக் கட்டியவர்கள் நாங்கள். இனி நாம் நம்முடைய முழக்கங்களை மாற்ற வேண்டும். கோவிலுக்குள்ளே போவதற்கு எங்களுக்கு உரிமை வேண்டும் என்று சொல்லுவதை நிறுத்திவிட்டு, கோவில் எங்கள் கோவில், பாப்பானே வெளியேறு என்று முழக்கத்தை மாற்ற வேண்டும். இட ஒதுக்கீட்டை எங்களுக்கு வழங்கு என்கிற முழக்கத்தை நிறுத்திவிட்டு, பாப்பானுக்கு மூன்று சதவிகிதம் (3%) இடஒதுக்கீடு கண்டிப்பாக வழங்குங்கள் என்று முழக்கத்தை மாற்ற வேண்டும்.

ஆகமம் வேறு, வேதம் வேறு என்பதையே பலரும் அறியாமல் இருக்கிறோம். வேதம் என்பது கடவுள் சிஷ்யனுக்கு சொன்னது என்று சொல்லுகிற பொய். ஆகமம் என்பது கோவிலைக் கட்டுகிற முறை, கோவிலில் வழிபடுகிற வழிபாட்டு முறை ஆகியனவற்றை விளக்குவது. சிவன் கோவிலில் சிவாச்சாரியார்தான் அர்ச்சகர். வைஷ்னவக் கோவில்களில் பட்டாச்சாரியார்தான். முருகன் கோவிலிலே குமார தந்திரர்தான். சக்திக் கோவிலிலே சாக்த தந்திரர்கள்தான். ஆனால் இன்றைக்கு அப்படி இல்லை, மாறி மாறிக் கிடக்கிறது. ஆகமங்கள் மீறப்பட்டிருக்கின்றன. ஸ்மார்த்த பார்ப்பனர்கள் கோவிலின் கொடிக்கம்பத்துக்கு மேலே போகக்கூடாது என்கிறது காரண ஆகமம். ஸ்மார்த்த பார்ப்பனன் என்றால் காஞ்சிபுரத்திலே இருக்கிறாரே அவர்தான். எந்த உருவ வழிபாட்டையும் ஏற்காமல் நெருப்பை மட்டுமே வணங்குகிறர்வர்கள் ஸ்மார்த்தப் பார்ப்பனர்கள், வேதந்தான் கடவுள் அவர்களுக்கு..

நெருப்பை மட்டுமே வணங்குகிற ஸ்மாரத்த பார்ப்பனர்கள் சிவன் கோவிலுக்குள் போய் அர்ச்சனை செய்வதற்கு ஆகமம் ஒப்புதல் தரவில்லை. ஆனால் இன்றைக்கு ஸ்மார்த்த பார்ப்பனர்கள் அர்ச்சகர்களாக இருக்கிறார்கள். அவன் ஸ்மார்த்த பார்ப்பனன் என்பதே மற்றவர்களுக்குத் தெரியாது. ஆகையினாலே இப்படிப் பிறப்பின் அடிப்படையில், சாதியின் அடிப்படையில் தீட்டு என்று கொண்டுவந்தவர்கள் ஏன் பெண்களைத் தீட்டு என்று ஆக்கினார்கள்?

பல பேர் சொல்லுவார்கள், நான் சொல்வதை இந்த அரங்கு தவறாக எடுத்துக்கொள்ளக் கூடாது. நம் ஊர்களிலே பல பேர் பார்ப்பனப் பெண்களைத் திருமணம் செய்து கொண்டிருக்கிறார்கள். குறிப்பாக, நம்மைப்பற்றிக் கடுமையாக விமர்சனம் செய்கிறபோது, இந்தத் திராவிடக் கட்சிக்காரர்கள் பாப்பானைத்தான் எதிர்ப்பார்களே தவிர பார்ப்பனப் பெண்களை இல்லை என்பார்கள். ஒருவிதத்தில் அவர்கள் நம்முடைய உறவுதான் என்பதால் அப்படி இருக்கலாம், வேறொன்றும் இல்லை. நான் வரலாற்று அடிப்படையில் சொல்லுகிறேனே தவிர, யாரையும் குறைத்துச் சொல்லவில்லை. பார்ப்பனர்கள் தனியாக வந்து நம் மண்ணில் குடியேறியவர்கள். திராவிடப் பெண்களைத்தான் மணந்துகொண்டார்கள். அதனால்தான் பெண்களையும் சூத்திரர்களாக அவர்கள் நடத்துகிறார்கள். வேறு எந்தப் பெண்களைக் காட்டிலும் கூடுதல் கொடுமைகலுக்குப் பார்ப்பனக் கைம்பெண்கள் உள்ளாக்கப்படுகிறவர்கள்

பார்ப்பனப் பெண்களைத்தான் இன்றைக்கும் பேச்சு வழக்கில், 'மொட்ட பாப்பாத்தி' என்று சொல்வார்கள். ஒரு பெண் தன் கணவனை இழந்ததற்காக, அவளை மொட்டை அடித்து மூலையிலே உட்கார வைக்கிற கொடுமையான சமூகம் பார்ப்பன சமூகம்.

இன்னமும் கொடுமைக்கு உள்ளாகிறார்கள், எனவே தான் பெண்கள் எந்தச் சாதியாக இருந்தாலும், அவர்கள் தீட்டுக்கு உரியவர்களாக ஆக்கப்படுகிறார்கள். பார்ப்பன ஆண்களுக்குத் தீட்டு என்பதே கிடையாது.

மாத விலக்கு நேரத்தில் நாம் பெண்களைப் படுத்தும் பாடு இருக்கிறதே, இன்று சற்றுக் குறைந்திருகலாம். ஆனால் இப்போதும் பார்ப்பன வீடுகளில் அது தொடரவே செய்கிறது. தோழர் கீதா அவர்களும் அவருடைய கணவரும் சேர்ந்து மாதவிடாய் என்றே ஒரு காணொளிக் காட்சியைக் கொண்டு வந்திருக்கிறார்கள். அது 40 நிமிடங்கள் ஓடுகிறது. அப்படம் குறித்து அவர்கள் சொல்லியிருக்கிற மிக அழகான அறிமுகம் என்ன தெரியுமா இது ஆண்களுக்கான பெண்களின் படம். மாதவிடாய் என்பது வாழ்வின் இயல்பான ஒரு பகுதி. மாதவிடாய் அருவெறுப்பென்றால் தாய்ப்பால் என்பது என்ன? ரத்தம்தானே! தாய்ப்பாலும் ரத்தம் மாதவிடாயும் ரத்தம். பிறகு மாதவிலக்கு மட்டும் ஏன் தீட்டு?

மதுரைக்குப் பக்கத்தில் கூவலூர் என்ற ஒரு ஊரில் போய் ஓர் இடத்தை இந்தப் படத்தில் எடுத்திருக்கிறார்கள். என்ன கொடுமை! அந்த ஊரில் தனியாக ஒரு சின்னக் கட்டடமே கட்டி வைத்துள்ளனர். வயதுக்கு வந்தாலும் சரி, மாதவிலக்கின்போதும் சரி, குழந்தை பெறுகிறபோதும் சரி, அந்த ஒரு சின்ன அறைக்குள்தான் பெண்கள் தங்க வேண்டும். வயதுக்கு வந்தால் ஒரு மாதம், மாதவிலக்கின்போது மூன்று நான்கு நாள்கள். சாப்பாடு, தண்ணீர் எல்லாம் அங்குதான். பெண் பிள்ளைகள் சிலர் சொல்லுகிறார்கள், 'எங்க அம்மா அப்பா வேலைக்குப் போய்ட்டாங்கன்னா, நாங்க அந்த வாசலில் உட்கார்ந்துகொண்டு போகிற, வருகிற பெண்களைப் பார்த்து அம்மா கொஞ்சம் தண்ணி, அம்மா கொஞ்சம் சோறு என்று பிச்சை எடுக்கிற நிலமைக்கு வந்திருக்கிறோம்'.

அந்தக் குறும்படத்தில், காவல்துறை அதிகாரி திலகவதி, திண்டுக்கல் சட்டமன்ற உறுப்பினர் பாலபாரதி. பி.ஜே.பி. மாநிலத் தலைவர் தமிழிசை எல்லோரும் இடம் பெற்றுள்ளனர். திலகவதி, நாம் நினைத்துப் பார்க்க முடியாத ஒரு கோணத்தைச் சொல்கிறார். 'இந்தக் காவலுக்குப் பந்தோபஸ்த்துன்னு சொல்றாங்களே, அப்ப காவல்துறை போய் காத்துக்கிட்டு இருக்கணும். ஆண்களின் நிலமைக்கும் பெண்களின் நிலமைக்கும் பெரிய வேறுபாடு இருக்கிறது. காவலர்களும் பெண்கள்தானே. அந்த நேரங்களிலே திருவிழாவிற்குப் போறபோது அங்கே இருக்கிற வீடுகளில் உள்ள பெண்களிடம், நாங்க கொஞ்சம் கழிப்பறையைப் பயன்படுத்திக்கிறோம் என்று கேட்கலாம். ஆனால் சாதிக்கலவரம் வந்திருது பாருங்க கிராமத்துல, அப்ப பெண் காவலர்களையம் போடுறாங்க, அந்த நேரத்துல போய்க் கதவைத்தட்டினா அதுல இன்னொரு கலவரம் வந்துவிடும். வேறு ஜாதிக்காரி இங்க வந்துட்டான்னு' என்று குறிப்பிடுகிறார்.

பாரதிதாசன் ஒருமுறை எழுதினார். அது எம்டன் குண்டு வீசப்பட்ட

காலக்கட்டம், அவர் ஒரு கிராமத்திலே வேலை பார்த்துக்கொண்டிருக்கிறார். 'எம்டன் குண்டு வீசுறான்னு சொன்ன உடனே, நகரத்திலேயிருந்து எல்லாரும் இந்த கிராமத்துக்கு ஓடி வந்துட்டான். வந்தவர்களுக்கு எல்லாரும் இடம் கொடுத்தார்கள் அங்கங்க தங்கினார்கள். இரண்டு மூன்று நாட்களாகிவிட்டது எம்டன் போன உடனே, மெல்ல ஒரு பிரச்சனை எழுந்தது, அவன் தலித்தாமே ரெட்டியார் வீட்டுல தங்க விட்டுட்ட? உடனே இந்தச் சண்டை வந்தது. யார் வீட்டிலே யார் தங்குனான்னு' என்று நிகழ்வை விவரித்த புரட்சிக் கவிஞர் பாரதிதாசன் இறுதியில் மிக அழகாக எழுதுவார், 'இந்தப் பயலுகள ஒன்று படுத்துவதற்கு எம்டன் மறுபடியும் குண்டு போட்டாலும் தேவலை'என்பார். எம்டன் வந்துதான் இவர்களை ஒன்றுபடுத்த முடிகிறது. குண்டு விழுந்தாலே தவிர, சாகும் நேரத்திலும் சாதி பார்க்கும் இழிவான போக்கு இது.

சாதிக்கும், பால் அடிப்படையிலான பெண்ணடிமைத் தனத்துக்கும் மிக நெருக்கமான உறவு இருக்கிறது. தீட்டு இரண்டு பேருக்கும் உண்டு. சமூகத்தில் தாழ்த்தப்பட்ட மக்கள் செய்கிற பணிகளையெல்லாம் வீட்டில் பெண்களே செய்ய வைக்கப் படுகிறார்கள். இரண்டையும் அன்றே எதிர்த்த மாமனிதர் சிவ வாக்கியார் என்னும் சித்தர். அவர் கடுமையான சொல்லையே கூடப் பயன்படுத்தியிருப்பார். தூமை என்னடா தூமை என்று கேட்பார். தூமை இல்லாமல் குழந்தை ஏதடா என்பார். எம்.எஸ்.பூரணலிங்கம் பிள்ளை போன்ற தமிழ் அறிஞர்கள் சிவ வாக்கியார் இந்தச் சொல்லை பயன்படுத்தியிருக்கிறாரே என்று வருத்தப்படுவார்கள். ஆனால் சிவவாக்கியார் மக்கள் மொழியில் பேசியிருக்கிறார்.

இன்றைக்கு, குழந்தை பிறந்த உடனே தொப்புள் கொடி வெட்டப்படுகிறபோது, ஸ்டெம் செல் (stem cell) என்று ஒன்றை எடுத்து வைத்திருக்கிறார்கள், ஒரு லட்சம் ரூபாய் இப்போது அத்றகுச் செலவாகிறது. அந்த குழந்தைக்கு எதிர் காலத்தில் வருகிற நோய்களையெல்லாம் அதைக்கொண்டு குணப்படுத்த முடியுமாம். அடுத்த கட்டமாக வந்திருக்கிற செய்தி, மாதவிலக்கிலிருக்கிற ரத்தத்தைக் கொண்டும் ஸ்டெம் செல் என்பதை உருவாக்க முடியும் என்பதுதான். இனிமேல் எது தீட்டு? அது ஒரு கற்பிதமே என்பது உறுதியாகின்றது.

தீட்டைக் கற்பித்ததில் என்ன வேறுபாடு என்றால், சாதியின் அடிப்படையில் சொல்லப்பட்ட தீட்டு சாகும் வரைக்கும் நீள்கிறது. பால் அடிப்படையில் சொல்லப்பட்ட தீட்டு மூன்று நாட்களோடு மாதத்தில் முடிந்து போகிறது. என்ன காரணம்? தாழ்த்தப்பட்டவனை இவன் சாகும் வரையில் தீண்டாமல் இருந்து விடலாம், ஆனால் பெண்களைத் தீண்டாமல் இருக்க முடியாது.

புனிதம், தீட்டு இரண்டையும் ஒழிக்காமல், இங்கே சமத்துவம் மலராது.

5 நுகர்வும் துறவும்

எதிரும் புதிரும் என்னும் தொடர் சொற்பொழிவினுடைய, இன்றையப் பொழிவில் உங்கள் அனைவரையும் சந்திப்பதில் மகிழ்ச்சி. முதல் ஐந்து பொழிவுகளுக்கான தலைப்புகள், இயல்பாகவே ஒன்றுக்கொன்று எதிர்ச் சொற்கள் என்று உணரப்பட்டவை. போருக்கு எதிர்ச் சொல் எது என்று கேட்டால் அமைதி, என்று எல்லோரும் சொல்லிவிடுவார்கள். புனிதம் என்பதற்குத் தீட்டு என்பதுதான் எதிர்ச்சொல். ஆனால் இன்றைக்கு நான் கொடுத்திருக்கிற இந்த தலைப்பை,ஏன் இப்படித் தேர்ந்தெடுத்தேன், என்பதை முதலில் விளக்கிவிட்டுத்தான் பிறகு தலைப்புக்குள் போவது சரியாக இருக்கும் என்று கருதுகிறேன்.

நுகர்வும், துறவும் என்பது இன்றைய பொழிவின் தலைப்பு. பொதுவாக, சின்னக் குழந்தைகளிடம் கூட துறவறம் என்பதற்கு எதிர்ச் சொல் என்ன என்று கேட்டால், இல்லறம் என்றுதான் சொல்லுவார்கள். கவனமாகத்தான நான் இல்லறமும் துறவறமும் என்று கொடுக்காமல், துறவும் நுகர்வும் என்று கொடுத்திருக்கிறேன். அடிப்படையில் இல்லறமும், துறவறமும்

ஒன்றுக்கொன்று எதிரானவை அல்ல என்பது என்னுடைய கருத்து. இரண்டும் அறங்கள்தாம் பிறகு. எப்படி ஓர் அறம் இன்னொரு அறத்திற்கு எதிரானதாக இருக்க முடியும்? அப்படி ஒன்று உயர்ந்தது ஒன்று தாழ்ந்தது என்று சொன்னால் வள்ளுவப் பெருமகன் உட்பட இரண்டையும் எல்லோரும் பாடியிருக்க மாட்டார்கள். எனவே இல்லறமும் துறவறமும் ஒன்றுக்கொன்று எதிரானவை இல்லை என்ற அந்த அடிப்படையிலேதான், தலைப்பை நான் நுகர்வும் துறவும் என்று கொடுத்தேன். அதற்குக் காரணம், துறவறத்துக்கு நேர் எதிரானது இந்த நுகர்வுக் கலாச்சாரம்தான்.

நுகர்வு என்கிற சொல் மிக அண்மையிலேதான் வழக்குக்கு வந்திருக்கிற சொல் என்று சொல்லவேண்டும். அதுவும், இந்த ரேஷன் கார்டு என்பதை, நுகர்வோர் அட்டை என்று சொன்னதற்குப் பிறகுதான், நுகர்வு என்பதற்கான பொருள் பளிச்சென்று, வந்து சேர்ந்தது. அதுவரை நுகர்வு என்று சொன்னால் மிகப் பலர் முகர்தல் என்று அதற்கான பொருளைத் தவறாக புரிந்து கொள்ள வாய்ப்பு இருந்தது. ஆங்கிலத்திலே சொல்லிப் புரியவைக்கவேண்டிய நிலையும் இருந்தது. நுகர்வுப் பண்பாடு என்றால் consumering culture என்று சொன்னால்தான், அடடா சரியான தமிழில் சொல்லிவிட்டது போன்ற ஒரு புரிதல், தமிழகத்திலே ஏற்படும். இன்றைக்குப் பொருள்களை வாங்கிக் குவிக்கிற ஒரு கலாச்சாரம் வளர்ந்து கொண்டிருக்கிறது. வளர்ந்து கொண்டிருக்கிறது என்பதை விட, திட்ட மிட்டு வளர்க்கப்பட்டுக் கொண்டிருக்கிறது என்பதே சரியானது. மிகக் கவனமாக நமக்குத் தேவையில்லாத பொருள்களையும் கூட வாங்கி வைத்துக் கொள்கிறவர்களாக இன்றைய உலகத்தில் நாம் ஆக்கப்படுகிறோம். ஆகையினாலே, அந்தப் பொருள் குவிப்பு மனநிலைதான், எல்லாவற்றிலிருந்தும் விலகி நிற்கிற துறவு மனநிலைக்கு எதிரானது என்கிற பொருளில் நுகர்வும் துறவும் என்கிற பொழிவை இப்போது நாம் மேற்கொள்ளுகிறோம்.

முதலில் துறவறம் பற்றிய சில செய்திகளை நாம் பார்த்துவிடலாம். ஏனென்றால் துறவறம் பற்றி இங்கே மிகப் பிழையான செய்திகள்தான் பல தொடர்ந்து எடுத்துவைக்கப்படுகின்றன. துறவிகள் என்று சொன்னவுடனேயே நமக்கல்ல, சமூகத்தில் மிகப் பலருக்கு, சாமியார்கள்தான் நினைவுக்கு வருகிறார்கள். பெரும்பான்மையும் துறவிகளாக இல்லாதவர்கள் அவர்கள்தான். நான் அறிந்த வரையில் காவி உடையிலே இருக்கிறவர்கள்தான் மிகப் பெரும்பான்மையாக அந்தத் துறவு மனப்பான்மை இல்லாமல் இருக்கிறவர்கள். பேராசிரியர் அப்துல் காதர் அவர்கள் அவருக்கே உரிய நகைச்சுவையோடு சொல்லுவார், இந்தச் சாமியார்கள் வெளியிலே காவியைக் கட்டிக்கொள்கிறார்கள், உள்ளே போய்த் தேவியைக் கட்டிக்கொள்கிறார்கள் என்று! எல்லோரையும் ஒரே தளத்திலே அப்படிச் சொல்லிவிட முடியாது என்றாலும் கூட, துறவுக்கு அடையாளம் காவி உடையன்று. துறவு என்பது ஒரு மன நிலை. அது வெளி உடை சார்ந்தது அன்று, பண்பாடு சார்ந்தது. நம் மனத்தினுடைய ஆழ் நிலை சார்ந்தது. எனவே துறவு என்பதை முதலில் நாம் எடுத்துக்கொள்ளுகிற போது இரண்டு விதமான துறவுகள் குறித்து உரையாட வேண்டும்.

ஒன்று திருமணத்திற்கு முந்திய துறவு. இன்னொன்று திருமணத்திற்குப்

பிந்திய துறவு. திருமணத்திற்கு முந்திய துறவுக்குச் சங்கராச்சாரிகள் எடுத்துக்காட்டு. சங்கர மடத்தினுடைய இயல்பு உங்களில் பலருக்கு நன்றாகத் தெரிந்திருக்கும். சிறுவயதிலேயே அவர்களை, அவர்கள் மொழியில் சொல்ல வேண்டுமானால், பிரம்மச்சரியத்திலிருந்து, கிரஹஸ்த்துக்கு வராமல் சந்நியாசத்துக்கு அழைத்துக் கொண்டு போவது. இடையிலே ஒரு தாவல். பிரம்மச்சரியத்திலிருந்து திருமணமே ஆகாதவர்களை நேரடியாகத் துறவறத்துக்கு அழைத்துக்கொண்டு போவது. அடிப்படையில் இயற்கைக்கு முற்றிலும் முரணான ஒன்று அது.

பிறகு திருமணத்திற்குப் பிந்திய துறவு. அதற்குப் பல எடுத்துக்காட்டுகள் இருக்கின்றன. ராகவேந்திரர் அப்படித்தான். அரவிந்த கோஷ் அப்படித்தான். இன்னும் பலரையும் சொல்லலாம். திருமணத்திற்கு முந்திய துறவு இயற்கைக்கு முரணானது என்றால், திருமணத்திற்குப் பிந்திய துறவு ஒரு மிகப் பெரிய நாணயப் பிழை என்று சொல்ல வேண்டும். ஒரு நம்பிக்கைத் துரோகம். இப்படிச் சொல்லுவதற்கு அழுத்தமான ஆதாரங்கள் நம்மிடத்திலேஇருக்கின்றன.

சங்கராச்சாரியார் காணாமல் போனதற்குப் பிறகு, அவர் நேபாளத்தில் கங்கை ஆற்றங்கரையில் மீண்டும் 'கண்டெடுக்கப்பட்ட போது' யாரோடு இருந்தார் என்பதைச் செய்தித்தாள்கள் நமக்குத் தெளிவாகவே சொல்லின. இன்றைக்கும் பல்வேறு விதமான சாமியார்களின் மீது வந்துகொண்டிருக்கிற பல்வேறு செய்திகளில் உண்மைகள் இருக்கலாம், பொய்களும் இருக்கலாம். எப்படியிருந்தாலும் அப்படிப்பட்டவை வந்துகொண்டிருப்பதற்கான அடிப்படைக் காரணம், இயற்கைக்கு முரணாக வாழ்வது அவ்வளவு எளிதன்று என்பதுதான்.

திருமணத்திற்குப் பிந்திய துறவில் இரண்டு துறவிகளைப் பற்றிக் குறிப்பிட விரும்புகிறேன். நீங்கள் அறிந்த துறவிகள்தாம். ஆனால் அவர்கள் எப்படி அந்தத் துறவு வாழ்க்கையில் இருந்தார்கள் என்பதைச் சான்றுகளோடு சொல்ல விரும்புகிறேன்.

மேற்கு வங்கத்தில் கமர்புகார் என்கிற ஒரு சிற்றூரில் 'கடாதர்' என்றொருவர் 1836 ஆவது ஆண்டு பிறந்தார். இந்தக் கடாதர் நீங்கள் அறியாத பெயராக இருக்கலாம். ஆனால் நான் இந்தக் கதையைச் சொல்லிக்கொண்டு வருகிறபோது அவர் யார் என்று உங்களுக்குத் தெரியும். 1836 ஆம் ஆண்டு பிறந்த கடாதர், சிறுவயதிலிருந்தே இயல்பான மனநிலையிலிருந்து விலகி நின்றார். அதை இரண்டு மாதிரியாகச் சொல்வது உண்டு. ஆன்மீகவாதிகள் அதை ஞானம் என்பார்கள். மருத்துவர்கள் அது மனநிலைப் பிறழ்வு என்பார்கள். எப்படியிருந்தாலும் அவர் இயல்பான ஒரு தளத்திலிருந்து விலகி நின்றார். அவரை மிகவும் கட்டாயப்படுத்தி இருபத்து மூன்று வயதில் அவருக்குத் திருமணம் செய்து வைத்தார்கள். திருமணத்திற்குப் பிந்திய துறவுக்காக நான் சொல்கிறேன். அவரைத் திருமணம் செய்து கொண்ட பெண்ணுக்கு வயது ஐந்து. பெண்ணினுடைய பெயரைச் சொன்னால் உங்களுக்கு யார் என்று தெரியும். அந்தப் பெண்ணினுடைய பெயர் சாரதா. சாரதா அம்மையார் என்று சொன்னவுடனேயே அவர் ராமகிருஷ்ணர் என்பது நமக்குப் புரியும். இந்தச் செய்திகளை நான் எங்கிருந்து எடுக்கிறேன் என்பதையும் சொல்லிவிடவேண்டும். விடுதலையிலிருந்தோ, தி.மு.கழக ஏடுகளிலிருந்தோ

நான் எடுக்கவில்லை. பாரதிய வித்யாபவன் ஒரு புத்தகம் வெளியிட்டிருக்கிறது. 'பரம ஹம்ஸ ஸ்ரீராமகிருஷ்ணா'. இதுதான் அந்தப் புத்தகத்தினுடைய பெயர். அவரைப் போற்றும் திவாகர் எழுதியிருக்கிற நூல். அவர் ஐந்து வயதுப் பெண்ணைத் திருமணம் செய்து கொண்டார். இதிலே வேடிக்கை என்னவென்றால் இது பால்ய விவாகமும் இல்லை, சரியான விவாகமும் இல்லை. இரண்டு பேரும் குழந்தைகளாக இருந்தால்தான் அது பால்ய விவாகம். இவருக்கு வயது இருபத்து மூன்று, அந்தப் பெண்ணுக்கு வயது ஐந்து. ஆனால் இவர் அந்தப் பெண்ணோடு வாழவில்லை. முதல் பதிமூன்று ஆண்டுகள் அந்தப் பெண் அவருடைய தாய் வீட்டிலேதான் இருந்தார். அதற்குப் பிறகும் இவர் வெளிப்படையாகச் சொன்னார் நான் உன்னை ஏற்றுக்கொள்ள முடியாது. என்ன காரணம் என்றால், எனக்குப் பெண்களைப் பார்த்தாலே ஒரு விதமான அச்சம் வருகிறது. ஒரு பெண் புலியைப் பார்ப்பது போல இருக்கிறது. பெண்கள் என்னைத் தொட்டால் எரிச்சல் ஏற்படுகிறது. இதை ஆங்கிலத்திலே சொன்னால் ஒருவிதமான abnormalcy. பெண்கள் என்னைத் தொட்டால் எரிச்சல் வருகிறது, உளவியல் வல்லுனர்கள் இதனை misogamy என்று சொல்லுவார்கள்.

பெண்களைப் பார்த்தாலே வருகிற வெறுப்பும், எரிச்சலும் காரணமாக அவர் இல்லற வாழ்விலேயே ஈடுபடாமல் துறவறத்தை மேற்கொண்டார். என்ன வேடிக்கையென்றால், அவர் திரும்பத் திரும்ப வலியுறுத்தியதெல்லாம் தாய்த் தெய்வ வழிபாடுதான். ஆனால் பெண்களிடத்திலே ஏன் ஈடுபாடு இல்லையென்பதற்கும் அவர் ஒன்றைச் சொன்னார். எந்தப் பெண்ணைப் பார்க்கிறபோதும் என்னுடைய தாயின் உணர்வு எனக்கு வருவதால், பாலியல் உணர்வு ஏற்படவில்லை. இதைத்தான் டாக்டர் கோவூர் அவர்கள் ஒரு மனப் பிறழ்வு நிகழ்ச்சியாகவே எழுதியிருக்கிறார். தமிழில் மறுபிறவி என்று அது திரைப்படமாகவும் வந்திருக்கிறது. மறுபிறவியிலே வருகிற கதாநாயகனை மனநோயாளியாகக் காட்டுவார்கள். ஆனால் பரமஹம்சரை மிகப் பெரிய ஞானியாகக் காட்டுவார்கள். இரண்டு பேருக்குமே நிகழ்ந்தது ஒன்றுதான். இயல்பான வாழ்க்கை முறையிலிருந்து பிறழ்ந்தது.

அதற்குப் பிறகு அதே பாரதிய வித்யாபவன் வெளியிட்டுள்ள மகாயோகி என்ற புத்தகம். மகாயோகி என்பது அரவிந்தருடைய வாழ்க்கை வரலாற்று நூல். திருமணத்திற்குப் பிந்திய துறவில் இந்நூல் தரும் தகவல்கள் குறித்துக்கொள்ளப்பட வேண்டியவை.

1872 ஆம் ஆண்டு அதே கொல்கத்தாவிலே பிறந்தவர்தான் அரவிந்தர். இவருக்கு இருபத்தி ஒன்பதாவது வயதில் திருமணம் நடந்தது. அவருடைய மனைவி மிருணாளினிக்கு வயது பதினான்கு. 1901 ஆம் ஆண்டு திருமணம் நடந்தது. 1910 ஆம் ஆண்டிலிருந்து அவர் புதுச்சேரிக்கு வந்துவிட்டார். இன்றைக்கும் புதுவையில் அரவிந்தர் ஆசிரமம் இருக்கிறது. 1901 ஆம் ஆண்டிற்கும் 1910 ஆம் ஆண்டிற்கும் இடைப்பட்ட அவருடைய வாழ்க்கை என்பது விடுதலைப் போராட்டத்திலே ஈடுபட்ட ஒரு போராளியின் அரசின் பார்வையில் ஒரு தீவிரவாதியின் வாழ்க்கை. வெடிகுண்டு வழக்குகளிலே அவருடைய பெயர் சிக்கியிருந்தது, அப்போது அவருடைய பெயர் அரவிந்த கோஷ் என்பது. அரவிந்த கோஷ்தான் இன்றைக்கு அரவிந்தராக அறியப்பட்டிருக்கிறார்.

இவரும் மனைவியோடு வாழப் பிடிக்கவில்லை நான் துறவியாகப் போகிறேன் என்று கூறியவர். எப்போது துறவியானார் என்றால், கடுமையான வழக்குகள் பல அவர்மீது பதிவு செய்யப்பட்டதற்குப் பிறகு துறவியானார். அந்த மகாயோகி என்கிற புத்தகத்தில், அரவிந்தருக்கும் அவருடைய மனைவி மிருணாளினிக்கும் நடைபெற்ற கடிதப் போக்குவரத்துகள் அப்படியே வெளியிடப்பட்டிருக்கின்றன. ஒரு கடிதத்திலே அரவிந்தர் தன்னுடைய மனைவிக்கு எழுதுகிறார், 'நீ என்னைத் தொடர்வதில் பொருளில்லை. எனக்கு இந்த இல்லற வாழ்வில் நாட்டமில்லை. நான் முழுமையாகத் துறவறத்தை நோக்கியும், கடவுள் பக்தியை நோக்கியும் போய்விட்டேன்'. *1905* ஆம் ஆண்டு, ஆகஸ்ட் மாதம், *30* ஆம் தேதி எழுதப்பட்ட கடிதம் அது. அந்தக் கடிதம் தேதியோடு இருக்கிறது. 'எனக்குப் பதினான்கு வயதிலேயே கடவுளின் மீது ஒரு பெரிய ஈடுபாடு ஏற்பட்டு விட்டது. பதினெட்டாவது வயதில் நான் முழுமையாகப் பகவானுக்கு என்னை அர்ப்பணித்துக் கொள்வது என்று முடிவு செய்து விட்டேன். அது பகவானின் முடிவு. எனவே என்னால் இல்லறத்துக்குத் திரும்ப முடியாது' என்று கடிதமெழுதியுள்ளார். இந்தக் கடிதத்துக்கு, செப்டம்பர் மாதத்திலே மிருணாளினி ஒரு விடை எழுதினார். அந்த விடை மடலில், மிருணாளினி எழுப்பியுள்ள கேள்விக்கு இன்று வரை எந்த பக்தனும் விடை சொல்லவில்லை. அவர் எழுப்பிய கேள்வி இதுதான். ' உங்களுக்குப் பதினான்கு வயதிலேயே பக்தி வந்து, பதினெட்டு வயதிலேயே நீங்கள் உங்களைக் கடவுளுக்கு அர்ப்பணித்துக் கொள்ளுவது என்று முடிவு செய்ததற்குப் பிறகு, இருபத்தொன்பதாவது வயதில் என்னை ஏன் திருமணம் செய்து கொண்டீர்கள்?.

உங்களுக்குப் பக்தி வந்ததில் பிழையில்லை. நீங்கள் கடவுளுக்கு உங்களை அர்ப்பணித்துக் கொள்வது உங்கள் விருப்பம். ஆனால், உங்களை நீங்கள் அர்ப்பணித்துக் கொள்ளலாமே தவிர, இன்னொரு அப்பாவிப் பெண்ணின் வாழ்வையும் சேர்த்து அர்ப்பனிப்பதற்கெல்லாம் உங்களுக்கு எந்த உரிமையும் இல்லை என்பதுதான் அந்தக் கடிதம் உணர்த்தும் செய்தி. எனவே திருமணத்திற்கு முந்தைய துறவு இயற்கைக்கு முரண் என்றால், திருமணத்திற்குப் பிந்திய துறவு ஒரு நாணயப் பிழை.

நாம் திருமணங்களை வாழ்க்கைத் துணை நல ஒப்பந்தம் என்று சொல்லுகிறோம். அது ஒரு contract என்ற பொருளில் அய்யா சொன்னார். இது இருவருக்கிடையிலான ஒப்பந்தம். இணங்கி இருக்கிறவரைக்கும் இருக்கலாம் அல்லது இரண்டு பேரும் இணக்கமின்மையைத் தெளிவாக வரையறுத்துக்கொண்டு பிரியலாம். மணமுறிவு உரிமையும் இருவருக்கும் உண்டு என்பதற்காகவே அந்தச் சொல் போடப்பட்டது. ஆனால், ஒருவருடைய ஒப்புதல் இல்லாமல், அவர்மீது எந்தக் குற்றமும் இல்லாமல், அவரை விட்டுப் பிரிந்து போவது இரண்டாவது வகைத் துறவு. எனவே இவை இரண்டையுமே நான் துறவு என்று கொள்ளவில்லை.

இல்லறம் என்பது வெறுமனே காமம் சார்ந்தது மட்டும் இல்லை. காமம், இல்லறத்தின் ஒரு பகுதியே தவிர, அது மட்டுமே இல்லறம் ஆகாது. வேண்டுமானால், இல்லற வாழ்வில் அது ஒரு முதன்மையான பகுதி என்பதைக் கூட நான் ஏற்கிறேன். எனினும், அதைத் தாண்டி இல்லறத்தில்

எத்தனையோ உலகு சார்ந்த செய்திகள் இருக்கின்றன. அப்படியானால் எல்லாவற்றையும் துறப்பதுதானே உண்மைத் துறவு. நாம் கருதுகிற துறவு, திருமணத்திற்கு முந்திய துறவுமில்லை, திருமணத்திற்குப் பிந்திய துறவுமில்லை. அது, உறவுகளைக் கை விடுகிற துறவன்று, உள் மனத்தின் ஆசைகளை கை விடுகிற துறவு.

பொது வாழ்க்கை கூட ஒரு துறவுதான். பொது வாழ்க்கைக்கு வருகிற போது யார் தங்களினுடைய சொந்த ஆசைகளைக் கொஞ்சம் கொஞ்சமாகக் குறைத்துக்கொண்டு, தன்னலத்திலிருந்து பொதுநலத்தை நோக்கி வருகிறார்களோ, தன்னை இந்தச் சமூகத்துக்கு அர்ப்பணித்துக்கொள்கிறார்களோ, அவர்களே துறவிகள். தொண்ணூற்று ஐந்து வயதிலும், நம் சூத்திரப் பட்டத்தைப் போக்குவற்காக மூத்திரச் சட்டியை எடுத்துக்கொண்டு ஊர் ஊராகச் சென்று மக்களுக்காக உழைத்த

பெரியார் மிகப் பெரிய துறவியாய் எனக்குப் படுகிறார். பெரியார் என்பதை நான் ஒரு குறியீடாகச் சொல்லுகிறேனே தவிர பெரியார் மட்டுமே என்று கூறவில்லை. தன்னை இழந்து, தன் தனிப்பட்ட விருப்பங்களைப் பொது வாழ்விற்காக, சமூகத்திற்காக இழந்து, உயிரையும் தியாகம் செய்கிற அளவிற்குப் போராடுகிற, போராளிகள் அத்தனை பேரும் தியாகிகள் மட்டுமில்லை, அவர்கள் துறவிகளும் கூட!

இந்தத் துறவுக்கும் அந்தத் துறவுக்கும் இடையில் பெரிய வேறுபாடு உண்டு. பேராசிரியர், தமிழறிஞர் வ.சுப.மாணிக்கனார், 'வள்ளுவம்' என்ற நூலில் மிகத் தெளிவாக ஒன்றை வரையறுத்து 'இல்லறம் சார்ந்தே துறவறம் அமையும்'என்கிறார். 'இல்லறத்தை விட்டுவிட்டுத் துறவறத்துக்குப் போகவேண்டியதில்லை. எப்படி என்று கேட்டால் இல்லறம் என்பது அன்பு. துறவறம் என்பது அருள். இல்லறம் என்பது அடி மரம், துறவறம் என்பது கிளை மரம். இதிலிருந்து அது கிளைக்குமே தவிர, இதுவும் அதுவும் ஒன்றுக்கொன்று முரண்படுவதில்லை'. இதுதான் இன்றைக்கு நம்முடைய பொழிவினுடைய அடிப்படைச் சாரமும் கூட. குறளில் வள்ளுவர் ஒரு வரியை மிக அழுத்தமாகச் சொல்லுகிறார் 'அன்பு ஈன் குழவி அருள்' என்பது அவர் வாக்கு. அன்புதான் தாய், அன்பிலிருந்து பிறக்கிற, அன்பினுடைய குழந்தை அருள். இரண்டுக்கும் என்ன வேறுபாடு என்றால், அன்பு அறிந்தவர்களிடம் காட்டுகிற பரிவு, அருள் உலகிலுள்ள, நாம் அறியாதவரிடமும் சேர்த்து அனைவரிடமும் காட்டுகிற அன்பு. உலகத்தை எவன் நேசிக்கிறானோ அவன் துறவி. தன் குடும்பம், தன் வீடு, தன் சொந்தம், தன் பெண்டு, தன் பிள்ளை என்று இல்லாமல், இந்த உலகமே நம் வீடு என்று நினைத்து உலகத்திற்காகப் பாடுபடுகிற அந்த அருளுடைமைதான் அருள். அதுதான் துறவு.

இல்லறத்திலேயிருந்து தன்னலம் அனைத்தையும் துறந்துவிட்டு துறவறத்திற்குப் போவதற்கு முன் இடை நிலை ஒன்று இருக்கிறது. அதை நம்முடைய ஆசிரியர் ஐயா வீரமணி அவர்கள் பயன்படுத்துகிறார். திருமண வீடுகளில் உரை ஆற்றும்போது, 'இல்லறத்திலே புகும் நீங்கள், இல்லறத்திலேயிருந்து தொண்டறம் நோக்கி வாருங்கள்' என்பார். இல்லறத்திற்கு அடுத்த அறம் தொண்டு அறம்தான். ஒரு மிக நல்ல சொல் அது. அய்யாவிற்குப் பிறகு நாம் எதனையும் சிந்திக்க வேண்டாம் என்று கருத வேண்டியதில்லை.நம் சிந்தனைகள் அய்யாவோடு முடிந்துவிடவில்லை. அய்யாவிடமிருந்து தொடங்குகின்றன. வாழ்க்கைத் துணைவர் என்பதைக் கூட, இன்றைக்கு வாழ்விணையர் என்று நாம் சொல்கின்றோம். துணை என்பதை விட இணை என்பது மேலும் சரியான சொல்லாக இருக்கிறது. ஆங்கிலத்திலே விண்ணப்பப் படிவங்களில். name of the wife or husband என்று இல்லாமல் name of the spouse என்று இருக்கும். Spouse என்பது பொதுச்சொல். Spouse க்குத் தமிழில் என்ன சொல் என்று கேட்டால் இணையர் என்பதே அதற்கான நேர்ச்சொல்லாகப் படுகிறது.. இல்லறத்திலிருந்து தொண்டறம் என்றால், காம உணர்வைக் கை விட வேண்டமா என்னும் வினா எழும். எல்லாவற்றையும் ஒரே நாளில் கை விட்டுவிட எவராலும் முடியாது. இல்லறத்திலிருந்து தொண்டறம் வழியாகத் துறவறம் நோக்கிய வாழ்க்கைப் பயணம் என்பதே நிகழக்கூடிய ஒன்று. அது நம் மனப்பக்குவம், மன நிலை சார்ந்தது. மீண்டும் நாம்

நினைவுபடுத்திக் கொள்ள வேண்டிய செய்தி என்னவென்றால், உறவுகளைக் கை விடுவதில்லை, ஆசைகளைக் கைவிடுவதே துறவு.

வள்ளுவனின் ஒரு குறளை இங்கு நாம் நினைவுபடுத்திக் கொள்ளலாம். ‘யாதனின் யாதனின் நீங்கியான் நோதல் அதனின் அதனின் இல்’ என்பார் வள்ளுவர். ’யாதனின்’ என்பது அஃறிணைச் சுட்டே தவிர, உயிர்திணைச் சுட்டு இல்லை. எதையெல்லாம், எதையெல்லாம் கைவிடுகிறீர்களோ என்று தான் வள்ளுவர் சொன்னாரே தவிர, யாரையெல்லாம், யாரையெல்லாம் என்று சொல்லவில்லை. . அப்படியானால் மனைவி, பிள்ளைகள், பேரன், பேத்திகள் அனைவருடனும் பாசத்தோடு இருந்து கொண்டே துறவறம் மேற்கொள்ள முடியுமா என்றால் ஆம் என்பதே விடை. ஆனால் ஒரு குறிப்பு மனைவி, பிள்ளை, உறவுகளிடம் நீங்கள் காட்டும் அதே பாசத்தை, உலகு தழுவிக் காட்ட முடியுமானால் அதுதான் துறவறம்.

அப்படியானால், இப்போது துறவறத்துக்கு நேர் எதிர்ச் சொல் எது? தனக்கென்று பொருள்களை வாங்கிக் குவித்துக் கொள்ளுகிற நுகர்வுப் பண்பாடு தான் துறவுக்கு எதிரானது. அதனால்தான் நுகர்வும், துறவும் என்பது எதிரும் புதிருமாக அமைகின்றது.

புத்தர் சொன்னதை நாம் திரும்பத் திரும்பச் சொல்லிக்கொண்டிருக்கிறோம். அதிலும் ஒரு சொல்லைக் கவனமாக விட்டுவிடுகிறோம்... Desire is the root cause of all myseries என்று சொல்லுகிறோம். அவர் ஆசையை மட்டும் சொல்லவில்லை என்பது ஒரு முக்கியமான செய்தி. Ignorance and desire are the root cause of all myseries என்று தான் புத்தர் சொன்னார். அறியாமையும், ஆசையும்தான் உலகத் துன்பங்களுக்கான அடிப்படைக் காரணம் என்பதே புத்தர் மொழி.

அறியாமையும், ஆசையும் நிறைந்த இந்த நுகர்வுக் கலாசாரம் எப்போது எப்படித் தொடங்கிற்று, இன்றைக்கு அது எப்படி வளர்ந்து கொண்டிருக்கிறது என்பது குறித்து நாம் சிந்திக்க வேண்டும். உலக வரலாற்றிலே பார்க்கிற போது, 17, 18 ஆம் நூற்றாண்டுகளில், தொழிற் புரட்சி ஏற்பட்டது. . அந்தத் தொழிற் புரட்சி ஏற்பட்ட காலத்தில், உற்பத்தி பெருகியது. ஏராளமாக உற்பத்தி செய்து குவித்தபோது, குவித்தவைகளைச் சந்தைப் படுத்த வேண்டிய நிலை ஏற்பட்டது. தேவையில்லாதவைகளையும் வாங்குவதற்கான தூண்டுதல்கள் ஏற்படுத்தப் பட்டன.

முதலில் உற்பத்தி தேவைக்காக இருந்தது. பிறகு அது விற்பனைக்காக ஆயிற்று. பழைய இலக்கியங்களில், சங்க இலக்கியங்களில், எங்காவது உணவை விற்றதாக ஒரு வரியைப் படிக்க முடியுமா? உணவையும் நீரையும் விற்றதாக, எங்கும் இல்லை. இருக்க முடியாது. ஆனால் இன்று உணவு விற்கப்படுவதற்காகவே தயாரிக்கப்படுகிறது. கால மாற்றம் இது! இந்த நுகர்வுப் பண்பாட்டில் நாம் எங்கே நிற்கிறோம் என்றால், காசு கொடுத்துக் குடிநீர் வாங்குகிறோம், கட்டணம் கொடுத்துச் சிறுநீர் கழிக்கிறோம். அன்று வாசலில் இருந்த திண்ணையும் வழிப்போக்கர்களுக்கான களைப்பாறுதல்தான். வாடகைக்கு இல்லை. திண்ணை என்பதும் நம் பண்பாடுகளில் ஒன்று.

பொருள் உற்பத்தி, விற்பனை என்ற நிலையையும் தாண்டிக் கொள்ளை

லாபம் நோக்கி நகர்ந்தது. கொள்ளை லாபத்தைத் தாண்டி அதுவே அரசியல் அதிகாரத்தை தீர்மானிப்பதாக ஆயிற்று. இந்த இடம்தான் மிக ஆபத்தானது. ஆனால் உண்மையானது. இன்று யார் வேண்டுமானாலும் குடியரசு தலைவர் ஆகலாம் என்பது, யார் வேண்டுமானாலும் பிரதமர் ஆகலாம் என்பது, எல்லாம் நம்மிடத்திலே இருக்கிற மிகப் பெரிய மூட நம்பிக்கைகள். சட்டப்படி ஆகலாம் என்பது வேறு. யாராவது ஒருவர் கவுன்சிலராகக் கூட பணம் செலவழிக்காமல் ஆகிவிட முடியுமா. எனவே பொருளே எல்லாவற்றையும தீர்மானிக்கிற இடத்திற்கு நாம் வந்து சேர்ந்திருக்கிறோம், இதுதான் நுகர்வுப் பண்பாட்டின் உச்சக் கட்டம்.

இன்றைக்குச் சிட்டுக் குருவிகள், எண்ணிக்கையில் குறைந்து போய்க் கொண்டிருக்கின்றன. அதற்கான காரணம் என்ன? நாம் கைகளிலே வைத்திருக்கிற அலைபேசியினுடைய கோபுரங்கள்தான் காரணம் என்கிறார்கள், அது உண்மையில்லை என்பதைச் சூழலியல் அறிஞர்கள் இன்று வெளிப்படுத்தியிருக்கிறார்கள். அது ஒரு சிறு காரணம். எது பெரும் காரணம் என்றால், இந்தச் சிட்டுக் குருவிக்கு ஒரு இயல்பு உண்டு. அதற்கு ஒரு பெயரும் உண்டு, அடைக்கலான் குருவி என்று. மனிதர்களை அண்டி அடைக்கலமாக வாழ்கிற குருவி அது. அது வயலில் போய்ப் பறந்து திரிந்து தானியங்களை எடுத்து வராது. நம் வீட்டில்தான் அது கூடு கட்டும். கூரை வீட்டில்தான் அது கூடு கட்டும், நம்முடைய கான்கிரீட் வீடுகள் சிட்டுக்குருவிகளுக்கு இடம் தரவில்லை. இன்றைக்கும் கிராமங்களில் சிட்டுக் குருவிகள் இருக்கின்றன. அந்தமானுக்கு நான் போன போது, ஒரு ஐம்பது அறுபது சிட்டுக் குருவிகள் சுற்றி விளையாடியதைப் பார்க்க முடிந்தது. அங்கே யாரிடமும் அலைபேசிகள் இல்லையா என்ன? ஆனால் அங்கு கூடு கட்டுவதற்கு ஏராளமான இடங்கள் இருக்கின்றன. அவை மரங்களில் கூடுகட்டுவதில்லை, வீடுகளில் கூடு கட்டி வாழும் குருவிகள்.

சிட்டுக் குருவிகள் மட்டுமில்லை, சிங்கமும் அருகிக் கொண்டிருக்கிறது. நாம் எதையும் விட்டு வைக்கவில்லை. நம்முடைய வாழ்க்கைப் போக்கு மற்ற உயிரினங்கள் எல்லாவற்றிற்கும் ஒரு ஆபத்தைக் கொண்டு வருகிற நிலையிலே இருக்கிறது.

நம் நாட்டுப் பொருளாதார நிலையும் நுகர்வுப் பண்பாட்டினால் மேம்பாடு அடையவில்லை. உற்பத்தி பெருகியுள்ள அளவிற்கு, மக்களின் வாங்குதிறன் உயரவில்லை. நாட்டிலே போட்டுக் கொள்ளுவதற்குச் சட்டையில்லாத மக்கள் கோடிக்கணக்கில் இருக்கிற தேசத்தில்தான், விற்பனை ஆகாமல் துணிகளும் குவிந்து கிடக்கின்றன. .

இந்தியாவிலே இந்நிலை எப்போது தொடங்கிற்று? 1932 ஆவது ஆண்டு, கனடாவில் ஒட்டோவா ஒப்பந்தம் என்று ஒரு ஒப்பந்தம் கையெழுத்து ஆகி இருக்கிறது. அதாவது நாம் சொல்லிக்கொண்டிருக்கிறோமே, 1990 காட் ஒப்பந்தம் அதுற்கெல்லாம் தாத்தா அது. 1932 ஆம் ஆண்டு வெள்ளைக்காரர்கள் காலத்தில் ஒட்டோவா அக்ரிமென்ட் (ottova agreement) என்ற பெயரில், அங்கேயிருந்து இறக்குமதி ஏற்றுமதிக்கான ஒப்பந்தமாக அது அமைந்தது. அந்த ஒப்பந்தத்தில் எது முக்கியமென்றால், இந்திய தொழிலதிபர்களிடமிருந்தும் பிற நாடுகளுக்குப் பொருள்களை ஏற்றுமதி செய்யலாம் என்று வெள்ளைக்காரர்கள், அதாவது தங்கள்

காலனி நாடுகளிலிருந்தும் ஏற்றுமதி செய்ய ஒப்புக்கொண்ட ஒப்பந்தம்.

அன்றைக்கு மிகப்பெரிய தொழிலதிபர்கள் மூன்று வகையாகப் பிரிந்து நின்றார்கள். ஒன்று டாடாவைச் (Tata) சார்ந்தவர்கள். இன்னொன்று புருஷோத்தமன் தாஸ் குழுவைச் சார்ந்தவர்கள். மூன்றாவது பிர்லாவைச் (Birla) சார்ந்தவர்கள். . . டாடாவும் அவரைச் சார்ந்த வணிகக் குழுமங்களும், பிரிட்டிஷ் அரசாங்கத்தோடு மிக நெருக்கமாக இருந்தார்கள். அதற்கு அடிப்படைக் காரணம் பிரிட்டிஷ் அரசாங்கத்தோடு, அவர்களுக்கு இரும்பையும், உருக்கு, தண்டவாளம் போன்றவைகளையும் ஏற்றுமதி செய்வதற்கான ஒப்பந்தம் கையெழுத்தாயிற்று. நான் சொல்வது *1930* களில். இந்தப் பக்கம் பார்த்தால் புருஷோத்தம் தாஸ் உட்பட்ட குஜராத்தைச் சேர்ந்த ஆலை முதலாளிகள் பிரிட்டிஷ் அரசுக்கு நேர் எதிராக இருந்தார்கள். .

வணிகமும் அரசியலும் மிக நெருங்கிய தொடர்புடையன.இன்று நாடார் சமூகத்தைச் சார்ந்த பெருமக்கள் பலரை ஆர்.எஸ்.எஸ். தன் பக்கம் இழுத்துக்கொள்ள முயற்சிக்கிறது. . அதற்கு அவர்கள் செய்யும் மிக எளிமையான உத்தி, தங்கள் அரசியலை மறைத்துவிட்டு வணிகத்திற்கு வந்து முஸ்லீம் கடைகளில் வாங்காதீர்கள், இந்துக் கடைகளில் வாங்குங்கள் என்ற வேண்டுகோளை முன்வைத்ததுதான். பெரும்பாலும் இங்கு வணிகப் போட்டி நாடார் பெருமக்களுக்கும், முஸ்லீம்களுக்கும்தான். அதனால், அடடா நமக்கல்லவா ஆர்.எஸ்.எஸ். உதவி செய்கிறார்கள் என்று இவர்கள் நினைத்துவிட்டார்கள். . உண்மையிலேயே நாடார் சமூகத்தை மிக இழிவாக நடத்தியது இந்து மதம்தான். எத்தனை கொடுமைகள் நடந்தன. இடுப்புக்கு மேலே ஆணாக இருந்தாலும் பெண்ணாக இருந்தாலும் உடையணியக் கூடாது என்கிற ஒரு கொடுமையும் அதை எதிர்த்து நடந்த தோள் சீலைப் போராட்டமும் அந்தச் சமூகத்து மக்களுக்கு பலருக்கு மறந்து போய்விட்டதே. தோள் சீலைப் போராட்டத்திலேதான் பின்னால் வைகுண்ட சாமி அவர்கள், காவல் துறையினரால் அடித்து இழுத்துச் செல்லப்பட்டு நூற்றுப் பதினோரு நாள்கள் சிறையிலே இருந்தார். அது ஆன்மீகப் போராட்டம் இல்லை, உடுத்திக் கொள்வதற்கான உரிமைப் போராட்டம். யார் அந்தப் போராட்டத்தைத் தொடக்கி வைத்தார்கள்? *1818* ஆம் ஆண்டு சார்லஸ் மீட் என்கிற பாதிரியார்தான் அதைத் தொடக்கினார். இது என்ன அநாகரிகம், ஆண்களாக இருந்தாலும் பெண்களாக இருந்தாலும், இடுப்புக்கு மேலே உடை உடுத்தக் கூடாது என்று சொல்லுவது அநாகரிகம் இல்லையா என்று சார்லஸ் மீட் கேட்டார். உடைகளின் மீதான அதிகாரம் இது என்றார். இன்றும், திருச்செந்தூருக்கும், கன்னியாகுமாரிக்கும், திருவனந்தபுரத்துக்கும் கோயிலுக்குப்[போனால், ஆண்கள் சட்டை போடக்கூடாது என்கின்றானர். இதுவும் உடையின் மீதான அதிகாரம் தான்.

உடைகளைப் பொறுத்தமட்டில் 'உடைகள் கண்ணியமானவையாக இருக்க வேண்டும், அது மற்றவர்களினுடைய பாலியல் உணர்வுகளைத் தூண்டுகிற வண்ணம் இருக்கக்கூடாது' என்று கூறலாம். இதைத் தாண்டி உடை அணிவது அவரவருடைய வேலை சார்ந்தும், அவரவருடைய இயல்பு சார்ந்தும், அவரவருடைய வசதி சார்ந்தும் அமையும்.

அன்று உடையின் பெயரால், நாடார் சமூகத்து மக்களை இழிவு

படுத்தியதால், 1818 ஆம் ஆண்டு சார்லஸ் மீட் முன்னின்று நடத்திய போராட்டம் தொடங்கிய பிறகு, பல ஆண்டுகள் அந்தப் போராட்டம் நடந்தது. 1826 ஆம் ஆண்டு பெண்கள் மேலாடைகளை அணிந்து கொண்டு தெருவில் வருவோம், என்ன செய்வாய் பார்த்துவிடலாம் என்று போராட்டத்தில் இறங்கிய அந்த நாள் இருக்கிறதே, அது தமிழக வரலாற்றில் மறக்கமுடியாத ஒரு கொடூரமான நாள். இவையெல்லாம் நம் பிள்ளைகளுக்குத் தெரியாது. சொல்லபடவில்லை. பாடப்புத்தகத்தில் இல்லை. என்ன செய்தார்கள் என்றால் திருவிதாங்கூர் மகாராணி ஒரு அறிக்கை வெளியிட்டார் யாரெல்லாம் மேலாடை அணிந்து கொண்டு தெருவில் வருகிறார்களோ, அந்தப் பெண்களுடைய ரவிக்கைகளையெல்லாம் நடுத்தெருவிலே கிழித்தெறியலாம் என்று! கிழித்து எறிந்தபோது, எதிர்ப் போராட்டம் நடந்து, துப்பாக்கிச் சூடு நடந்தது. பதினெட்டுப் பெண்கள் இறந்து போனார்கள். உயிரைப் பணயம் வைத்து மேலாடைகளை அணியும் உரிமையை நாம் பெற்றுள்ளோம் என்கிற வரலாறு நம் பிள்ளைகளுக்குச் சொல்லப்பட வேண்டாமா? பதினெட்டு உயிர்களைப் பலிகொடுத்துப் பெற்ற உரிமை அது.

சூத்திரனாகப் பிறந்தவனுக்கு ஆடை அணிந்து கொள்கிற உரிமை இல்லை. திருமணம் செய்து கொள்கிற உரிமை இல்லை. அதற்காகத்தானே திருமண நாளில் ஒன்றரை மணி நேரத்தைக் குறித்து, அந்த ஒன்றரை மணி நேரத்துக்கு மட்டும் மணமகனுக்குப் பூணூல் மாட்டி விடுகிறார்கள். என்றைக்காவது நாம் கேட்டோமா. ஏன் இவ்வளவு நாள் இல்லாத இந்தப் பூணூலை இன்று எனக்கு மாட்டுகிறாய் என்று! ஏனென்றால் நீ சூத்திரன் என்பதால் திருமணம் செய்து கொள்ளும் உரிமை கூட இல்லாதவன், அதனால் ஒன்றரை மணி நேரம் உனக்கு ஒரு 'புரமோஷன்' கொடுத்து, உன்னைப் பார்ப்பான் ஆக்கி உனக்குத் திருமணம் செய்துவைக்கிறோம் என்றுதான் புரோகிதன் சொல்லுவான். போகும்போது பூணூலை எடுத்துக்கொண்டு போய்விடுவார்கள். மாட்டும்போதும் நாம் கேட்கவில்லை, கழற்றும்போதும் நாம் கேட்கவில்லை. எனவே, இந்தப் பழைய வரலாற்றை எல்லாம் அறியாமல் அல்லது அறிந்தும் மறந்து போய், முஸ்லீம் கடையில் வாங்காதே இந்துக் கடையில் வாங்கு என்று சொன்னவுடனே நம்முடைய நாடார் சமூகத்து மக்கள் அவர்களை நம்பத் தொடங்கி விட்டனர்.

வணிகம் என்பதும், நுகர்வியம் என்பதும் ஏதோ பொழுது போக்கானவை இல்லை. ஒரு நாட்டின் சமூக, அரசியலை மாற்றக்கூடிய ஆற்றல் வாய்ந்தவை. அய்யா பெரியார் சிக்கனமா இரு என்று சொன்னது பொருள் பொதிந்தது. சிக்கனத்துக்குள்ளே ஒரு அரசியல் இருக்கிறது. . தேவைக்கு மேலே செலவு செய்கிறவனுக்கும், லஞ்சம் வாங்குகிறவனுக்கும் பெரிய வேறுபாடு இல்லை என்றார் பெரியார். . தவறுகள் எங்கேயிருந்து தொடங்குகின்றன? எவன் தேவைக்கு மேல், வரவுக்கு மேல் செலவு செய்யத் தொடங்குகிறானோ, பிறகு அவன் வரவை எப்படிக் கூட்டுவதெனச் சிந்தனை செய்கிறான்.

கேதான் தேசாய் கைதான போது அந்த ஆளிடம் இரண்டாயிரம் கிலோ தங்கம், ஆயிரம்கோடிப் பணம், அமெரிக்க டாலர்கள் எல்லாம்

இருந்தன. அவருக்கு வயது எழுபத்தி நான்கு! எழுபத்தி நான்கு வயதில் இவ்வளவையும் வைத்துககொண்டு என்ன செய்யப் போகிறார்?. எப்படி இது நடக்கிறதென்றால், லஞ்சம் வாங்குவதென்பது முதலில் தேவைக்காக வருகிறது. பிறகு ஆடம்பரத்தை நோக்கி அது வளர்கிறது. இது வசதியாக இருக்கிறது, சிரமப்பட்டு, உழைத்துப் பணம் சேர்ப்பதை விட, லஞ்சம் வான்கினால் ஆடம்பரமாக வாழலாம் என்று தோன்றுகிறது. ஆடம்பர வாழ்வும் வந்ததற்குப் பிறகு, சில பேர் ஏன் லஞ்சம் வாங்குகிறார்கள் என்றால் அது ஒரு பழக்கமாக மாறிவிடுகிறது. பணமே தேவையில்லை என்றாலும். பழக்கம் காரணமாக லஞ்சம் வாங்குகிறான். .நான்காவது ஒரு இடம் இருக்கிறது, லஞ்சம் வாங்குவது நோயாக முற்றிப்போகிறது. இதுதான் லஞ்சத்தின் கதை. தேவை, ஆடம்பரம், பழக்கம், நோய் என்கிற நான்கு இடங்களிலே கேதான் தேசாய் ஒரு நோயாளியாகவே ஆகியுள்ளார் என்பது புரிகிறது.

எல்லாம் சிக்கனம் இன்மையிலிருந்து தொடங்குகிறது. குறிப்பாக, நாம் திருமணங்களில் செய்யும் செலவே நம்மில் பலரைக் கடனாளியாக ஆக்குகிறது. அதனால்தான் அய்யா பெரியார் திருமணத்தை ஆடம்பரமாக நடத்தாதே என்றார், திருமணங்களில்தான் நம் சேமிப்பு அனைத்தையும் நாம் இழந்து விடுகிறோம். .

எனவே எளிய வாழ்க்கையும், ஆடம்பரமில்லாத திருமணமும், தேவையில்லாத பொருள்களை வாங்கிக் குவிக்காத பழக்கமும்தாம் நம்மைக் காப்பாற்றும்.

’மனிதன் தானாகப் பிறந்தவனுமில்லை, தனக்காக மட்டும் பிறந்தவனும் இல்லை’ என்பார் பெரியார். அதில் அடங்குகிறது எல்லாம். நாம் நமக்காக மட்டும் பிறந்தவர்கள் இல்லை, என்கிற உணர்வை நாம் ஊட்டினோமா? பிள்ளைகளைப் படி படி என்று சொல்வதில் தப்பு இல்லை. வெறும் படிப்பு போதும் என்கிற நிலைக்குப் பிள்ளைகளைக் கொண்டு வந்தது தப்பு. மேலே ஏறு, மேலே ஏறு, எல்லாவற்றையும் மறந்துவிடு, பாட்டு கேட்காதே, திரைப்படம் பார்க்காதே, விளையாடாதே, மேலே ஏறு என்று ஏற்றிவிட்டோம். அவன் எல்லாவற்றையும் மறந்து, கடைசியாக ஏற்றிவிட்ட பெற்றொர்களையும் மறந்து விடுகிறான். அது அப்படித்தான் முடியும். இன்று படிப்பு கூடிக்கொண்டிருக்கிறது, பாசம் குறைந்து கொண்டிருக்கிறது. அதற்குக் காரணம் தன்னலமும், பொருள் நோக்கிய போக்கும்தான்! .

அண்மையில் இரண்டு புத்தகங்கள் படித்தேன். consumer culture theory retrospect and prospect என்பது ஒரு புத்தகத்தினுடைய பெயர், எழுதியவர் அர்னால்டு (Arnold). ’நுகர்வுக் கலாசாரக் கோட்பாடு முன்னும் பின்னும்’ என்பது அதன் பொருள்.. இன்னொரு புத்தகம், For god’s sake என்பது. பென்குயின் வெளியீடு. ஆசிரியர் பெயரை மறந்து விட்டேன். படிப்பதற்குச் சுவையான புத்தகமாகவும் உள்ளது. நூல் ஆசிரியரின் முனைவர் பட்ட (Ph.D) ஆய்வு அது. நிறைய, சுவையான புள்ளி விவரங்களளைக் கொண்டுள்ள நூல்.

இந்த நுகர்வுக் கலாச்சாரத்திற்கு இன்னொரு புதிய கிளை இன்றைக்கு உலகம் முழுவதும் விரிந்திருக்கிறது என்கிறது அந்நூல். அதுதான் மதம். consumerism got new avenue என்கிறது. இன்றைக்கு கடவுளின் பெயரால்,

மதத்தின் பெயரால், நடக்கிற அளவுக்கு வணிகம் வேறு எங்கும் இல்லை.

திருப்பதியில் அடிக்கப்படுகிற மொட்டை பற்றிப் படித்தபோது வியப்பாக இருந்தது, ஆண்டுக்கு ஆண்டு பதினைந்தாயிரத்திலிருந்து, இருபத்தி இரண்டாயிரம், இருபத்தி மூவாயிரம் பேர் வரை கூடுதலாக மொட்டை அடிக்கிறார்கள். அதன் மூலம் ஒரு மிகப் பெரிய வணிகக் கலாசாரம் வளர்கிறது. அமெரிக்கா, ஃப்ரான்ஸ், இத்தாலி ஆகிய மூன்று நாடுகள் அந்த முடியை விலைக்கு வாங்கிக் கொள்கின்றன. எவ்வளவு விலைக்கு என்று தெரியுமா? 2001 ஆம் ஆண்டு கணக்கை அவர் போட்டிருக்கிறார். 2001 செப்டம்பரில் நடைபெற்ற ஏலத்தில் நூற்று முப்பத்து மூன்று கோடிக்கு விலை போயிருக்கிறது. 2000 ஆம் ஆண்டு நூற்று ஐந்து கோடிதான். ஒரே ஆண்டில், 28 கோடி கூடியுள்ளது. இன்றைக்கு ஒரு ஐநூறு கோடியாவது போகும். ஐந்நூறு கோடிக்கு வாங்கி, எண்ணூறு கோடிக்கு 'டோப்பா' செய்து நம்மிடமே விற்று விடுவார்கள். அவன் அறிவாளியா நாம் அறிவாளியா?. தலைமுடி உட்பட எல்லாம் விற்பனைப் பொருள் இந்த உலகத்திலே.

For god's sake என்ற புத்தகம் தந்திருக்கிற ஒரு இணையதள முகவரியை எடுத்துப் பார்த்தேன். அந்த இணையதள முகவரியின் பெயரைச் சொல்கிறேன், உங்களுக்கே புரியும். sikhturbunsonline.com. சீக்கியர்கள் வைத்திருக்கிற தலைப்பாகையின் பெயரில் ஒருவன் இணையதளம் வைத்திருக்கிறான். இன்னொரு இணையதளம், onlineprsaatham.com. இரண்டு பேரும் பணத்தை அள்ளிக் குவிக்கிறார்களாம். சீக்கியர்களுக்குத் தலைப்பாகை என்னென்ன விதமாக வேண்டுமோ, அனைத்தையும் அவர்கள் செய்து அனுப்புகின்றனர். இன்னொரு இணையத்தளம், இந்துக் கோயில்கலிலிருந்து பிரசாதம் வாங்கி, வெளிநாட்டில் உள்ள நம் 'அறிவாளிகளுக்கு' அனுப்புகிறது. இதனைத்தான் ஊக வணிகம் (online business) என்று சொல்லுகிறோம்.

நம்மவர்கள் வெளிநாட்டுக்குப் போய்க் கணிப்பொறி, அறிவியல், விஞ் ஞானம் எல்லாம் பேசுவார்கள். ஆனால் திருப்பதி கோவில் பிரசாதம் வருமா என்று எதிர்பார்ப்பார்கள். இந்த பலவீனத்தை மிகத் தெளிவாக தெரிந்து வைத்துக் கொண்டிருக்கிற அந்த நிறுவனங்கள், முப்பத்து ஆறு கோவில்களிலிருந்து வைஷ்ணவி கோவில் வேண்டுமா, மூகாம்பிகை கர்நாடகா வேண்டுமா, பழநி முருகர் கோவில்தான் வேண்டுமா எங்கிருந்து வேண்டுமானாலும் பிரசாதம் வாங்கி அனுப்பி வைக்கின்றன.

இன்று இந்த வியாபாரத்துக்குப் பழநி முருகனின் பிரசாதம் மட்டும் ஆளாக வில்லை, பழநி முருகரே ஆளாகி விட்டார். நீங்கள் போய்ப் பார்த்தால் முருகர் சிலை நேராக இருக்காது. முதுகு வளைந்து இருக்கும். அது நவபாஷானச் சிலை. அதனை எளிதில் செய்ய முடியாது. எனவே மெல்ல மெல்லச் சுரண்டிவிட்டார்கள். முருகரின் முதுகே வளைந்துவிட்டது.

ஹஜ் யாத்திரை போவதற்கான உடைகள், கம்பளி எல்லாவற்றையும் செய்து தருகிறோம் என்று ஒரு இணையதளம் இருக்கிறது. வணிகத்திற்கு மதம் கிடையாஅது. வியாபாரம் எல்லா மதங்களிலும் நடக்கிறது. கிறிஸ்தவர்களிடம், இஸ்லாமியர்களிடம், சீக்கியர்களிடம், இந்துக்களிடம். என்று எந்த வேறுபாடும் இல்லை. உலகம் முழுவதும் இஸ்லாமிய மதமும்,

கிறிஸ்துவ மதமும் மிகப்பெரிய அளவிலே பரவிக்கிடக்கின்றன. சீக்கிய மதம் இந்தியா பாகிஸ்தானில்தான் இருக்கிறது. இந்து மதம் இந்தியா, நேபாளத்தில்தான் இருக்கிறது.

ஆனாலும் கடவுளரின் எண்ணிக்கையை வைத்துக் கணக்குப் பார்த்தால், உலகத்தில் இருக்கிற அத்தனை மதங்களும் பிச்சைக்காரர்கள். கோடிக்கணக்கான கடவுளர்களை நாம்தான் வைத்துள்ளோம். வேறு எந்த நாட்டிலும் இவ்வளவு கடவுள் கிடையாது. கிறிஸ்தவ மதம் உலகத்தின் பெரும் பகுதியில் இருக்கிறது. இஸ்லாம் மதம் இருக்கிறது. அவ்வளவு பரவியிருந்தும் கூட, கடவுளின் பெயராலும், மதத்தின் பெயராலும் அவர்களுக்கு நடக்கிற வணிகத்தை விட, இந்து மதத்தில் கடவுளின் பெயரால் , மதத்தின் பெயரால் நடக்கிற வணிகம் மிக மிகக் கூடுதல். நாற்பது பில்லியன் டாலர் என்கிறது அந்த நூல். பத்து லட்சம் ஒரு மில்லியன். நூறு மில்லியன் சேர்ந்தால் ஒரு பில்லியன். இங்கோ நாற்பது பில்லியன் டாலர் ஆண்டுக்கு வருமானம். இது எல்லாமே அந்தப் புத்தகத்திலே, அவருடைய முனைவர் பட்ட ஆய்வுக்காக அவர் சேகரித்துக் கொடுத்திருக்கிற புள்ளி விவரங்கள். .

அடுத்ததாக, பொருள்களை வாங்கிக் குவிக்கும் மக்களின் மனநிலை குறித்து கிஷோர் பியானி என்பவர் சில கருத்துகளைக் கூறுகிறார். அவர் பெயரை நீங்கள் அறிந்திருக்கலாம். அல்லது இப்படிச் சொன்னால் எல்லாருக்கும் தெரியும், பிக் பஸாரினுடைய (Big bazar) நிறுவனர் அவர். மும்பையைச் சேர்ந்தவர். ஃப்பியூச்சர் குரூப் (Future group) என்கிற ஒரு மிகப் பெரிய குழுமத்தினுடைய தலைமை நிர்வாக அதிகாரி (CEO). . இந்த பிக் பஸார்ல நூற்று எழுபது கோடி ரூபாய் டாலர்கள் ஆண்டுக்கு வணிகம் நடக்கிறதாம். அவர்களே கொடுத்திருக்கிற கணக்கு. பியானி ஒரு செய்தி

சொல்கிறார், 'எனக்கு இந்த வணிகத்தைக் கற்றுக் கொடுத்தது, சென்னை, தியாகராய நகர், ரங்கநாதன் தெருவில் இருக்கிற சரவணா ஸ்டோர்ஸ் என்கிற கடைதான்' என்கிறார். 'இவ்வளவு சின்னத் தெருவுக்குள் உட்கார்ந்து கொண்டு இப்படி ஒருத்தன் வியாபாரம் பண்ண முடியும்னு உலகத்துக்கே அவன்தான்யா கத்துக் கொடுத்துருக்கான்' என்று அந்தக் கடையின் பெயர் சொல்லித்தான் எழுதப்பட்டுள்ளது.

பொதுவாக, இந்திய விடுதலைக்குப் பிறகு, இவையொத்த வணிகங்கள் வேகமாக வளரத் தொடங்கின. இந்தியா முழுவதும் ஐம்பத்து ஏழு நிறுவனங்கள் பெரிய பெரிய வணிக நிறுவனங்களாக உருவாகின. ஐம்பத்து ஏழு நிறுவனங்களில், மூன்று மட்டும்தான் தென்னிந்தியாவில் இருந்தன. ஒன்று டெய்லர்ஸ் கம்பெனி, இன்னொன்று ஸ்பென்ஸர்ஸ் கம்பெனி, மூன்றாவது டால்மியாவினுடைய கம்பெனி. 1990 ஆம் ஆண்டு, காட் ஒப்பந்தம் என்று சொல்லப்படுகிற, அந்த உலக நாடுகளோடான ஒப்பந்தம் ஏற்பட்ட பிறகு. ஏற்றுமதி இறக்குமதிக்கான கதவுகள் திறக்கப்பட்டன. உலகமயமாதல், தராளமயமாதல், தனியார் மயமாதல் என்னும் மூன்று கோட்பாடுகள் நாட்டை ஆளத் தொடங்கின.

தாராளமயமாதல் என்றால் என்ன? எந்த நாட்டுக்கு வேண்டுமானாலும் ஒரு உழைப்பாளி போவதற்கு விதிகள் தாரளமாகத் தளர்த்தப்பட்டிருக்கின்றனவா? இல்லை, எந்த உழைப்பாளியும் ஒரு நாட்டிலிருந்து இன்னொரு நாட்டுக்குப் போவதற்கான விதிகள் தளர்த்தப்படவில்லை. ஒரு நாட்டிலிருந்து இன்னொரு நாட்டுக்கு முதலீடு வருவதற்கான விதிகள் மட்டுமே தளர்த்தப்பட்டன. தாராளமயம் முதலாளிகளுக்குத்தானே தவிர, ஏழை மக்களுக்கோ உழைப்பாளர்களுக்கோ இல்லை.

அவற்றின் விளைவாகப் பல மாற்றங்கள் இங்கு நடந்தேறின. அதில் ஒன்றுதான், மளிகைக் கடைகள் ஒழிந்து, பன்னோக்குக் கடைகள் (Super market) இன்று பெருகியுள்ள காட்சி. மளிகைக் கடைக்கும் சூப்பர் மார்க்கெட்டுக்கும் என்ன வேறுபாடு? மளிகைக் கடையில் நாம் தேவையானவைகளை வாங்குகிறோம், சூப்பர் மார்க்கெட்ல நாம் ஆசைப்பட்டவைகளையெல்லாம் வாங்குகிறோம். . மளிகைக் கடைக்குள் என்ன இருக்கிறது என்பது நமக்குத் தெரியாது. ஒரு பட்டியலைக் கொடுத்துவிட்டு வருவோம். வீட்டுக்கு மாலையில் பொருள் வரும். ஆனால் எல்லாப் பொருள்களும் திறந்து வைக்கப்பட்டிருக்கிற இடத்தில், தேவைக்குப் பொருள் வாங்குவது நின்று போய், ஆசைக்குப் பொருள் வாங்குவது தொடங்கிற்று. அங்குதான் இந்த நுகர்வுப் பண்பாடும் தொடங்கிற்று.

கிஷோர் பியானி இன்னொரு செய்தியையும் சொல்கிறார், 'மக்களின் மன நிலையை நாங்கள் புரிந்துக் கொண்டோம். என்னதான் அழகாக எல்லாவற்றையும் கட்டி வைத்திருந்தாலும், தொட்டுப் பார்த்து வாங்குவதில் அவர்களுக்கு இருக்கிற நிறைவு மற்றதில் இல்லை. ஆகையினால், பிக் பஸாரில், அரிசி கோதுமை எல்லாவற்றையும் திறந்த பைகளில் காட்சிக்கு வைத்தோம். அது எங்களுக்கு வணிகத்தில் பெரிய லாபத்தைக் கொண்டு வந்து சேர்த்தது' என்கிறார் கிஷோர் பியானி.

இரண்டு செய்திகளைக் கணக்கில் வைத்துக் கொள்ளலாம். மக்களை ஆசைக்கு ஏற்ப வாங்கத் தூண்ட வேண்டும், மதத்தின் பெயராலும், கடவுளின் பெயராலும் வாங்கத் தூண்ட வேண்டும். இவை போதும். மக்கள் கண்டிப்பாக வலையில் விழுந்து விடுவார்கள். அவ்வளவுதான், அதனுடைய மொத்தத் தத்துவம். திடீரென்று முளைத்த அட்சயை திரிதயை இப்படிப் பட்டதுதான்.

அட்சய திரிதயை என்பது என்ன? மூன்று காரணங்கள் சொல்லுகிறார்கள். பரசுராமர் பிறந்த நாள், மகாபாரதத்தை வியாசர் எழுதத் தொடங்கிய நாள், குபேரனுக்கு உகந்த நாள் என மூன்று காரணங்கள் சொல்லப்படுகின்றன. மூன்றாவது நமக்கு மிகவும் பிடிக்கும். ஏனெனில் அது பணம் தொடர்புடையது. அக்ஷய என்பது அறுபது ஆண்டுகளில் ஓர் ஆண்டு. அறுபது ஆண்டுகளுக்கு ஒருமுறைதான் அக்ஷய வரும். திரி என்றால் சமஸ்கிருதத்தில் மூன்று. திரிதயை என்பது அந்த அக்ஷய ஆண்டு தொடங்கிய மூன்றாவது நாள். ஆனால் இன்றோ, அறுபது ஆண்டுகளுக்கு ஒருமுறை வரவேண்டிய அக்ஷய, ஆண்டுதோறும் வருகிறது.
.

அடுத்த கட்டம் என்னவென்றால், 'நீங்க நகைதான் வாங்கணும்னு இல்லைங்க சில்வர் சாமான் வாங்கலாம், துணி வாங்கலாம், நிலம் வாங்கலாம், ரியல் எஸ்டேட் வாங்கலாம்' என்கிறார்கள். எல்லாவற்றையும் விட வேடிக்கையான இன்னொரு விளம்பரத்தை நான் சொல்கிறேன், உங்களில் சிலர் பார்த்திருக்கலாம். செக்கோஸ்லோவேகியாயா நாட்டைச் சேர்ந்த, வோக்ஸ் வேகன் என்கிற ஒரு கார் நிறுவனம். ஒரு விளம்பரம் கொடுத்துள்ளனர். . அக்ஷய திரிதையை முன்னிட்டு எங்கள் நிறுவனத்தைச் சார்ந்த, ஸ்கோடா ஃபோபியா கார் வாங்கினால் நல்லது என்று செக் நாட்டுக்காரனைக்கூட அக்ஷய திரிதையை பாதிக்கிறது.

மதத்தின் பெயரால் நுகர்வுக் கலாசாரத்தை வளர்ப்பது எளிதாக இருக்கிறது. மும்பையிலிருந்து ஒரு நண்பர் ஒரு கட்டுரை எழுதியிருக்கிறார். இப்போதெல்லாம் நவராத்திரியில் ஒரு புதிய பழக்கம் அங்கு வந்திருக்கிறதாம். . நவராத்திரி நேரத்தில், மும்பையில் ஒரு அலுவலகத்தக்குப் போனால், எல்லோரும் ஒரே வண்ணத்தில் சேலை கட்டியிருக்கிறார்களாம். அடுத்த நாள் இன்னொரு வண்ணத்தில். ஒன்பது நாட்களும் ஒன்பது வண்ணங்களில், சேலை கட்ட வேண்டும், என்பதை யாரோ தொடக்கி வைத்துள்ளார்கள். அது பரவிக் கொண்டுள்ளது. எதற்காக அது மும்பையிலிருந்து தொடங்குகிறது என்றால், குஜராத்தில்தான் ஆலைகள் நிறைய இருக்கின்றன. குஜராத், அஹமதாபாத்துக்கெல்லாம் போய், 'விலையை அடிச்சி, நொறுக்கி வாங்கிட்டு வந்து, மக்களுக்கு லாபம் இல்லாமல் கொடுப்பது யார்னு விளம்பரம் பண்றாங்களே', அங்கேயே லாபம் இல்லாமல் கொடுக்கிறது இல்லை. கொடுக்க முடியாது, லாபம் இல்லாமல் கொடுப்பதற்கு வணிகம் செய்ய வேண்டியதில்லை.

பன்னிரெண்டு மாதங்களில் மார்கழியும், ஆடி மாதமும் விற்பனை மந்தமாக இருக்கிற மாதங்கள். அதற்காக நம் வணிகர்கள் கண்டுபிடித்ததுதான் அதிரடித் தள்ளுபடி. ஆடித் தள்ளுபடியும், ஆங்கிலப் புத்தாண்டும்! ஜனவரி1 புத்தாண்டை ஏன் எல்லோரும் கொண்டாடுகிறார்கள். .

வடபழனி கோவிலை எதற்காக நள்ளிரவு 12 மணிக்குத் திறந்து வைக்கிறார்கள்? பொழுது விடிவதற்கு முன்பு நடை திறக்கக் கூடாது என்பது . ஆகம விதி. சைவ ஆகமம், வைணவ ஆகமம் எல்லாம் அப்படித்தான் சொல்கின்றன.பொழுது விடியாமல் கோயில் கதவைத் திறக்கக் கூடாது. ஆனால் இரவு 12 மணிக்குத் திறக்கின்றார்களே, எப்படி? அர்ச்சனைத் தட்டில் காசு விழுமானால், ஆகம விதிகளைக் கொஞ்சம் தள்ளி வைத்துக் கொள்ளலாம். அவ்வளவுதானே!

இன்னொரு செய்தி, 1893 ஆம் ஆண்டு வரையில் பிள்ளையார் சதுர்த்தி வீட்டில் கொண்டாடப்பட்ட சின்ன விழா. 1893 ஆம் ஆண்டுதான் முதன் முதலாகப் பாலகங்காதர திலகர் அதைப் பொது விழாவாகக் கணேஷ் சதுர்த்தி என்று ஆக்கினார். ஏறத்தாழ ஒரு தொண்ணூறு ஆண்டுகளில் தமிழ் நாட்டுக்கும் அது வந்து சேர்ந்துவிட்டது. இன்றைக்குப் பிள்ளையார் சதுர்த்தி, ஒரு பெரிய வணிகத்திற்கான கடை திறப்பாக ஆகி விட்டது. அது வெறும் கோவில் நடை திறப்பு. இது நுகர்வுக் கலாசாரத்திற்கான கடை திறப்பு.

ஆகையினாலே இன்றைய சமூகம், வணிகம் சார்ந்தும், அரசியல் இந்த வணிகச் சமூகம் சார்ந்தும், இயங்கிக்கொண்டிருக்கின்றன. இதற்கு நேர் எதிரானது துறவு. பொருள்களை வாங்கிக் குவிக்காதீர்கள், பொருள்கள் தேவைக்குத்தானே தவிர ஆசைக்கு இல்லை என அறிவுறுத்துவது துறவு. இதை ஒற்றை வரியில் இல்லை அரை வரியில் 'ஆரா இயற்கை அவா' என்று சொன்னார் வள்ளுவர். குறளில், துறவறவியல். அருள்உடைமை என்பதில்தான் தொடங்குகிறது. இருபத்தி ஐந்தாவது அதிகாரம் துறவறவியலின் தொடக்கம். இருபத்து நான்காவது அதிகாரத்தோடு இல்லறவியல் முடிகிறது. இல்லறவியலின் உச்சம் எது என்றால் புகழ் என்னும் அதிகாரம்தான். இல்லறவியலில் நமக்கு அதற்கு மேல் ஒன்றும் இல்லை.

புகழ் வந்ததற்குப் பிறகு, இருபத்தி ஐந்தாவது அதிகாரம், அருளுடைமை. . மொத்தம் பதின்மூன்று அதிகாரங்கள் துறவியலில் உள்ளன. இறுதியில் உள்ள முப்பத்து ஏழாவது அதிகாரம் அவா அறுத்தல். துறவு, மெய்யுணர்தல் அதற்குப் பிறகு கடைசியாக அவா அறுத்தல், 'ஆரா இயற்கை அவா' என்பது கடைசிக் குறட்பா. 'ஆரா' என்றால் நிறையாத என்று பொருள், ஆசையை உங்களால் எப்போதும் நிறைவு செய்ய முடியாது. அதாவது மணிமேகலையில் வருகிற ஒரு கற்பனைப் பாத்திரத்துக்கு, நேர் எதிரான பாத்திரம் இந்த ஆசை. மணிமேகலையிலே வருகிற அந்த அமுதசுரபி என்று சொல்லப்படுகிற கற்பனைப் பாத்திரம், உள்ளேயிருந்து எவ்வளவு எடுத்தாலும் குறையாது. இந்த ஆசை என்கிற பாத்திரத்தில் நீங்கள் எவ்வளவு கொட்டினாலும் நிறையாது. தேவைக்கு வாங்கினால் வாங்குகிற வேலை முடியும். ஆசைக்கு வாங்கினால் சாகிறவரைக்கும் முடியாது.

தேவைக்கு வாங்குங்கள் என்பது அறம். மற்றவர்களுக்கு உதவுங்கள் என்பது அறம். தேவையில்லாதவைகளையும் வாங்கிக் குவியுங்கள் என்பது நுகர்வுக் கலாசாரம். நாம் எந்த அறம் நோக்கிப் போகப் போகிறோம் என்பது நம் முன் உள்ள வினா!

வயது ஏற ஏற ஆசை குறைந்திடல் வேண்டும். அதில் காமமும்

அடங்கும். காமம்தான் கடைசியாகப் போகிற ஆசை. எல்லா ஆசைகளையும் வெல்ல முடியும். வெல்ல முடியாத வலிமையான ஒன்று மனித உடம்பின் காம உணர்வுதான்.

ஆதலால் காமம் குறைத்து, உலகப் பொருள்களின் மீதான ஆசைகள் தவிர்த்து, எல்லோருக்குமான மனிதனாக வாழத் தொடங்குகிற, வயதும் பக்குவமுமே துறவறம். அதுதான் அறம் அதுதான் அறிவு!.

'அருள் அறிவு ஒன்றே அறிவு' என்பார் வள்ளலார்.. மற்றெல்லாம் மருள் அறிவு என்பது அவர் வாக்கு!

இத்தனை காலம் நமக்காக வாழ்ந்தோம், வாழ்ந்ததில் பிழையில்லை, வாழாமல் இருக்க முடியாது. துய்த்தல் என்பது உலகின் இயற்கை. துய்த்தலிலிருந்து, நமக்காக மட்டுமே நாம் என்கிற நிலையிலிருந்து, நமக்காகவும் நாம் என்கிற நிலைக்கு வந்து, பிறருக்காகவும் நாம், பிறருக்காகவே நாம் என்கிற நிலையை எட்டுதல் வாழ்வின் உயர்ந்த அறம்.

அந்த உயர் அறம் நோக்கி நம் வாழ்வு நடக்கட்டும்!!

6 கருப்பும் வெள்ளையும்

கருப்பும் வெள்ளையும் என்பது மேலோட்டமாகப் பார்க்கிறபோது ஒரு எளிமையான தலைப்பு. ஆனால் எப்போதும் எளிமையான தலைப்பில் பேசுவதுதான் கடினமானது. கடினமான செய்திகளை எடுத்துக்கொண்டு, செய்திகளைத் தேடி, அதுபற்றிய கருத்துகளைச் சொல்லுவது எளிது. ஆனால் எல்லோருமே அறிந்திருக்கிற தலைப்பையும், அறிந்திருக்கிற செய்திகளையும் வைத்துக்கொண்டு பேசுவதிலே இருக்கிற கடினத்தை, இந்தத் தலைப்பை கொடுத்ததற்குப் பிறகுதான் உணர்ந்தேன். அமெரிக்காவிற்குச் சென்றபோது எனக்கு நேர்ந்த, ஒரு அனுபவத்திலிருந்து இன்றைய உரையைத் தொடங்கலாம் என்று கருதுகிறேன்.

அமெரிக்காவிலே இருக்கிற என் மகளைக் காண, 2012 ஆம் ஆண்டில், நான் அங்கு சென்றபோது எனக்கு ஒரு வித்தியாசமான அனுபவம், அந்த விமான நிலையத்திலேயே ஏற்பட்டது. பெட்டிகளை எடுத்துக்கொண்டு வெளியே வருகிறபோது, அங்கேயிருந்த அதிகாரி ஒருவர் என் பெட்டிகளைச் சோதனையிட்டார்.

அப்படிச் சோதனையிடுகிறபோது அவற்றுள் கூடாத பொருள் ஏதும் இல்லை, ஆனாலும் என் மனைவி 'மகளிடம் கொண்டுபோய்க் கொடுங்கள்' என்று கொடுத்துவிட்ட நம்மூர்க் காய்கறிகள், பழங்கள், அரிசி எல்லாம் இருந்தன. அவற்றை அவர்கள் மிக ஆபத்தான பொருள்களைப் போலப் பார்த்தார்கள். ஒரு மாவைக் கையில் எடுத்துக்கொண்டு இது என்ன என்று கேட்டார்கள். அது இடியாப்ப மாவு. இடியாப்பம் என்றால் அவர்களுக்கு விளங்காது. எனவே எல்லாம் eatables, வெஜிடபிள்ஸ்தான் என்று நான் சொன்னேன். அவர்கள் கொஞ்சமும் இரக்கமே இல்லாமல் அந்தக் காய்கறிகளை எடுத்து அப்படியே குப்பைத்தொட்டியில் போட்டுவிட்டார்கள். பிறகு இது என்ன என்று ஒரு பொருளைப் பார்த்து, ஒருவிதமான அச்சத்தோடு கேட்டார். அது நம்முடைய ஊர்க் கருணைக்கிழங்கு, பிடி கருணை. கருப்பாக இருக்கிற அந்தக் கிழங்கைப் பார்த்து what is this? என்று கேட்டார். This is also a vegetable என்று நான் சொன்னேன். சரி என்று உள்ளே போய்விட்டார். இதை அனுமதிக்கப் போகிறாரோ என்று நான் ஐயப்பாட்டில் இருந்தபோது அவர் திரும்ப வந்தார். ஒரே ஒரு மாற்றம், மற்ற காய்கறிகளையெல்லாம் தன் கையால் எடுத்துக் குப்பைத் தொட்டியில் போட்டவர், உள்ளே போய்க் கையில் ஒரு உறை மாற்றிக்கொண்டு வந்து அந்த கருணைக்கிழங்கைத் தூக்கிக் குப்பைத் தொட்டியில் போட்டார். . கருப்பு நிறம், அவரை அவ்வளவு அச்சுறுத்தியிருக்கிறது. அப்போதுதான் கருப்பும் வெள்ளையுமான பேதம் இன்னமும் அப்படியேதான் இருக்கிறதோ என்று எனக்கு எண்ணத் தோன்றிற்று.

எனவே இந்தக் கருப்பு வெள்ளை என்பது வெறுமனே வண்ணங்கள் இல்லை. வண்ணங்களுக்குள் ஏராளமான எண்ணங்கள் பொதிந்து கிடக்கின்றன. ஆனால் அவை அடிபபடையில் வண்ணங்களே இல்லை. அவை தவிர்த்த மற்ற நிறங்களே வண்ணங்கள் என்பதும் எண்ணிப்பார்க்க வெண்டிய செய்தி.

உலக வரலாற்றை, ஈழத்திலே வரலாற்றுப் பேராசிரியாக இருந்த திருநாவுக்கரசு அவர்கள் 'ஒற்றை மைய உலகம்' என்ற தலைப்பில் ஒரு புத்தகமாக எழுதியிருக்கிறார். 1990 ஆம் ஆண்டுக்குப் பிறகு அமெரிக்காவின் தலைமையிலே உலகம், ஒரு ஒற்றை மையத்தின் கீழ் வந்திருக்கிறது என்பதைப் பற்றிக் கூறுகின்ற நூல் அது. பேராசிரியர் திருநாவுக்கரசு அவர்கள் வண்ணங்களை வைத்தே உலக வரலாற்றை ஓரளவிற்கு விளக்கியிருக்கிறார். 'எப்போதும் இரண்டு வண்ணங்களுக்கு இடையே ஒரு மோதல் நிகழ்ந்துகொண்டே இருக்கிறது, அந்த மோதல்தான் வரலாறு ஆகிறது' என்கிறார்.

இரண்டாவது உலகப்போர் என்பது என்ன? வெள்ளைக்கும் மண் நிறத்துக்குமான மோதல். ஹிட்லரினுடைய அந்த உடை, அந்தக் கொடி எல்லாம் brown color, மண் நிறம். நாம் அதை பழுப்பு நிறம் என்று சொல்கிறோம். மண்ணின் நிறம் என்று சொல்லுவதுதான் சரி. ஹிட்லர், முழுக்க முழுக்க மண்ணைக் காட்டித்தான் அந்த மக்களிடத்திலே ஒரு கோபத்தை உருவாக்கினார். அவர்கள் அணிந்திருந்த அந்த உடை காக்கி உடை அது மண்ணின் நிறம் தான். நீங்கள் கவனித்துப் பார்க்கலாம் அதே

மண்ணின் நிறத்தில்தான் இன்றைக்கும் ஆர்.எஸ்.எஸ்.சீருடைஅமைந்துள்ளது. இதை நான் வெறும் நிறத்துக்காக மட்டும் ஒப்பிட வில்லை. அவர்கள் குணத்துக்காகவும் ஒப்பிடுகிறேன். ஹிட்லருக்கும் ஆர்.எஸ்.எஸ்.க்கும் இருக்கிற நெருக்கமான தொடர்பு வெறும் நிறத்திலே மட்டும் இல்லை.

மண் நிறத்திற்கும் வெள்ளை நிறத்திற்கும் ஏற்பட்ட மோதல் இரண்டாம் உலகப்போராக வெடித்தது என்று பார்த்தோம். அந்த மண் நிறம் இரண்டாம் உலகப்போரில் முடிந்து போனதற்குப் பின்னால், வெள்ளைக்கும் சிவப்புக்கும் மோதல் வந்தது என்று அவர் எழுதுவார். அதுவரையில், இங்கிலாந்து தேசம்தான் The great Brittan என்று சொல்லுகிற பிரிட்டானியப் பேரரசுதான் உலகம் முழுவதையும் தன் கைக்குள்ளே வைத்திருந்தது. அவர்கள் சொல்லுவார்கள் எங்கள் பேரரசில் சூரியன் உதிப்பதும் இல்லை, மறைவதும் இல்லை என்று. எனக்கு நெடுங்காலம் அந்தத் தொடருக்குப் பொருள் கொஞ்சம் புரியாமல் இருந்தது. வேறொன்றும் இல்லை ஆஸ்திரேலியாவிலிருந்து கனடா வரைக்கும் அவர்கள் ஆட்சி இருந்த காரணத்தாலே, ஆஸ்திரேலியாவிலே கதிரவன் மறைகிறபோது,கனடாவிலே உதிக்கும், இங்கே மறைகிறபோது அங்கே உதிக்கும். ஆகையினாலே எங்காவது ஒரு இடத்தில் எங்கள் சாம்ராஜ்ஜியத்தில் கதிரவன் இருப்பான், கதிரவன் உதிப்பதும் இல்லை, மறைவதுமில்லை என்று அவர்கள் சொன்னார்கள். ஆனால் இரண்டாவது உலகப்போருக்குப் பிறகு பிரித்தானிய அரசுடைய காலனிகள் சுருங்கிப்போயின. அதுவரையிலே பின் தளத்திலே இருந்த, அமெரிக்காவும் சோவியத்தும் அதற்குப் பின்னால் மேலெழுந்தன. அப்பொது வெள்ளைக்கும் சிவப்புக்குமான ஒரு யுத்தம்தொடங்கி, நாற்பத்தைந்து ஆண்டுகள் நடைபெற்றன.

1990 ஆம் ஆண்டில் சோவியத் உடைந்து பல துண்டுகள் ஆன பிறகு, பனிப்போர் முடிந்து, சிவப்பு கொஞ்சம் தளர்ந்து போனது. எனினும் யுத்தம் முடிவுக்கு வரவில்லை. வெள்ளைக்கும் பச்சைக்குமான யுத்தம் தொடங்கிற்று. வளைகுடா நாடுகளை நோக்கி அமெரிக்காவினுடைய படைகள் வந்தன, எனவே உலக வரலாறு என்பதே கூட இப்படி வண்ணங்களால் ஆக்கப்பட்டிருக்கிறது. இது அரசியல் வரலாறு என்று சொன்னால், இந்த உலகத்தினுடைய சமூக வரலாறும் கருப்பு வெள்ளை மோதலிலேதான் இருக்கிறது.

சமூக வரலாறு உலகம் முழுவதும் கருப்பு வெள்ளை மோதலின் வறலாறாகத்தான் உள்ளது. நிறவெறி மேலை நாடுகளில் மட்டும்தானே இருக்கிறது என்று கேட்கலாம். அங்கே இருக்கிற நிறவெறிதான் இங்கே வருண சாதி மோதல் என்கிற பெயரில் இங்கேயும் இருக்கிறது. எனவே இங்கே நடப்பதும் வெள்ளைத் தோலுக்கும், கருப்பு தோலுக்குமான மோதல்தான்.

இரண்டுக்கும் இடையில் மிகப்பெரிய நுட்பமான உறவுகள் இருக்கின்றன. அதற்கு முன்பு இந்த மனிதர்களின் நிறங்களைப் பற்றி நாம் கொஞ்சம் பேச வேண்டும். இனங்கள் என்று சொன்னாலே அவை நிறங்களால்தான் முதலில் தீர்மானிக்கப்படுகின்றன. நான்கு பெரிய இனங்களைத்தான் மானுட இயல் ஆசிரியர்கள் குறிப்பிடுகிறார்கள். அடித்தளமாக மரபு இனங்கள் என்று சொல்லப்படுபவை நான்குதான். ஒன்று காகசாய

இனம், இரண்டாவது ஆப்பிரிக்க இனம், மூன்றாவது மங்கோலிய இனம், நான்காவது அமெரிக்க – இந்திய இனம் என்று எழுதுகிறார்கள். ஆஸ்திரேலிய இனம் என்பதெல்லாம் பின்னாலே வந்தது. திராவிட இனம் என்பது கூட இந்த அடிப்படையான நான்கு இனங்களில் ஒன்றாகக் குறிக்கப்பட வில்லை என்பதை நாம் ஏற்க வேண்டும். இந்த நான்கு இனங்களுக்கும் இடையில் செவ்விந்தியர்கள் என்று அறியப்பட்டுள்ள அமெரிக்க இந்தியன் என்னும் இனத்தை விட்டுவிட்டால் கூட மற்ற மூன்று இனங்களுக்கும் இடையில் மிகத்தெளிவான வேறுபாடுகள் இயற்கையிலேயே அமைந்திருக்கின்றன.

காகசாயர்கள் அடிப்படையில் ஐரோப்பியர்கள். பிற்காலங்களில் அமெரிக்க, ஆஸ்திரேலிய நாடுகளுக்குக் குடி பெயர்ந்தவர்களும் அவர்களே. வெள்ளை நிறம், மெலிந்த தேகம், உயரமான உருவம், சின்ன உதடுகள், நீல விழிகள் இவை காகசாயர்களினுடைய அடையாளம். பருத்த உடல், கருப்பு நிறம், சுருட்டை முடி, பெரிய உதடுகள் இவை ஆப்பிரிக்க மக்களினுடைய அடையாளம். குள்ள உருவம், வட்ட முகம், சப்பை மூக்கு, மஞ்சள் நிறம் மங்கோலியர்களினுடைய அடையாளம். இவை மூன்றும் மிகத் தெளிவாக உருவத்தில் வேறுபாட்டைக் காட்டுகின்றன. எனினும் இவை வேறுபாடுகளே தவிர ஏற்றத்தாழ்வுகள் இல்லை என்பது மிக முதன்மையானது.

சாதி என்பது வேறுபாடாக மட்டுமில்லை, ஏற்றத்தாழ்வைக் கற்பிப்பதாகவும் இருக்கிறது. வருணம் என்பதும் வண்ணம்தான். வருணம்தான் பிறகு சாதியாகி, சாதிதான் உட்சாதியாகி உட்சாதிதான் கிளைச்சாதி ஆகிறது. இன்றைக்கு ஆறாயிரம் கிளைச்சாதிகள் நாட்டில் இருக்கின்றன. ஆறாயிரம் சாதிகளில் எந்த ஒரு சாதியும், இன்னொரு சாதிக்கு இணையாக இல்லை. அதுதான் பெரிய செய்தி. ஆறாயிரம் சாதிகளும் ஒன்றன்கீழ் ஒன்றாக அடுக்கப்பட்டுள்ளன.

இங்கு நான்கு வருணங்கள், அங்கே நான்கு இனங்கள். அந்த மரபு இனங்களும் கூட வண்ணங்களின் அடிப்படையிலேதான் வேறுபடுகின்றன. இதிலே நாம் கருப்பு என்று சொல்லுவது ஆப்பிரிக்க மக்களின் நிறம். வெள்ளை என்று சொல்லுவது காகசாய மக்களினுடைய நிறம். அதுவும் கூட நாம் நுட்பமாகப் பார்த்தால், எல்லோருடைய நிறமும் வெள்ளை என்று சொல்லமுடியாது. ஒரு அடையாளத்திற்கு நாம் சொல்லுகிறோமே தவிர வெள்ளை, சிவப்பு அல்லது இளஞ்சிவப்பு (ரோஸ்) என்று வெவ்வேறு நிறங்கள் உள்ளன. இளஞ்சிவப்பு நிறம்தான் கூடுதலாக இருக்கிறது.

மிகப் பெரும்பான்மையாகத் திராவிடர்கள் என்று சொல்லப்படுகிற மக்களினுடைய நிறம், மண்ணின் நிறம்தான். பழுப்பு நிறம் என்று நாம் சொல்லுவோம். 'கருப்புமில்லை, சிவப்புமில்லை, மா நிறம்' என்று சொல்லும் பழக்கம் இன்றும் நம்மிடையே உள்ளது. மண்ணின் நிறத்தைத்தான் நாம் மா நிறம் என்கிறோம். கருப்பு நிறத்தை வெள்ளையர்கள் மட்டும் வெறுத்தார்கள் என்று சொல்ல முடியாது. . நம்முடைய நாட்டிலும் கூட கருப்பு வெறுக்கத்தான் பட்டது. இன்றைக்கும் நாம் கருப்பை முழுமையாக ஏற்றுக்கொள்ளுகிறோம் என்று சொல்ல முடியாது.

இப்போதும் ஒரு குழந்தை பிறந்தவுடன் அல்லது பெண் பார்க்கப்போகிறபோது கருப்பா, சிவப்பா என்று உரையாடுவதைப் பார்க்க முடியும்.

'கருப்பா இருந்தாலும் பொண்ணு களையாக இருக்கிறது' என்பார்கள் 'கருப்பாக இருந்தாலும்' என்பதே கருப்பு என்பது ஒரு தகுதிக் குறைவாகக் கருதப்படுவதன் அடையாளம்தானே! 'இருந்தாலும்' என்பதை இலக்கணத்திலே இழிவு உம்மை என்று சொல்லுவார்கள். மனக்குறையின் வெளிப்பாடு அது. 'ஈனப் பறையர்களேனும்' என்று பாரதி சொல்லுவதைப் போல, 'ஆவுரித்துத் தின்றுழலும் புலையரேனும்' என்று அப்பர் சொல்லுவது போல, இழிவுப் பொருளே எஞ்சி நிற்கிறது.

வெயிலில் வாழ்கிற, வெயிலில் உழைக்கிற மக்கள் கருப்பாய்த்தான் இருப்பார்கள். இந்த நாட்டில் கருப்பாய் இருந்தால்தான் அழகு. கிராமத்துக்குப் போனால் புரியும். கிராமத்தில் வெள்ளை வெளேரென்று இருந்தால்,'அவனுக்கு ரத்த சோகை போலிருக்கு' என்பார்கள். .கவிஞர் இன்குலாப் சொல்லுவது போல, உழைக்கிற மக்கள், சூரியனை முதுகில் சுமப்பவர்கள். குனிந்து வேலை செய்கிறபோது, சூரியனை முதுகில் சுமப்பவர்கள் என்பதால் அவர்கள் உடம்பு கருப்பாய்த்தான் இருக்கும். இந்த கருப்புக்கும் வெள்ளைக்கும், தட்ப வெட்ப நிலை ஒரு பெரிய காரணம். மக்களுக்கு இடையே தோற்றத்தில் இருக்கிற வேறுபாடுகளுக்கும் தட்ப வெப்பம் ஒரு காரணம்.

மக்களுடைய நடை உடை பாவனைகளுக்கும், தட்பவெட்ப நிலைக்குமிடையே நெருங்கிய தொடர்பு உள்ளது. . சோவியத்தினுடைய அதிபர் லெனின் படத்தைப் பார்க்கிறபோது அவர் இரண்டு கோட் பையிலேயும் கைகளை வைத்துக்கொண்டு நிற்பார். ஓயிலாக அதாவது ஸ்டைலாக நிற்கிறார் என்று நினைப்போம். இல்லை, குளிருக்கு அப்படித்தான் நிற்க முடியும். கொட்டும் பனியில் வெளியே கையை வைத்துக்கொள்ள முடியாது. மேலை நாட்டினர். அமைதியாக பேசுகிறார்களே, நாம் இரைந்து பேசுகிறோமே என்றால் அவற்றுக்கும் பருவநிலைதான் காரணம். அந்தக் குளிருக்கு அவ்வளவுதான் பேசமுடியும். அவ்வளவு பேசுவதே அதிகம். காய்ந்து போன நிலத்தில் பிறந்து வாழ்ந்து வளர்கிறவர்கள் நாம். சத்தம் போட்டுத்தான் பேசுவோம். இது நம்முடைய இயற்கை.

மனிதர்களை இரண்டு கூறுகள் முடிவு செய்கின்றன. ஒன்று பாரம்பரியம் இன்னொன்று சுற்றுச்சூழல். மரபு அணுக்களினுடைய ஆய்வுகள் எல்லாம் நடந்துகொண்டிருக்கின்றன. பாரம்பரிய மரபு அணுக் கூறுகளிலிருந்து நம்முடைய நிறம், நம்முடைய குணம் உள்ளிட்ட எல்லாம் தீர்மானிக்கப்படுகிறது. இயற்கைக்கு ஏற்ப எல்லாம் அமைகின்றன. இதில் உயர்வும் இல்லை, தாழ்வும் இல்லை. ஆனால் இந்தக் கருப்பு நிறம் தாழ்வானதென்றும், வெள்ளை நிறம் உயர்வானதென்றும் கருதும் ஒரு கருத்து அமெரிக்காவில், ஐரோப்பாவில் மட்டுமில்லை, இந்தியாவிலும், இந்தியாவாக இருந்த நாடுகளிலும் வலியுறுத்தப்பட்டது. இங்கே அதற்கு சாதி என்று பெயர், அங்கு அதற்கு நிறவெறி (Racism) என்று பெயர்.

இன்றைக்கு உலகம் முழுவதும் நிறவெறியை எதிர்த்து மாநாடுகள் நடக்கின்றன. அதற்கு உலகளாவிய எதிர்ப்பு உள்ளது. அந்த நிறவெறிக்குச்

சற்றும் குறையாதது நம் நாட்டில் இருக்கிற சாதி.

இன்னொன்றையும் குறிப்பாக நான் சொல்ல வேண்டும். ஆப்பிரிக்க மக்கள் இந்த நிறவெறிக்குப் பலியாகி, தங்கள் வாழ்க்கையையே இழந்ததற்கு ஒரு விதத்தில் நாம்தான் காரணம். இந்தச் செய்தி . ஏதோ மொட்டைத் தலைக்கும் முழங்காலுக்கும் முடிச்சுப் போடுவது போலத் தோன்றினாலும், வரலாற்றைக் கூர்ந்து பார்த்தால் அவர்கள் அடிமைப்பட்டதற்கு ஒரு விதத்தில் நாம் காரணம் என்பதை உணரலாம்.

ஒரு கட்டத்தில் ஐரோப்பாவிலிருந்து ஆசியாவிற்குத் தரை வழியாக வருகிற பாதை அடைபட்டுப்போயிற்று. அது *1453* ஆம் ஆண்டு. கான்ஸ்டான்டி நோபிள் வழியாகத்தான் வரவேண்டும் நமக்கும் ஐரோப்பாவுக்குமான வணிகத்தொடர்பு இரண்டாயிரம் ஆண்டுகளுக்கு முன்னாலிருந்து இருக்கிறது. அதுதான் ரோமாபுரிப் பாண்டியன் கதை. அது நமக்கும் அவர்களுக்கும் இருந்த நீண்ட காலத்தொடர்புக்கான சான்று. இன்னமும் சரியாய்ச் சொன்னால், பெருமைக்காகச் சொல்லவில்லை, உலகத்தினுடைய முதல் கடலோடிகள் நாம்தான். அதில் ஒன்றும் மாற்றுக்கருத்தே கிடையாது. நம்முடைய தூத்துக்குடி துறைமுகத்து முத்துக்களை வாங்குவதற்காக அங்கிருந்து வணிகர்கள் வந்தார்கள். .குதிரைகளையெல்லாம் இங்கு கொண்டு வந்து கொடுத்துவிட்டு, நம் முத்துகளை வாங்கிக் கொண்டு போனார்கள். அவர்களினுடைய வரலாற்று ஆசிரியர் ஒருவர், 'இந்தப் பாழாய்ப் போன முத்துக்களுக்காக, குதிரைகளை எல்லாம் கொண்டுபோய் விற்றுவிட்க்டார்களே, இந்த முத்துகளை வாங்கி வைத்துக்கொண்டு என்ன செய்வது என்று புரியவில்லை' என்று எழுதுகிறார். குதிரை நம்முடைய விலங்கு அன்று.. அது குதித்துக் குதித்து ஓடியதால் குதிரை என்று நாம் பெயர் வைத்தோம். அது அங்கிருந்து வந்த விலங்கு, இறக்குமதியானது.

இவ்வாறு நமக்கும் ஐரோப்பாவுக்கும் வணிகத்தொடர்பு இருந்தது. ஆனால் *1453* ஆம் ஆண்டு கான்ஸ்டான்ட்டின் நோபிள், ஒட்டமான் பேரரசின் துருக்கியர்கியர்களின் கைவசம் வந்தது. துருக்கியர்களுக்கும் ஐரோப்பியர்களுக்கும் எப்போதும் ஆகாது. அது முதல் உலகப்போரிலிருந்துதான் தொடங்குகிறது என்பது இல்லை. துருக்கியர்களுக்கும் ஐரோப்பியர்களுக்கும் இடையிலே ஒரு பகை அதற்கும் முன்பிருந்தே இருந்துகொண்டிருந்தது. அந்த கான்ஸ்டான்ட்டின் நோபிள் பாதை அடைபட்டுப் போனதற்குப் பிறகு, தரை வழி என்பது ஐரோப்பியர்களுக்கு இல்லாமல் போயிற்று. அப்போதுதான் கடல் வழியாக இந்தியாவுக்கு வரவேண்டும் என்கிற எண்ணம் அவர்களுக்கு வந்தது. கொலம்பஸ் கூட அமெரிக்காவை நோக்கி போகவில்லை என்பதை நாம் அறிவோம். இந்தியாவை நோக்கித்தான் வந்தார். எனவே இந்தியாவை நோக்கி வருவதற்கான கடல் வழியைக் கண்டறிகிறபோதுதான், அந்த ஆப்பிரிக்கக் கண்டத்தினுடைய தெற்கு மூலையிலே போய் இறங்கி ஆப்பிரிக்கக் கண்டத்தையும் அவர்கள் கண்டறிந்தார்கள்.

பதினைந்தாம் நூற்றாண்டின் கடைசியிலே . மூன்று பேர் புறப்பட்டார்கள். ஒருவர் அமெரிக்காவுக்குப் போனார். இன்னொருவர் இந்தியாவிலே இருக்கிற கள்ளிக்கோட்டைக்கு வந்து சேர்ந்தார். மூன்றாமவர், அந்த

ஆப்பிரக்க கண்டத்தினுடைய குமரி முனைக்குப் போய்ச் சேர்ந்தார். அனைத்தும் 15ஆம் நூற்றாண்டின் இறுதியில்!

இவர்களில் ஒருவரான கொலம்பஸ்தான் அமெரிக்காவைக் கண்டுபிடித்தார் என்று நாம் இன்னமும் பாடம் சொல்லிக்கொடுத்துக் கொண்டிருக்கிறோம்.. அந்தக் கொலம்பஸ் பற்றிச் சொல்லவேண்டும்.

நான் கனடாவிற்கு ஒருமுறை போயிருந்தேன். அங்கே செவ்விந்தியர்கள் என்று அழைக்கப்படும், அந்த மண்ணின் மைந்தர்களான பழங்குடியினர் சிலர் இப்போது மறுபடியும் உயிர்பெற்றுச் சில சங்கங்களையெல்லாம் வைத்திருக்கிறார்கள், அவர்களை நீங்கள் பார்க்க விரும்புகிறீர்களா என்று கேட்டார்கள். உடனடியாகப் பார்த்துவிடுவோம் என்றேன். அன்று மாலை அவர்களைப் பார்த்தபோது அவர்கள் சொன்ன வரிகள் இன்னமும் என் நெஞ்சத்தில் ஆழமாக தைத்திருக்கின்றன. அதனை நான் ஒரு கட்டுரையாகவும் எழுதியிருக்கிறேன். அந்தக் கட்டுரைக்கு நான் கொடுத்த பெயர், 'இழந்த நிலமும் இரவல் பெயரும்' என்பது அது அவர்களே சொன்ன வரி. 'நாங்கள் எங்கள் மண்ணையும் இழந்தோம், எங்கள் பெயரையும் இழந்தோம். 'யாரோ எங்கள் தேசத்துக்குள்ளே வந்தான், நாங்கள் நூற்றுவர்களாக இருந்தோம், அவர்கள் பத்து இருபது பேர்களாக இருந்தார்கள், நாங்கள ஆயிரவர்களாக இருந்தோம், அவர்கள் நூற்றுவர்களாக இருந்தார்கள். ஆனால் எங்கள் கைகளில் மரங்களால் செய்யப்பட்ட ஈட்டிகள் இருந்தன, அவர்கள் கைகளில் துப்பாக்கிகள் இருந்தன. துப்பாக்கிகளின் வலிமை அப்போது எங்களுக்கு தெரியாது எனவே எங்கள் மக்களையெல்லாம் அழித்துவிட்டு, எங்கள் மண்ணையும் கைப்பற்றிக் கொண்டார்கள்,' என்றனர் அவர்கள். கொலம்பஸ் செய்த காரியம் அதுதான்.

கொலம்பஸ் ஜேர்னல் (Columbus journal) என்று ஒரு புத்தகம் இருக்கிறது. அதில் அவன் நாட்குறிப்புகள் உள்படப் பல செய்திகள் உள்ளன. கொலம்பஸ் இத்தாலியிலே பிறந்தவன். அவனுக்கும் அமெரிக்காவிற்கும் தொடர்பு இல்லை. ஸ்பெயின் நாட்டின் சார்பாகக் கப்பலை எடுத்துக்கொண்டு வந்தான், ஒன்றுக்கொன்று தொடர்பு கிடையாது. .. அவனுக்கு திரும்பத் திரும்பக் கடலோட வேண்டும் என்கிற ஆசை இருந்தது. ஒவ்வொரு நாட்டு மன்னராகப் போய்ப்பார்த்தான், முதலில் அவன் அனுகியது போர்ச்சுக்கல் மன்னரை, பிறகு அவன் தம்பியை அனுப்பி இங்கிலாந்து மன்னரைப் பார்க்கச்சொன்னான். அதற்குப் பிறகு இவன் ஸ்பானிஷ் மன்னரைப் பார்த்தான். எல்லோரிடத்திலேயும் கொலம்பஸ் சொன்ன செய்தி, 'எனக்குக் கப்பலும், கொஞ்சம் ஆட்களும், நிதியும் நீங்கள் தருவீர்களானால் நான் இந்தியாவுக்குப் போய், அங்கே இருக்கிற பொருள்களையெல்லாம் உங்களுக்குக் கொண்டு வந்து தருகிறேன்' என்பதுதான்.

ஸ்பானிஷ் நாட்டிலே மன்னராக இருந்த ஃபெர்டினனட், அவர் மனைவி இஸபெல்லா இரண்டு பேருக்கும் அந்த ஆசை வந்தது. யாரை அந்தக் கொலம்பஸோடு சேர்த்து அனுப்பினார்கள் என்றால், அவர்கள் நாட்டிலிருந்த சிறைக் கைதிகளையெல்லாம் அனுப்பினார்கள். வந்தாலும் போனாலும் ஒன்றும் நட்டமில்லை என்கிற கணக்கிலே அவர்கள்

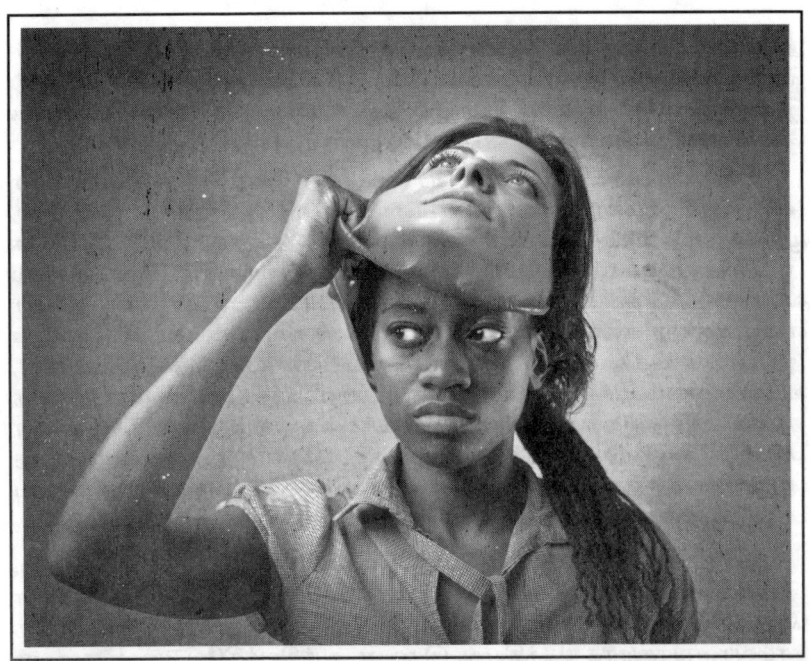

அனுப்பினார்கள். அப்படிக் கொலம்பஸ் வந்து இறங்கிய இடம்தான் அமெரிக்கா. முதன் முதலாகத் தென் அமெரிக்காவிலே வந்து இறங்கி, கியூபாவிற்குப் போனார்கள். ஆனால். அதனை இந்தியா என்று நினைத்துக்கொண்ட காரணத்தினாலே, அவனுக்கு ஒரு சந்தேகம் வந்தது, இந்தியர்கள் கருப்பாக இருப்பார்கள் அல்லது பழுப்பாக இருப்பார்கள் என்றுதான் நாம் படித்திருக்கிறோம், இவன் சிவப்பாக இருக்கிறானே என்று நினைத்து, அவனாக அவர்களுக்கு வேறு ஒரு பெயர் வைத்தான், சிவப்பு இந்தியன் என்று. செவ்விந்தியன் என்ற பெயர் அப்படித்தான் வந்தது.

கொலம்பஸ் தன் நாட்குறிப்பில், '1500 ஆம் ஆண்டு, அதாவது 16 வது நூற்றாண்டினுடைய தொடக்கத்தில், நாங்கள் அவர்களைத் துப்பாக்கிகளால் சுட்டுத்தள்ளினோம், நிலம் முழுவதும் பிணங்களாகக் கிடந்தன, அந்தப் பிணங்களைக் கொத்தித் தின்பதற்காகப் பறந்த அந்த கழுகுக் கூட்டங்கள் எங்களுக்கு வானத்தையே மறைத்துவிட்டன. . திடீரென்று பகல் இரவாயிற்று. எங்களுக்கு வானமே தெரியவில்லை கழுகுகள் மறைத்துக்கொண்டன' என்று எழுதுகிறார். இது கொலம்பஸ் கவிதையாக எழுதியிருக்கிற கொடூரமான செய்தி. . அவன்தான் அவர்கள் நிலத்தையும் பறித்துக்கொண்டான், பெயரையும் பறித்துக்கொண்டான். அவர்கள் சொன்னார்கள் 'இனிமேலாவது உங்கள் பிள்ளைகளுக்குச் சொல்லுங்கள், கொலம்பஸ் அமெரிக்காவுக்கு வந்தான் என்று சொல்லுங்கள், கொலம்பஸ் அமெரிக்காவைக் கண்டுபிடித்தான் என்று சொல்லாதீர்கள். நாங்கள் அதற்கு முன்னால் இல்லாமல் இருந்தோமா, இந்த நாடு இல்லாமல் இருந்ததா? எங்கள் நாட்டை அவன் ஆக்கிரமித்துக்கொண்டான்,

அவனைப் போய் ஒரு பெரிய விஞ்ஞானி மாதிரி, உலகம் முழுவதும் கொலம்பஸ் அமெரிக்காவைக் கண்டுபிடித்தான் என்று சொல்லிக்கொண்டு இருக்கிறீர்களே என்ன நியாயம்இது? என்று சினம் பொங்கக் கேட்டார்கள். அவர்கள் கோபம் நியாயமானது.

கொலம்பஸ் அமெரிக்கா போன அதே நேரம், வாஸ்கோடகாமா *1498* ஆம் ஆண்டு கள்ளிக்கோட்டையில் வந்திறங்கினார். *1494*இல், முதன் முதலாகப் போர்ச்சுகல் நாட்டுக்காரர்கள் மேற்கே ஆப்பிரிக்காவிலிருந்து அடிமைகளைக் கொண்டு வந்தனர். . எனவே கடல் வழியாக அவர்கள் உலகம் முழுவதும், அமெரிக்கா, ஆப்பிரிக்கா, ஆசியா என்ற மூன்று கண்டங்களிலும் கால் வைத்தார்கள். .முதன் முதலாக ஆப்பிரிக்க மக்களை அடிமையாக்கிய போர்ச்சுகல் தேசத்தினர்தான், உடல் வலிமை மிக்க, உள்ளத்தில் கபடமற்ற அந்த ஆபிரிக்க மக்களைத் தங்கள் ஆயுதங்களால் மிரட்டி அவர்களை அடிமைகளாகப் பயன் படுத்திக்கொள்ளலாம் என்கிற முடிவுக்கு வந்தார்கள். வலிமை மிகுந்த ஆப்பிரிக்க மக்களைக் கப்பல்களில் ஏற்றிக்கொண்டு போனார்கள். கருப்பு அடிமைத்தனம் தொடங்கி, அது மூன்று வகைகளில் நடைபெற்றது.

ஒன்று அவர்கள் தேசத்தில் போய் அவர்கள்மீது ஆதிக்கம் செலுத்தியது. இரண்டாவது அவர்களை அடிமைகளாகக் கொண்டு வந்து தங்கள் தேசத்தில் விற்றது. மூன்றாவது , அவர்களைத் தங்களை விடத் தாழ்வானவர்களாக நடத்தியது. இதனை ஆங்கிலத்திலே Racism என்றும் apartheid என்றும் சொல்லுகிறார்கள். Apartheid என்றால் apart from us நம்மை விட்டு விலக்கி வைப்பது என்று பொருள்.

வெள்ளைக்காரன் விலக்கி வைத்தால் குற்றமில்லை, . அமெரிக்காவில் உள்ள நம்முடைய பிள்ளைகள், நம்முடைய நண்பர்கள் கூட நமக்கு ஒரு அறிவுரை சொல்லுவார்கள், 'அந்த பக்கம் போகாதீங்க பிளாக்ஸ் (Black) நெறய இருக்காங்க'என்று ! இவர்கள் என்னவோ வெள்ளை வெளேரென்று சிவப்பாக இருப்பது மாதிரி. நாம் எப்போதும் நம்மை வெள்ளையரோடு சேர்த்துக்கொள்ளுவதிலே ஒரு விருப்பம் உடையவர்கள்.

இயல்பாக அந்தக் கருப்பு இன மக்களிடத்திலே ஆப்பிரிக்க மக்களிடத்திலே சில முரட்டுக் குணங்கள் இருக்கின்றன. இருக்கும், இருக்கத்தான் செய்யும். ஏனென்று கேட்டால் அடக்கி வைக்கப்பட்டவர்கள் திமிறித்தான் எழுவார்கள். கருப்பர்கள் என்கிற பெயரையே அவர்கள் கடுமையாக வெறுக்கிறார்கள். நீங்கள் போகிறபோது யாராவது கருப்பர்கள் எதிரில் தென்பட்டால் கண்ணுக்குக் கண் நேராக பார்க்காதீர்கள் என்பார்கள். நான்கூட அச்சப்பட்டுப் பார்க்கவில்லைதான், ஏனென்று தெரியாது. நேற்று நண்பர் எஸ். ராமகிருஷ்ணன் சொன்னார், எல்லோரும் இப்படிச் சொல்லுகிறார்களே என்று நான் வேண்டுமென்றே பத்துப்பேரை நேருக்கு நேராக பார்த்தேன் என்றார். என்ன நடந்தது என்று கேட்டேன், ஒன்றுமில்லை பக்கத்திலே வந்து மிரட்டினார்கள், பணம் கொடு என்று கேட்டார்கள் என்றார்.

ஏன் இப்படி இருக்கிறார்கள் ஆப்பிரிக்க மக்கள், ஏன் முரட்டுத்தனமாக இருக்கிறார்கள் ?. மேலை நாடுகளுக்குப் போய்வந்த நண்பர்கள் எல்லோருக்கும் இந்த அனுபவம் இருக்கும். கார்களிலே ஒலி எழுப்புவது

என்பது நமக்கு இயல்பான ஒரு பழக்கம், அங்கே யாரும் ஒலி எழுப்புவதே இல்லை. இங்கே ஒலி எழுப்பினால்தான் உங்களுக்கு கார் ஓட்டத்தெரியும் என்பதையே நம்புவார்கள். . அங்கே ஒலி எழுப்புகிற பழக்கம் இல்லை. ஆனால் ஏதாவது ஒரு மகிழுந்து (car) உங்களைக் கடந்து போகிற போது கூடுதல் ஒலியோடு, இசைச் சத்தத்தோடு அது கடந்து போகுமானால் அது ஆப்பிரிக்க மக்களின் வண்டிதான். அந்த ஜாஸ் மியூசிக் என்று சொல்லுகிற ஒலி எழுப்புகிற இசைப் பாடல்களை போட்டுக்கொண்டுதான் அவர்கள் போகிறார்கள். ஏன்?

இன்றைக்குக் காலையிலே நான் கலைஞர் தொலைக்காட்சியிலே ஒரு செய்தி சொன்னேன். மிகச்சிறந்த பாடகரான ஜேசுதாஸ் அவர்கள், பெண்கள் எல்லாம் ஜீன்ஸ் உடை அணியக்கூடாது, இந்தியக் கலாச்சாரம் அதனால் கெட்டுப்போய்விடும் என்று சொல்லியிருக்கிறார். எதிர்த்துப் பல விமர்சனங்கள் எழுந்திருக்கின்றன. நான் சொன்னேன் ஜீன்ஸ் அணியக்கூடாது என்பதற்கு இரண்டு காரணங்கள், ஒன்று அது சுரங்கத் தொழிலாளர்களுக்காக உருவாக்கப்பட்ட, அதற்கேற்ற ஒரு உடை, இரண்டாவது, அது நம்முடைய தட்பவெட்பத்திற்கு ஒத்துவராது, சரிதான். அப்படியானல் பெண்களுக்கும் ஒத்துவராது, ஆண்களுக்கும் ஒத்துவராது என்றல்லவா சொல்லவேண்டும். அது என்ன பெண்கள் மட்டும் அணியக்கூடாது? . ஆண்கள் அதை அணிகிற போது ஒரு இளமைத் தோற்றம் வருகிறது. பெண்களுக்கும் வந்துவிட்டுப் போகட்டுமே உங்களுக்கு என்ன இருக்கிறது. இதில் பண்பாட்டுச் சிக்கல் எங்கிருந்து வந்தது?

நாம் எப்போதும் இரண்டு சட்டப் புத்தகங்களை வைத்திருக்கிறோம், ஆணுக்கு ஒன்று பெண்ணுக்கு ஒன்று. மேல் சாதி என்று சொல்லுகிறவனுக்கு ஒன்று, ஒடுக்கப்பட்ட சாதிக்காரனுக்கு ஒன்று. ஆளுங்கட்சிக்கு ஒன்று எதிர்க்கட்சிக்கு ஒன்று. எல்லோரும் எல்லா நேரங்களிலும் இரண்டு சட்டப் புத்தகங்களை வைத்திருக்கிறோம்.

பெண்கள் ஆபாசமாக உடையணியக்கூடாது என்பது சரிதான். ஆனால் ஆபாசமாகப் பேசுகிறவர்களும், ஆபாசமாக நடந்துகொள்கிறவர்களும் ஆண்கள்தான். உடையணிவதிலே வேண்டுமானால், ஆண்கள் ஆபாசமாக குறைந்து உடை அணிவதில்லை. எப்படியென்றால், நம்முடைய அருள்மொழி தான் மிகச் சரியாகச் சொல்லுவார், 'திரைப் படங்களிலே காஷ்மீரில் போய் ஒரு காதல் பாடல் காட்சி எடுத்தால் கூட, கதாநாயகன் கோட் சூட்டெல்லாம் போட்டிருப்பார், இந்தப் பொண்ணுக்குப் பாவம் மேலயும் கீழயும் இரண்டே இரண்டு உடைதான் இருக்கும். . குளிருக்காவாவது உடை கொடுக்கக்கூடாதா? ஒரு மனிதநேயம்கூட இல்லாம படம் எடுக்குறீங்ளே' என்று கேட்பார். எனவே ஆபாசமான உடைகள் வழங்கப்படுகின்றன. அது தவிர்க்கப்பட வேண்டும் ஆனால் ஆபாசமான நடை, பேச்சு, பாவனைகள் ஆண்களிடத்திலே கூடுதலாக இருக்கின்றன.

பெண்கள் அத்து மீறுகிறார்கள் என்பது போலவே, ஒடுக்கப்பட்ட மக்களும் பல நேரங்களில் அத்து மீறுகிறார்கள் என்றும் . குற்றம் சாற்றுகிறவர்கள் உண்டு. வரம்பை மீறுகிறார்கள் என்று சொல்லுகிறபோது,

அந்த வரம்பை யார் தீர்மானிப்பது என்று ஒரு பெரிய கேள்வி இருக்கிறது. வரம்பு என்றால் என்ன, அதை யார் தீர்மானிப்பது?

பெண்களானாலும், ஒடுக்கப்பட்ட மக்களானாலும், மேலை நாடுகளில் இருக்கிற ஆப்பிரிக்க அமெரிக்க மக்களானாலும் வரம்பு மீறுகிறார்களே, முரட்டுத்தனமாக இருக்கிறார்களே என்று யாராவது வருத்தப்பட்டால், எல்லோருக்குமாகச் சேர்த்து அறுபது ஆண்டுகளுக்கு முன்னால் அய்யா பெரியார் ஒரு விடை எழுதியிருக்கிறார். 'ரொம்ப நேரம் கட்டிப்போட்டிருந்த கன்றுக்குட்டியை அவிழ்த்துவிட்டால் கொஞ்சம் துள்ளிக் குதிச்சுத்தாண்டா நிற்கும்' என்றார். அதில் அடங்குகிறது எல்லா விடையும். நெடுநேரமாக கட்டிப்போட்டிருந்த கன்றுக்குட்டியை அவிழ்த்துவிட்டால் கொஞ்ச நேரம் துள்ளிக் குதித்துத்தான் நிற்கும். அது துள்ளிக்குதிப்பதில் குற்றமில்லை, நீ கட்டிப் போட்டதுதான் குற்றம் என்று பெரியார் சொன்னார்.

. ஆப்பிரிக்க மக்களிடத்திலே அப்படிச் சில குணங்கள் இருக்கின்றன என்றால் அதற்கு என்ன காரணம்? நீங்கள் நம்முடைய சக மனிதர்களை அடிமைகளாக, ஆடு மாடுகளைப் போல விற்றால் அவர்களுக்குக் கோபம் வருமா, வராதா? எண்ணிப்பாருங்கள். 1494 ஆம் ஆண்டு முதல் ஒப்பந்தம், போர்ச்சுகல் நாட்டு வணிகர்களுக்கும், மேற்கு ஆப்பிரிக்காவிலேயிருந்த, அந்தப் பகுதியை அன்றைக்கு ஆண்டுகொண்டிருந்த மன்னர்களுக்கும் இடையில் ஒப்பந்தம் கையெழுத்தாயிற்று. என்ன ஒப்பந்தம்? 'இங்கு இருக்கிறவர்களை எங்களால் சமாளிக்க முடியவில்லை நீ வேண்டுமானால் கூட்டிக்கொண்டு போகலாம், பணத்தைக் கொடுத்துவிட்டுக் கூட்டிக்கொண்டு போ' என்று அந்த மன்னர்கள் சொன்னார்கள். முதல் கப்பல் போர்ச்சுகல் நாட்டுக்கு 1501 ஆம் ஆண்டு வந்து சேர்ந்தது. பிறகு அந்தக் கொடுமை இரண்டு மூன்று நூற்றாண்டுகளுக்குத் தொடர்ந்தது.

. இணையத் தளத்தில் பார்க்கும்போது, 1769 ஆம் ஆண்டு, ஜுலை மாதம் 2 ஆம் தேதி, ஒரு விளம்பரம் வெளியாகியுள்ளது. A cargo full of neegros, fresh arrivals என்று! புதிதாகக் காய்கறி, பழங்கள் வந்திருக்கிற மாதிரி விளம்பரம் செய்துள்ளனர். 'இப்பொழுதுதான் வந்து இறங்கியிருக்கிறார்கள். 39 ஆண்கள்,15 சிறுவர்கள், 24 பெண்கள், 16 சிறுமிகள் மொத்தம் 94 நீக்ரோக்கள். Healthy neegros. உடல் ஆரோக்கியத்தோடு வந்து இறங்கியிருக்கறார்கள். Very fresh இப்போதுதான் வந்திருக்கிறார்கள். எனவே அவர்களை யார் வேண்டுமானாலும் வந்து விலைக்கு வாங்கிக்கொண்டு போகலாம், john & David company' என்பது அந்த விளம்பரம்.

அந்த மக்களுக்குக் கோபம் வருமா வராதா? ஐரோப்பாவினுடைய எல்லையில் அட்லாண்டிக் கரை ஓரத்தில் இருக்கிற இங்கிலாந்து, ஸ்பானிஷ், போர்ச்சுகல் ஆகிய நாடுகள், கடலுக்குள்ளே வந்து ஆப்பிரிக்க மக்களைக் கொண்டுபோய் அங்கே அடிமைகளாக விற்றார்கள். மூன்று நூற்றாண்டுகளுக்கு இந்த அடிமை வியாபாரம் நடந்தது, மூன்று நோக்கங்களுக்காக.

ஒன்று அவர்களைக் காபி, தேயிலை, கரும்புத் தோட்டங்களில் பயன்படுத்துவது. இன்னொன்று தங்க, வெள்ளிச் சுரங்கங்களில் வேலை வாங்குவது. மூன்றாவதாக, ராஜாக்கள், ஜமீன்தார்களினுடைய வேலை ஆட்களாக வைத்துக்கொள்வது. அதில் இன்னொரு செய்தி இருக்கிறது

. ஆண்களைத் தனியாகவும், பெண்களைத் தனியாகவும் அழைத்துக்கொண்டு வருகிறார்கள். அவர்களுக்கு குடும்ப வாழ்க்கை என்றெல்லாம் ஒன்றுமே இல்லை, கொத்தடிமைகள்தானே! அப்படி அழைத்துக்கொண்டு வரப்பட்ட ஆப்பிரிக்க பெண்களில் எந்தப் பெண்ணுக்காவது குழந்தை பிறந்தால், அதுவும் அடிமைக் குழந்தைதான். அந்தப் பெண்களையும் தங்களுடைய இச்சைகளுக்கு ஆளாக்கி, குழந்தை பிறந்தால் அடிமைக் குழந்தை என்று அறிவிக்கிறான். ஆக ஆப்பிரிக்க மக்கள் மூன்று நூற்றாண்டுகளாகப் பல்வேறு விதமான கொடுமைகளுக்கு உள்ளாக்கப்பட்டார்கள்.

19 ஆம் நூற்றாண்டிலேதான் முதன் முதலாக ஒரு விழிப்புணர்ச்சி வருகிறது. அந்த விழிப்புணர்ச்சிப் போராட்டங்களைச் சொல்ல வேண்டும். ஏனென்றால் அடிமைப்பட்ட கதையை நாம் பேசிக்கொண்டிருப்பதை விட விடுவிக்கப்பட்ட வரலாறு உலகத்துக்குச் சொல்லப்பட வேண்டும். முழுமையாக இன்னும் விடுவிக்கப் பட்டு விட்டார்களா என்றால், அப்படிச் சொல்லிவிட முடியாது. ஆனாலும் மிகப் பெரும்பான்மையாக அங்கேயிருந்த அந்த நிறவெறி இன்றைக்குக் குறைந்திருக்கிறது, அல்லது குறைந்தபட்சம் வெளியில் காட்டிக்கொள்ள முடியாத நிலையிலாவது இருக்கிறது. இங்கேயும் அப்படித்தான், அங்கேயும் அப்படித்தான். இங்கே சாதி வெறி குறைந்துவிட்டதா என்றால், குறையவில்லை. அத்தனை பேர் நெஞ்சங்களிலும் அழுக்காக அது படிந்து கிடக்கிறது. குறைந்த பட்சம் வெளியில் சொல்லிக்கொள்வதற்கு வெட்கப்படுகிற நிலையாவது இருக்கிறது ஆனால் அதுவும் மாறி இன்றைக்கு மீண்டும் சாதிச் சங்கங்கள் வந்துகொண்டிருக்கின்றன.

ஆப்பிரிக்க மக்களைப் பார்த்து வெள்ளையர்கள் அச்சப்படுகிற நிலையையும் நாம் பல இடங்களில் பார்க்கலாம். நாம் தப்பித்தவறி நீக்ரோஸ் என்று சொன்னால் கூட no, don't say , say African - American என்கிறார்கள் அது மரியாதை காரணமாகவா அல்லது அச்சம் காரணமாகவா என்று எனக்குத் தெரியாது. நீங்கள் இன்னமும் அவர்களை கருப்பு இன மக்கள் என்று சொன்னால் அவர்கள் ஓங்கி அடிக்கக்கூடும் என்கிற அச்சம் வந்திருக்கிறது. எப்படி, நீ சூத்திரன் என்று சொல்லுவதற்கு இன்றைக்கு எவனுக்கும் தைரியமில்லையோ அப்படி! சூத்திரன் என்று சொன்னால் ஆத்திரம் கொண்டு செருப்பால் அடி என்று அய்யா சென்னதற்குப் பிறகு, அடித்தோமோ இல்லையோ, 'அடிச்சிருவானோ என்கிற ஒரு பயம் இருக்கிறது'. அப்படி ஒரு அச்சம் வெள்ளையரிடத்திலேயும் எழுந்திருக்கிறது.

ஆனால் அதனைத்தாண்டி, கண்டிப்பாக மனிதநேயம் உள்ளவர்கள், சமத்துவத்தை விரும்புகிறவர்கள், ஜனநாயகவாதிகள் வெள்ளையர்களிடத்திலேயும் .இருக்கிறார்கள். அவர்களும் அதற்காகப் பாடுபட்டிருக்கிறார்கள். அத்தகையவர்கள் பெயர்கள் அடங்கிய நீண்ட பட்டியல் இருக்கிறது. கூடுதலாக அறியப்படாத இருவரைப் பற்றியும், ஓரளவிற்கு அறியப்பட்டிருக்கிற ஒருவரைப் பற்றியும், மூவரைப் பற்றிய செய்திகளை இந்த அரங்கத்திலே. பகிர்ந்துக்கொள்ளலாம் என்று கருதுகிறேன்.

பெரும்பான்மையாக உலகம் முழுவதும் அறியப்பட்டவர்களில் ஒருவர் மார்ட்டின் லூதர் கிங் ஜுனியர். அவரை அறியாவதவர்கள், அவருடைய பேச்சைக் கேட்காதவர்கள் உலகத்தில் இருக்க முடியாது. 'I have a dream....', 'எனக்கு ஒரு கனவு இருக்கிறது, என் குழந்தைகளும் வெள்ளையர்களின் குழந்தைகளும் கை கோத்து விளையாடுகிற காட்சியைப் பார்க்கவேண்டும் என்று எனக்கு ஒரு கனவு இருக்கிறது' என்றார் மார்டின் லூதர் கிங். 1963 ஆவது ஆண்டு ஆகஸ்ட் மாதம் 28 ம் தேதி, வாஷிங்டன்னிலே இருக்கிற ஆப்ரஹாம் லிங்கன் சிலையிலேயிருந்து அந்த ஊர்வலம் தொடங்குகிறபோது, அவர் பேசிய பேச்சின் தொடக்கம் அது. ஏறத்தாழ ஐம்பது ஆண்டுகளுக்கு முன்னால், அவர் பேசுகிறபோது எதிரில் கூடியிருந்த கூட்டத்தின் எண்ணிக்கை இரண்டு லட்சத்து ஐம்பதாயிரம் பேர்(2,50,000). நினைத்துக்கூடப் பார்க்க முடியாது. மக்கள் தொகை மிகமிகக் குறைவாக இருந்த காலம் அது. உலக மக்கள்தொகையே 1961 ஆம் ஆண்டுக் கணக்குப்படி 200 கோடிதான். இன்றைக்கு 700 கோடி, 500 கோடி கூடியிருக்கிறோம். 200 கோடி மக்கள் மட்டுமே வாழ்ந்த ஐம்பது ஆண்டுகள் முந்திய காலகட்டத்தில் 2,50,000 பேருக்கு முன்னால் மார்ட்டின் லூதர் கிங் ஜுனியர் பேசுகிறபோது, I have a dream... என்று தொடங்கினார். அதைப் பற்றி ஜான் மெக்கப் எழுதுவார், 'அந்தப் பேச்சு, அந்த வரிகள், மார்ட்டின் லூதர் கிங்கை தாமஸ் ஜெஃப்பர்சனோடும், ஆப்ரஹாம் லிங்கனோடும் ஒத்துவைத்து எண்ணத்தக்க பேச்சாளனாக உலகத்திற்கு அறிவித்தது' என்று!

மார்ட்டின் லூதர் கிங் பல்வேறு போராட்டங்களை நடத்தினார். The boycott bus struggle என்பது மிகப்பெரிய போராட்டம், 1955 ஆம் ஆண்டு நடந்த அப்போராட்டம். ஒரு சின்ன செயல்தான், ஆனால் ஒரு பெரிய எழுச்சிக்கு வித்திட்டது. அங்கே எந்த அரசுப் பேருந்திலும் அன்று முதல் பாதியில் வெள்ளைக்காரர்கள்தான் அமரவேண்டும். பின் பகுதியிலேதான் ஆப்பிரிக்க மக்கள் அமரவேண்டும். அதுவும் வெள்ளைக்காரர்கள் முன் பாதியிலே நிறைந்துபோய் விட்டால் பின்னால் அமர்ந்திருக்கிற ஆப்பிரிக்கர்கள் எழுந்து அவர்களுக்கு இடம் கொடுக்க வேண்டும். இது சட்டம். . கருவுற்றிருந்த ஒரு சின்னஞ்சிறிய ஆப்பிரிக்கப் பெண் இந்தச் சட்டம் அறிந்தோ அறியாமலோ முன் வரிசையிலே போய் அமர்ந்துகொண்டாள். உடனே எழுந்து பின்னால் போ என்றார்கள். பின்னால் இடமில்லை, என்னால் நிற்க முடியாது என்றாள். அந்தப் பெண்ணுக்கு அந்த நாடு தண்டனை கொடுத்தது.

இப்படி இரண்டு மூன்று நிகழ்வுகள் நடந்ததற்குப் பிறகு, மார்ட்டின் லூதர் கிங் அறிவித்த போராட்டம், மிக அருமையான ஒரு அறவழிப் போராட்டம். 'இனி அரசுப் பேருந்துகளில் கருப்பு இன மக்களே, நீங்கள் யாரும் ஏற வேண்டாம். ஏறினால்தானே நம்மை அவமதிக்கிறார்கள், ஏறவே வேண்டாம்' என்று சொன்னார். வெள்ளைக்கார அரசும், வெள்ளைக்காரர்களும் அதை மிகச் சாதாரணமாகவும், ஏளனமாகவும் எடுத்துக்கொண்டார்கள். இவர்கள் ஏறாவிட்டால் என்ன நடந்துவிடப்போகிறது என்று நினைத்துவிட்டார்கள், அல்லது எவ்வளவு நாள் ஏறாமல் இருந்துவிடுவார்கள் பார்க்கலாம் என்றும் கருதினார்கள்.

அடுத்த நாள் தொடங்கி அந்த கருப்பு மக்கள் அத்தனை பேரும் நடந்தார்கள். இங்கேயிருந்து 10 கிலோ மீட்டருக்கு அந்தப் பக்கத்திலே வேலை பார்க்கிற அலுவலகம் இருக்கலாம். குற்றமில்லை, நடந்தார்கள், பெரியவர்கள் சிறுவர்கள் அத்தனை பேரும் நடந்தார்கள். யாரும் அரசுப் பேருந்தில ஏறவில்லை.

ஆறுமாதங்களுக்குப் பிறகு அரசுக்கு ஒன்று புரிந்தது. அரசுப் பேருந்தின் வருமானம் பேரளவுக்குக் குறைந்திருந்தது. காரணம் பேருந்துகளைக் கூடுதலாகப் பயன்படுத்துகிற மக்கள் அவர்கள்தாம். வெள்ளைக்காரர்கள் பணக்காரர்கள் பேருந்துகளிலே போவது இல்லை. எனவே அது ஒரு பெரிய இழப்பை அரசுக்குக் கொண்டுவந்து தருகிறது என்று புரிந்ததற்குப் பிறகு, அரசு வேண்டுகோள் விட்டது. இதைப் பெரிதாக்க வேண்டாம் போராட்டத்தைக் கைவிடுங்கள் என்றது. யாரும் கைவிடவில்லை, மார்ட்டின் லூதர் கிங் சொன்னார், யார் வேண்டுமானாலும் எந்த இடத்தில் வேண்டுமானாலும் அமரலாம் என்கிற சட்டம் வருகிற வரையில் எங்கள் மக்கள் நடப்பார்கள் என்றார். . ஒரு வருடம் தாண்டி அந்தப் போராட்டம், 1956 ஆம் ஆண்டுவரை நடந்தது.

ஒரு மூதாட்டி நடந்து கொண்டிருந்தாள். ஒரு பேருந்து ஓட்டுநர் அந்த மூதாட்டியைப் பார்த்துக் கேட்டார், 'கிழவி நீ கூடாவ நடக்கணும்?, ஏறிப் பேருந்தில் வா' என்றபோது அந்தக் கிழவி சொன்னாள், 'இல்லை மகனே, நான் எனக்காக நடக்கவில்லை, என் அடுத்த தலைமுறைக்காக நடக்கிறேன்' என்றாள். அந்த மக்களினுடைய உறுதி வெள்ளையர்களைக் குலைத்தது, அந்தச் சட்டம் திருத்தப்பட்டது, திருத்தப்பட்டதற்குப் பிறகு, முதன் முதலாக புறப்பட்ட அந்தப் பேருந்தில் ஒரு வெள்ளைக்காரரும் மார்ட்டின் லூதர் கிங்கும் அருகருகே முதல் வரிசையில் அமர்ந்து போன காட்சியை, அமெரிக்காவின் அத்தனை ஏடுகளும் வெளியிட்டன. வரலாற்றில் ஒரு மிகப்பெரிய திருப்பம்.

அதற்குப் பிறகுதான் 1963 ஆம் ஆண்டு . அந்த ஊர்வலத்தில் அத்தனை பெரிய எழுச்சி. .

அறிந்து கொள்ள வேண்டிய இன்னொருவர் ஃபிரான்ஸ் ஃபனான்.. எப்படி சே குவேரா ஒரு மருத்துவரோ, அப்படி ஃபிரான்ஸ் ஃபனான்

ஒரு மருத்துவர். தலைமை மருத்துவராக இருந்தவர். போர்ச்சுகல் நாட்டினுடைய அடிமைகளாக நடத்தப்படுகிற .கருப்பின மக்களினுடைய போராட்டத்திலே கலந்துகொண்டதற்காக அங்கோலாவுக்கு நாடு கடத்தப்பட்டவர்.

ஃபிரான்ஸ் ஃபனான் எழுதியிருக்கிற இரண்டு புத்தகங்கள் இன்றைக்கும் உலகம் முழுவதும் இந்தக் கருப்பும் வெள்ளையும் எப்படி மோதிக்கொண்டன, எத்தனை பெரிய கொடூரங்களை நிகழ்த்தின என்பதற்குச் சான்றாக இருக்கின்றன. அவர் எழுதிய முதல் புத்தகம் Black skin and white mask என்பது. கருப்புத்தோலும், வெள்ளை முகமூடியும். அந்தப் புத்தகத்திலே ஃபிரான்ஸ் ஃபனான், 'இந்தக் கருப்பர்கள் கூட, தாங்கள் வளர்ந்தவுடன் தங்களை வெள்ளைக்காரர்கள் போலக் காட்டிக்கொள்ளுகிறார்கள்' என்கிறார். அதுதான் இங்கேயும் நடக்கிறது. தலித் சமூகத்திலிருந்து, புழுதியிலிருந்து மேலே வந்திருக்கக்கூடிய ஒருவன். அடுத்தவனைத் தூக்கி மேலே கொண்டுவர வேண்டும் என்ற எண்ணம் இல்லாமல், இன்னொரு பார்ப்பானாக நடந்துகொள்ள முயற்சிப்பான். புழுதி மண்ணிலிருந்து புறப்பட்டு வந்தவர்கள் கூட, மறுபடியும் அந்த மண்ணில் இருக்கிற மக்களை உயர்த்த வேண்டும் என்று கருதாமல், ஸ்ரீரங்கம் கோவிலுக்குத் தங்கக் கூரை வேய்கிற வேலைதான் இங்கு நடந்துகொண்டிருக்கிறது. அது இங்குமிருக்கிறது அங்கும் இருக்கிறது. ஆனால் ஃபிரான்ஸ் ஃபனான் முழுக்க முழுக்க ஒரு மருத்துவராக ஆன பிறகும் கூட, அந்த மக்களினுடைய விடுதலைக்காகப் போராடினான்.

'இனி நீ எழுதக்கூடாது, இனி நீ பயணம் செய்யக்கூடாது, ஓய்வெடுக்க வேண்டும் 'லூகேமியா' என்கிற ரத்தப் புற்று நோய் உன்னைத் தாக்கியிருக்கிறது' என்று மருத்துவர்கள் சொன்னதற்குப் பிறகும், 'இல்லை நான் வாழ்கிறவரை என் மக்களுக்காக மட்டுமே வாழ்வேன். நான் என் உடலைப் பாதுகாத்துக்கொள்வதற்காக எந்தப் போராட்டத்திலிருந்தும் ஓய்ந்துவிடமாட்டேன்' என்று அந்தப் புற்றுநோய் பாதிக்கப்பட்ட நேரத்திலே கூட அவன் எழுதிய புத்தகம்தான் the wretched of the earth என்பது. தமிழில் அது வந்திருக்கிறது ஒடுக்கப்பட்ட மக்களின் விடுதலை வடிவங்கள் என்கிற பெயரில்! அந்தப் புத்தகத்தினுடைய மிகப்பெரிய சிறப்பு, அந்நூலுக்கு, இருபத்தைந்து முப்பது பக்கங்களிலே 'ஜீன் பால் சார்த்தர்' எழுதியிருக்கிற முன்னுரை.

நோபல் பரிசு பெற்ற ஜீன் பால் சார்த்தரைக் கருப்பும் வெள்ளையும் பற்றிப் பேசுகிறபோது நினைவுகூராமல் பேசினால் இந்த உரை நிறைவடையாது. சார்த்தர் தான் சொன்னார், 'கருப்பு இன மக்களே, உங்களின் கருப்புத் தோலைப் போர்வையாகப் போர்த்திக் கொள்ளாதீர்கள், போர்க்கொடியாக உயர்த்திப் பிடியுங்கள்' என்று! அவன் சொன்ன அந்த வரிதான் காலகாலத்திற்கும் நின்றது.

அந்த ஜீன் பால் சார்த்தர் எழுதியிருக்கிற முன்னுரையோடு அந்த நூல் வெளிவந்துள்ளது. ஃபிரான்ஸ்ஃபனான் அங்கோலாவுக்கு நாடு கடத்தப்பட்டதற்குப் பிறகு அங்கோலாவிலிருக்கிற கரும்புத் தொழிலாளர்களோடு அவன் வேலை செய்கிறான். பிறகு அல்ஜீரிய மக்களோடு வேலை செய்கிறான். ஒவ்வொரு நாட்டிலும் இருக்கிற

ஒடுக்கப்பட்ட மக்களுக்காக அவன் வேலை செய்கிறான். அதற்குப் பின்னால் அந்த லுகேமியா .னோயினால் அவன் இறந்து போனாலும்கூட, அவன் கொடுத்துவிட்டுப் போயிருக்கிற அந்த தத்துவார்த்தச் செய்திகள் இன்றும் வாழ்கின்றன.

அப்படிச் சித்தாந்தங்களையும், கருப்பு இன மக்களுக்கான கோட்பாடுகளையும் கொடுத்தவர்களிலே 'அமில்கர் கபுரால்' என்கிற அந்தப் போராளியினுடைய பெயரையும் நான் குறிப்பிட வேண்டும். ஃபிரான்ஸ் ஃபனான், ஃபிரான்ஸிலே படித்தவர், பிறகு நாடுகடத்தப்பட்டவர் அங்கோலாவிற்கு. ஆனால் இப்போது நான் குறிப்பிடுகிற 'அமில்கர் கபுரால்' என்கிறவர் முழுக்க முழுக்க பொருளாதாரத் துறையிலே நிபுண்ராக இருந்தவர். அந்த மக்களுக்காகப் போராடியவர். அவருடைய உரையிலிருந்து ஒரு பகுதியை நான் எடுத்துச் சொல்ல வேண்டும். எப்படி மார்ட்டின் லுதர் கிங்கினுடைய உரை உலகப் புகழ்பெற்றதோ, அந்த அளவுக்குக் கபுராலினுடைய உரை புகழ் பெறவில்லை என்றாலும்கூட, அதைப் படித்துப் பார்க்கிற போது எத்தனை ஆழமான செய்திகள அந்த நூல் கொண்டிருக்கிறது என்று நாம் அறிந்துக்கொள்ளலாம்.

அது ஒரு சிறு நூல். சிறு நூல் என்பதை விட, 1972 ஆம் ஆண்டு பாரிஸிலே நடைபெற்ற யுனெஸ்கோ மாநாட்டிலே அவர் பேசிய உரை. யுனெஸ்கோவிலே பேசிய அந்த உரை இன்னமும் பதிவிலே இருக்கிறது. அது ஆங்கிலத்திலே நூலாக இருக்கிறது. அந்த உரையிலே அவர் குறிப்பிட்டுச் சொல்லுகிற சில செய்திகள், கருப்பும் வெள்ளையும் அங்கும் இங்கும் எப்படி ஏறத்தாழ ஒத்திருக்கின்றன என்பதை நமக்குக் காட்டுகின்றன. கண்டிப்பாக கபுராலுக்கு இந்தியாவும், இந்தியாவிலே இருக்கிற சாதிகளும் தெரிந்திருப்பதற்கு வாய்ப்பு இல்லை. ஆனால் அவர் குறிப்பிடுகிறபோது அந்த ஒற்றுமை புரிகிறது.

கபுரால், சமூகங்களிலே இரண்டு விதமான சமூகங்கள் உண்டு என்று எழுதுகிறார். One is horizontal and another is vertical என்கிறார். ஒன்று சம தளத்தில் உள்ளது, இன்னொன்று செங்குத்தானது. சமமான அடுத்தடுத்த நிலைகளிலே ஒரு சமூகத்திலே பல்வேறு இனக்குழுக்கள் இருக்கலாம், பிழையில்லை. ஆனால் ஒன்றின் கீழ் இன்னொன்றாக அடுக்கப்படக்கூடாது. ஆப்பிரிக்க சமூகம் இனக்குழுக்களாக பிரிந்து பிரிந்து இருக்கிறது. பல இடங்களிலே அது செங்குத்தாக இருக்கிறது. செங்குத்தாக இருக்கிறபோது மேலே இருக்கிற பாதிரிமார்கள், மேலே இருக்கிற நிலக்கிழார்கள் அந்நியர்களோடு கை கோத்துக் கொள்கிறார்கள். எனவே இந்தச் செங்குத்தான அமைப்பை மறுபடியும் சமத்துவ நிலையிலே உருவாக்குகிற வரையில் அதவாது கிடக்கை நிலையிலே (horizontal) மாற்றுகிற வரையில் போராட்டம் முடியாது. எது நம்மை ஒன்று படுத்துகிறது, எது நம்மைப் பிளவு படுத்துகிறது என்பதைக் கபுரால் சொல்லுகிறபோது ஒரு செய்தியை மிகத் தெளிவாகச் சொல்லுகிறார். நம்முடைய இனக்குழுக்களின் முரண்பாடுகள் நம்மைப் பிரிக்கின்றன. அதனை ஒருங்கிணைப்பதே, pan africanism என்பார். எதிரியினுடைய ஆதிக்கம் நம்மிடத்திலே ஒற்றுமையை ஏற்படுத்துகிறது. என்று சொல்வார்.

ஆப்பிரிக்கா கண்டம் என்பது இந்தியாவைப் போலப் பன்மடங்கு

பெரியது. பல்வேறு நாடுகளைக்கொண்டது, பல்வேறு இனக்குழுக்களை உடையது. பிரிந்து பிரிந்து .கிடக்கிற காரணத்தினாலே பண்பாடுகளிலே ஏராளமான வேறுபாடுகள் இருக்கின்றன. எனவே பரந்துபட்ட ஆப்பிரிக்க மக்களினுடைய விடுதலை போராட்டம் என்பது நடைமுறையில் கடினமானதுதான்.

அவர் 'யுனெஸ்கோ'விலிருந்து தன் மக்களை எண்ணிப் பேசியபோது, 'பழம் பண்பாடுகளை முழுமையாக நீங்கள் கைவிட்டு விடுவீர்களேயானால், என் மக்களே, மக்களை உங்களால் திரட்டவும் முடியாது, எதிரியை எதிர்த்துப் போராடவும் முடியாது. நம் வாளும், கேடயமும் பண்பாடுதான். மக்களைத் திரட்டுகிற கருவியும் பண்பாடுதான், எதிரிகளை எதிர்த்துப் போராடுகிற ஆயுதமும் பண்பாடுதான்' என்றார்.

பண்பாட்டின் அடிப்படையில் நாம் ஒன்று சேர்ந்தால் அது நேர்மறை ஒற்றுமை. எதிரியினுடைய ஒடுக்குமுறைக்காக ஒன்று சேர்ந்தால் அது எதிர்மறை ஒற்றுமை. எதிர்மறை ஒற்றுமை தொடர்ச்சியாக இருக்காது, நம்மைக் காப்பாற்றாது. எனவே நேர்மறை ஒற்றுமையில் நாம் ஒன்று சேர வேண்டும் என்றார்.

நாம் அத்தனை பேரும் ஒரே மரபு இனத்தைச் சேர்ந்வர்கள், ஆப்பிரிக்க இனம். நாம் அத்தனை பேரும் உழைக்கிற மக்கள், அத்தனை பேரும் உடல் வலிமையோடு இந்த மண்ணில் வேலை செய்கிறவர்கள். எனவே நம் உழைப்பு நம்முடைய இன ஒற்றுமை நம்மை ஒருங்கினைக்க வேண்டுமே தவிர, எதிரிக்காக மட்டுமே ஒருங்கினைவது பயன் தராது. நமக்குள்ளே இருக்கிற முரண்பாடுகளைக் களையாத வரை, கருப்பு ஒருநாளும் வெள்ளையை வெற்றி கொள்ள முடியாது என்பதுதான் கபுரால் உரையினுடைய கடைசித் தொடர்.

ஆம், நாமும் நம்முடைய பண்பாட்டை மக்களைத் திரட்டும் முறையாகவும், எதிரியை எதிர்க்கும் ஆயுதமாகவும் ஒருங்கிணைந்து கையில் ஏந்தாதவரை. வெள்ளையை வெல்ல முடியாது. . இது கருப்பர்களாக இருக்கிற ஆப்பிரிக்க மக்களுக்கும் பொருந்தும், பழுப்பர்களாக இருக்கும் தமிழர்களுக்கும் பொருந்தும்.

7. புலாலும் மரக்கறியும்

இத்தக்கண்ணீர் படத்திலே ஒரு காட்சி வருகிறது. நடிகவேள் எம்.ஆர்.ராதா அவர்கள் இறுதியிலே உடல் நோய் காரணமாகப் பிச்சை எடுக்கிற நிலைக்கு வந்ததற்குப் பின்னால், நடிகர் எஸ்.எஸ்.ராஜேந்திரன் வீட்டிலே போய், பிச்சை எடுக்கிற காட்சி. அப்போது அவர் 'என்னய்யா வெறும் காய்கறிதானா, கறி முட்டையெல்லாம் ஒன்னும் கிடையாதா' என்று கேட்பார். உடனே எஸ்.எஸ்.ராஜேந்திரன் "இல்லப்பா நாங்கல்லாம் ஜீவகாருண்யக் கட்சி" என்று சொல்லுவார். அதற்கு ராதா அவர்கள் சொல்லுகிற அந்த விடையிலேதான் என் உரை தொடங்குகிறது. ராதா நக்கலாகச் சொல்லுவார் "உலகத்துலயே இந்த நாட்டுலதான்யா சாப்பிடுறதுல கூட ரெண்டு கட்சி வச்சிருக்கான்" என்று. 'சாப்பாட்டுலகூட இரண்டு கட்சி வைத்திருக்கிறது இந்த நாட்டுலதான்' என்று அவர் சொல்லுவது, எந்த அளவுக்கு வரலாற்று அடிப்படையிலான உண்மை என்பதை நாம் எண்ணிப் பார்க்க வேண்டும்.

புலால் உணவு இல்லை, மரக்கறி மட்டும்தான் உணவு என்கிற ஒரு நிலை நான் அறிந்தவரை

உலகில் வேறு எந்த நாட்டிலும் இருப்பதாகத் தோன்றவில்லை. இதில் மேற்கு கிழக்கு என்கிற வேறுபாடு எல்லாம் இல்லை. இன்னும் சொல்லப் போனால் மேற்கை விடக் கிழக்கில்தான் புலால் உணவுப் பழக்கம் மிகவும் கூடுதல் என்று கூறவேண்டும். இந்து நாடாக இருக்கிற நேபாளத்தில் கூட அப்படி இல்லை. இந்தியாவிலேதான் இப்படி மரக்கறி உணவு உண்கிறவர்கள், அதிலேயும் கூட வெஜிடேரியன் அப்புறம் pure வெஜிடேரியன் என்கிற பிரிவு வேறு! அதில் என்ன வேறுபாடு என்றால், முட்டையும் சாப்பிடாதவர்கள் pure வெஜிடேரியன் என்று பொருள். பலபேர் சேர்ந்து முட்டை சைவம்தான் என்று ஒரு தீர்மானத்தை அண்மையில் நிறைவேற்றினார்கள். அவர்கள் சாப்பிடுவதற்காக முட்டை சைவம்தான் என்று கூறிவிட்டனர். அதற்குச் சொல்லப்படுகிற காரணம், அந்த முட்டையில் இன்றைக்கு செயற்கையாக உருவாக்கப்படுகிற காரணத்தால் கரு இல்லை. எனவே அது சைவம்தான் என்கின்றனர். அப்படிப் பார்த்தால், இப்போது நாம் சாப்பிட்டுக்கொண்டிருக்கிற ப்ராய்லர் கோழி இருக்கிறது பாருங்கள், அதுவே சைவம்தான். ஏறத்தாழ உருளைக்கிழங்குதான் அது. நாட்டுக் கோழியிலே இருப்பதைப் போல ஒரு புலால் உணவில் இருக்க வேண்டிய எந்தப் புரதமும் அதிலே இல்லை. ஏறத்தாழ அதுவே மரக்கறி உணவு என்கிற நிலைமைக்குத்தான் இன்றைக்கு ஆகிவிட்டது.

உணவில் மரக்கறி உணவா, புலால் உணவா என்பது வெறும். உணவுப் பிரச்சனைதான் என்று நாம் கருதிவிடக் கூடாது. இதற்குள்ளே சமூக, சமய அரசியல் சிக்கல்கள் அனைத்தும் அடங்கியுள்ளன.. இந்தப் புலால் மறுப்பினுடைய தொடக்கம் எங்கே? எதனால்? எப்படி? எந்தக் காலத்திலிருந்து? என்கிற வரலாற்றுச் செய்திகளை நாம் எடுத்துப் பார்க்கிறபோது பல்வேறு விதமான புதிய செய்திகள் நமக்குக் கிடைக்கின்றன. இது பற்றிய செய்திகளைத் தேடுகிற நேரத்திலேதான், அடேயப்பா உணவு பற்றி இவ்வளவு செய்திகள் இருக்கின்றனவா என்று எண்ணத் தோன்றிற்று.

முதலில் நான் ஒன்றைக் குறிப்பிட வேண்டும். இதை நாம் எளிமையாக எடுத்துக் கொண்டுவிட வேண்டியதில்லை என்பதற்காகச் சொல்லுகிறேன். கேம்பிரிட்ஜ் பல்கலைக் கழகம் (University of Cambridge) the world history of foods என்று இரண்டு தொகுதிகளை வெளியிட்டிருக்கிறார்கள். உலகம் முழுவதும் இருக்கிற உணவு தொடர்பான செய்திகளைத் தொகுத்து கேம்பிரிட்ஜ் பல்கலைக் கழகம் தந்துள்ளது. The history of food in Europe என்று கொலம்பியா பல்கலைக் கழகமும் (Columbia University) ஒரு புத்தத்தை வெளியிட்டிருக்கிறது. இவை தவிர உணவு தொடர்பான ஏராளமான நூல்கள் தமிழிலும் இருக்கின்றன. மிக அண்மையிலே, நான் முதலில் குறிப்பிட்ட அந்த மேலை நாட்டுப் பல்கலைக் கழகங்கள் வெளியிட்டிருக்கிற செய்திகளின் அடிப்படையில் உணவின் வரலாறு என்று ஒரு புத்தகம் தமிழிலும் வந்திருக்கிறது பா.ராகவன் எழுதியிருக்கிறார். தன்னுடைய 'பத்தாயிரம் மைல் பயணம்' என்கிற புத்தகத்தில் பல்வேறு உணவு தொடர்பான செய்திகளை இறையன்பு அவர்கள் தொகுத்துக் கொடுத்திருக்கிறார். தேடுகிறபோது உணவு பற்றியே நிறையப் புத்தகங்கள் வந்திருப்பதை நம்மால் உணர முடிந்தது. அந்தப் புத்தகங்களிலிருந்தும்

நம்முடைய அனுபவங்களிலிருந்தும் நாம் பெற்றிருக்கிற செய்திகளைப் பகிர்ந்து கொள்ளுவதும் இந்த உணவுப் பழக்கத்திற்கு உள்ளேயும் ஒளிந்துக்கிடக்கிற சமூக அரசியலை வெளியில் கொண்டு வருவதும்தான் இன்றைய உரையினுடைய நோக்கம்.

ஒரு செய்தியில் எந்த மாற்றமும் இல்லை. மரக்கறி உணவு தொன்மையானதா, அல்லது புலால் உணவு தொன்மையானதா என்கிற சந்தேகமே யாருக்கும் வரவேண்டியதில்லை. ஏனென்றால் ஒரு காலத்தில் உலகம் முழுவதும் வேட்டைச் சமூகம்தான். வேட்டையாடித்தான் உணவை உண்ணுவது என்கிற போது, மிக இயல்பாக அது விலங்குகளினுடைய உணவுதான். உணவு பற்றிய செய்திகள், வேட்டையாடுவது பற்றிய செய்திகள், அந்தப் புலால் உணவை உண்டிருக்கிற செய்திகள் இந்திய வேதங்களில் உண்டு. சீனத்தினுடைய நாடோடிக் கதைகளில் உண்டு. கிரேக்கப் புராணங்களில் உண்டு. அமெரிக்கத் தொன்மங்களில் உண்டு. எனவே விலங்குகளை வேட்டையாடி உண்டு தின்ற சமூகம்தான் உலகம் முழுவதும் இருக்கிற மானுடச் சமூகம். எனவே புலால் உணவு என்பதுதான் தொன்மையானது மட்டுமில்லை, இயற்கையானதும் கூட.

அதற்குப் பிறகு மரக்கறி உணவு என்பது சில அற நெறிகள் சார்ந்து, சில சமயங்கள் சார்ந்து நடைமுறைக்கு வருகிறது. அடிப்படையில் மரக்கறி உணவு, புலால் உணவு என்கிற பிரிவினை மூன்று தன்மைகளிலே இடம் பெற்றிருக்கக் கூடும். ஒன்று தனி மனிதன் சார்ந்தது. அடிப்படையில் எந்த உணவை உண்ணுவது என்பது தனி மனிதர்களின் விருப்பமும் உரிமையும் சார்ந்தது. இரண்டாவது, ஒரு சமூகம் சார்ந்தது. மூன்றாவது, பல்வேறு நாடுகளையும் அவற்றின் பருவ நிலைகளையும் சார்ந்தது. எனவே இந்த உணவுப் பழக்கத்தை தனி மனிதப் பழக்கம், சமூகப் பழக்கம், ஒரு தேசத்தின் பழக்கம் என்று மூன்றாகப் பிரித்துக்கொண்டால் ஏராளமான செய்திகளை நாம் அறிய முடியும்.

தனி மனிதப் பழக்கத்தில் எல்லோருக்கும் எல்லா உணவும் பிடிப்பதில்லை, அதற்குப் பெரிய கோட்பாடுகள் காரணமாக இருக்க வேண்டியதில்லை. மிக எளிமையாகச் சொன்னால் ஓர் உணவு நமக்குப் பிடிக்கிறது, இன்னொன்று நமக்குப் பிடிக்கவில்லை, அவ்வளவுதான்! எல்லோருக்கும் எல்லா உணவும் பிடிப்பதில்லை. ஒருவருக்குப் பிடித்த உணவு. இன்னொருவருக்குப்பிடிப்பதில்லை. நல்ல வாய்ப்பாக நமக்கு பிடித்த உணவு பக்கத்திலிருப்பவனுக்குப் பிடிக்காமல் இருந்தால் மகிழ்ச்சியாக இருக்கிறது. ஆகையினாலே இந்த உணவுப் பழக்கம் என்பது அவரவருடைய எண்ணம் சார்ந்தது. சில பேருக்கு மீன் வாசம் குமட்டும். சில பேருக்குத் தயிர் வாசம் குமட்டும். இது எண்ணத்தின் ஒவ்வாமை, அலர்ஜி. இன்னொரு பக்கம் உடலுக்கான ஒவ்வாமை. சிலருடைய உடலுக்குச் சில உணவுப் பொருள்கள் ஏற்றவையாக இருக்காது. எனவே எண்ணத்தின் அடிப்படையிலும், உடல் அடிப்படையிலும் ஒவ்வாமை ஏற்பட்டுத்தான் நாம் சில உணவுப் பொருட்களை விலக்குகிறோம். புலால் உண்ணுகிறவர்களுக்கே கூட எல்லாப் புலால் உணவும் பிடிக்கும் என்று சொல்ல முடியாது. சிலருக்குப் பிடித்தது பலருக்குப் பிடிக்காது. சில நாடுகளிலே இருக்கிற உணவுப் பழக்கம் சில நாடுகளிலே இருக்காது. வெளி

நாடுகளைச் சுற்றிப் பார்க்கிற வாய்ப்பு கிடைக்கிறபோது எப்படி உணவுப் பழக்கங்கள் இவ்வளவு வேறுபட்டிருக்கின்றன என்று நமக்கு எண்ணத்தோன்றுகிறது.

இங்கே இருக்கிற பலரும் படித்தோ அல்லது நேரில் கண்டோ, அல்லது செய்திகள் மூலமாகவோ அறிந்திருக்கலாம். அமெரிக்காவில் நவம்பர் மாதக் கடைசியில் நன்றி சொல்லுகிற வாரம் என்று நான்கு நாள்கள் (thanks giving week என்று சொல்லுவார்கள்) உண்டு. அதாவது யாருக்கு நன்றி சொல்வது என்றால் பெற்று வளர்த்த பெற்றோர்களுக்குப் பிள்ளைகள் வருடத்திற்கு ஒரு முறையாவது நன்றி சொல்லலாம் என்று எண்ணி, எந்தெந்தப் பகுதியிலோ இருக்கிறவர்கள் அந்நாள்களில் பெற்றோரைப் பார்க்க வருவார்கள் அதற்காகவே ஆண்டுக்கு நான்கு நாட்கள் விடுமுறை உண்டு. அந்த விடுமுறைக் காலத்திலே பெரும்பான்மையாக அமெரிக்கர்கள் எல்லோருடைய வீட்டிலும் வான்கோழி பிரியாணிதான் இருக்கும். நாம் கோழி சாப்பிட்டிருக்கிறோம், வான்கோழி சாப்பிடுவதற்குக் கொஞ்சம் தயக்கம் இருக்கிறது. வேறு ஒரு காரணமும் இல்லை, பழக்கமின்மைதான் காரணம்.

கொரியாவிற்குப் போயிருக்கிற நண்பர்களுக்குத் தெரியும் நான் படித்திருக்கிறேன் அங்கு இருக்கிற தலைநகரம் சியோலுக்குப் போனால், நீங்கள் மிகப்பெரிய விருந்தாளி என அவர்கள் கருதுவார்களேயானால், உங்களுக்கு மதிய உணவாக அவர்கள் எதைக் கொடுப்பார்கள் தெரியுமா? கண்டிப்பாக நம்மால் உண்ண முடியாது. நாய் பிரியாணிதான், அன்றைக்குச் சிறப்பு விருந்தாக இருக்கும். இந்தச் செய்தி தெரிந்தால், நாம் சிறப்பு விருந்தினர்கள் என்று அவர்களுக்குத் தெரிவிக்காமலேயே இருந்துவிடலாம் என்று தோன்றும். நாய் பிரியாணி அல்லது நாய் குருமா என்பதுதான் இன்றைக்கும் தென் கொரியாவில் விரும்பி உண்ணப்படுகிற ஒரு சிறந்த உணவாகக் கருதப்படுகிறது.

எனவே எதை உண்ணலாம் அல்லது எதை உண்ணக்கூடாது என்பதைத் தனிமனிதர்களின் எண்ணங்களும் உடலும் தீர்மானிக்கின்றன. ஒவ்வொரு தேசத்தின் பழக்க வழக்கமும் தீர்மானிக்கிறது. ஒவ்வொரு நாட்டிலும் ஒவ்வொரு விதமான பழக்கங்கள் இருக்கின்றன. இதில் தனி மனித ஒவ்வாமை என்பது இயற்கையானது. அவரவர்க்கு ஏதோ ஒரு காரணத்தினால் சிறு வயதிலேயே ஒன்றின் மீது ஒவ்வாமை ஏற்பட்டு அது கடைசி வரைக்கும் நீளும். எனக்கும் அப்படி அனுபவம் உண்டு, உங்களுக்கும் ஒவ்வொருவருக்கும் அப்படிப்பட்ட அனுபவங்கள் இருக்கலாம்.

ஆனால் இந்தப் பழக்கங்கள் எப்படிச் சமூகம் சார்ந்து வந்தன? முதலில் குறிப்பிட்டதைப் போல உலகத்திலே இருக்கிற அத்தனை சமூகமும் வேட்டைச் சமூகமாகத்தான் இருந்திருக்க வேண்டும். யார் முதன் முதலில் பயிர் செய்திருப்பார்கள்? நீங்கள் நம் வரலாற்றைப் பார்க்கிறபோது கூட, அது குறிஞ்சியில்தானே தொடங்குகிறது. மலையில் தொடங்கி, மெல்லச் சமவெளிக்கு இறங்குகிறது, அதற்குப் பிறகு காடுகளுக்குள் நடக்கிறது, கடலில் போய் முடிகிறது. இதுதான் மனித வரலாற்றினுடைய சுருக்கம். இதைத்தான் நாம் குறிஞ்சி, மருதம், முல்லை, நெய்தல் என்று சொல்கிறோம்.

பாலை என்பது தனி நிலம் இல்லை. எனவே குறிஞ்சியிலே வாழ்கிறவன் எதை உண்டிருப்பான்? விலங்குகளைத்தானே! விலங்குகள் கூட வேகவைத்து உண்ணப்பட்ட காலம் வரலாற்றில் பிற்காலம். ஏனென்றால் ஒரு குறிப்பிட்ட காலம் வரையில், நெருப்பை நாம் அறிந்ததில்லை. நெருப்பை அறியாத வரையில் நம்முடைய உணவு வகை என்பது அப்படியே வேகாமல் உண்கிற ஒரு பழக்கம்தான். வேகவைத்த உணவை உண்ணக்கூடாது என்பதைப் புதுமையாக இன்றைக்குச் சொல்லுகிறார்கள். புதுமை இல்லை, அதுதான் பழமையிலும் பழமை.

கேம்பிரிட்ஜ் பல்கலைக் கழகம் வெளியிட்டிருக்கிற அந்த வரலாற்று நூல், மனிதன் வேகவைத்த விலங்குகளினுடைய இறைச்சியை எப்போது உண்ணத் தொடங்கியிருப்பான் என்பதை விளக்குகிறது. ஒரு நாள் திடீரென்று ஒரு காடு தீப்பற்றி எரிந்த நாளில் அது நடந்திருக்கும். ஒரு காடு தீப்பற்றித் தானாக எரிந்த நாளில் காடுகளை விட்டு வெளியே ஓடிவருகிறபோது, அந்த நெருப்பில் வெந்துபோன விலங்குகளை எவனாவது தின்று பார்த்ததற்குப் பிறகுதான், அடடா பச்சையாய்த் தின்பதை விட இது சுவையாக இருக்கிறதே, என்கிற முடிவுக்கு அவன் வந்திருப்பான். காட்டுத்தீ என்றைக்கு பற்றியதோ அன்றைக்கு உணவை வேக வைத்து உண்ணுகிற பழக்கம் தொடங்கி இருக்கும் என்று அந்தப் பல்கலைக் கழகத்தினுடைய அகராதி கூறுகின்றது. இது யூகம்தான் ஆனால் இந்த யூகம்தான் சரியாக இருக்க முடியும் என்று தோன்றுகிறது.

பிறகு சமவெளிக்கு வந்து மருதத்திலே – மருதம் என்பது வயலும் வயல் சார்ந்த இடங்களும் – வயல்வெளிகளை உருவாக்கிப் பயிரிட்டிருக்கக் கூடும். தொடக்க காலத்திலேயே அரிசியும் கோதுமையும் எல்லாம் விளையத்தொடங்கி இருக்கிறது. தேநீர் கூட மிகத் தொன்மையானதாக இருக்கிறது. தேநீரைப் பற்றிய செய்தி, சீன அகராதியில் ஏசு பிறப்பதற்கு முன்னூற்று ஐம்பது ஆண்டுகளுக்கு முன்னால் இருக்கிறது. கி.மு. 350இல் தேநீர் குடிக்கும் பழக்கம் அங்கே இருந்திருக்கிறது. சீனாவில்தான் அது தொடக்கம். காபி மிகப் பின்னால் வந்த பானம். காபி என்பது நமக்கு வெள்ளைக்காரர்கள் காலத்திலேதான் அறிமுகமானது. வெள்ளைக்காரர்கள் காலம் என்றால் இருநூறு முன்னூறு ஆண்டுகளுக்கு முன்னால் கூட அன்று, ஒரு எழுபது எண்பது ஆண்டுகளுக்கு முன்னால் மாலை நேரத்தில் நான்கு மணியானால் வீட்டுக்கு வீடு வந்து காபி போட்டுக் கொடுத்துள்ளனர். எதற்காக என்றால், ஒரு பழக்கத்திற்கு மெல்ல மெல்ல நம்மை அடிமையாக ஆக்குவதற்காக. ஒரு மாதம் அவர்கள் கொடுத்துவிட்டு நிறுத்தி விட்டார்களாம். முப்பத்தி ஓராவது நாள் மக்கள் காபியைத் தேடி உள்ளனர்.

காபி கி.பி. 9 ஆம் நூற்றாண்டிலேதான் கண்டுபிடிக்கப்பட்டது, அது எத்தியோப்பியாவில்! எத்தியோப்பியாவில் நைல் நதிக் கரையோரம் மிகத் தற்செயலாக ஆடு மேய்த்துக்கொண்டு போய்க்கொண்டிருந்த ஒரு சிறுவன் ஒன்றைப் பார்த்து வியந்தான். என்றைக்கும் இல்லாமல் அன்றைக்கு அவன் மேய்த்துச் சென்ற ஆடுகள் துள்ளிக்குதியாட்டம் போட்டன. என்ன திடீரென்று இந்த ஆடுகளுக்கு இவ்வளவு உற்சாகம் என்று அவனுக்குப் புரியவில்லை. அந்த ஆடுகள் மேய்ந்துக்கொண்டிருந்த இடத்திலே வந்து

பார்க்கிறபோது சிவப்பாகச் சில பழங்கள் இருந்தன. அது காப்பிக்கொட்டையிலே இருந்து வந்த பழங்கள்தான். அதை உண்டதற்குப் பிறகு அந்த ஆடுகளுக்கு ஏற்பட்ட ஊக்கத்தைப் பார்த்ததற்குப் பின்னால், அந்தக் கொட்டைகளைப் பொடியாக ஆக்கி நீரில் கரைத்துச் சுடவைத்துக் குடித்த மனிதன், முதல் காபியை கி.பி. ஒன்பதாம் நூற்றாண்டில் கண்டுபிடித்தான், இது நூல்கள் தரும் வரலாறு. .

நம்முடைய உணவு வகைகளிலேயே மிக மிகப் பழையது எது என்று தேடிப்பார்த்தால், உலகம் முழுவதும் ஓர் உணவு எல்லா இடங்களிலும் சொல்லப்பட்டிருக்கிறது. பழைய தொன்மங்கள் எல்லாவற்றிலும் இருக்கிறது. அது வேறொன்றுமில்லை, தேன் தான். அதுவே இயற்கை நமக்களித்த முதல் உணவு. அது நாம் உருவக்கிய உணவில்லை, அது தேனீக்களினுடையது. நாம் முதலில் கண்ட உணவு தேன்தான். அடுத்தவன் உழைப்பைப் பறிக்கக் கற்றுக்கொண்ட இடமும் தேன்தான். தேனீக்கள் சேர்த்து வைத்த தேனை மிகக் கவனமாக மனிதர்கள் எடுத்துக்கொண்டபோது தேன் என்கிற உணவு கிடைத்தது. அன்றைக்குத் தொடங்கி இன்றைக்கு வரையில், ஏராளமாக அது இப்போதும் மருத்துவக் குணத்தோடு பயன்படுத்தப்படுகிறது.

சமய அடிப்படையிலும் கூட The last supper of the Christ என்று சொல்லுவார்களே, ஏசுநாதரின் அந்த இறுதி உணவில் தேன் இடம்பெற்றிருந்தது. அது மட்டுமல்லாமல் முகமது நபி அவர்கள் மிகத் தெளிவாகவே சொல்லுகிறார் 'உடல் நோய்க்குத் தேன் மருந்து, உள்ள நோய்க்குக் குரான் மருந்து' என்று சொல்லுகிறார். அந்த அளவுக்குத் தேன் என்பது எல்லோராலும் போற்றப்பட்டது.

இந்த இடத்திலே ஒரு முக்கியமான கேள்வி. நெடுநாளாக எனக்கு ஒரு ஐயம் இருந்தது. அந்தக் கேம்பிரிட்ஜ் அகராதிதான் அதற்கான விளக்கத்தைச் சொல்லிற்று. அது என்ன தேன் நிலவு என்கிற ஒரு பெரிய கேள்வி எனக்குள்ளே இருந்தது, எல்லோருக்குமே அப்படி ஒரு எண்ணம் வரும். தேனுக்கும் நிலவுக்கும் என்ன தொடர்பு, அந்தத் தேனையும் நிலவையும் சேர்த்ததற்குப் பிறகு, இல்லற வாழ்வின் தொடக்கத்திற்கும் அதற்கும் என்ன தொடர்பு என்று கேட்டால், அந்தப் புத்தகத்திலே அதற்கு ஒரு சிறு விளக்கம் இருக்கிறது. ஆங்கிலத்திலும் அதே பெயர்தான் Honey moon, அதைத்தான் நாம் தேன்நிலவு என்று மொழி பெயர்க்கிறோம். கிரேக்கத்திலிருந்துதான் அச்சொல் வந்திருக்கிறது என்று அந்த அகராதி சொல்லுகிறது. தேன்தான் மனிதன் முதலில் பெற்ற உணவு, நிலவைக் கொண்டுதான் மாதத்தைக் கணக்கிட்டார்கள், இந்த நிலவின் அமாவாசையிலிருந்து அடுத்த அமாவாசை வரைக்கும் ஒரு மாதம். இரண்டு பேருக்குத் திருமணம் என்று உறுதி செய்யப்பட்டதற்குப் பிறகு இந்த அமாவாசை தொடங்கி அடுத்த அமாவாசையிலே திருமணம் என்றால் அந்த முப்பது நாள்களும், மறுபடியும் நிலவு வானத்தில் முழுமையாக வருகிற வரையில், .திருமணம் செய்துக்கொள்ளப்போகிற இரண்டு பேருக்கும் நீரில் அல்லது ஒரு பானத்தில் தேனைக் கலந்து கொடுக்கிற பழக்கம் இருந்திருக்கிறது. முப்பது நாள்களும் உடலில் ஒரு வீரியம் பெறுவதற்காக! முப்பது நாள்கள் தேன்அருந்தி முடிந்த நாளில்தான் அவர்கள் கூடுவர்களாம். எனவே அது தேன்நிலவு. .

கிரேக்கத்திலே உணவு வகையிலே ஒரு பழக்கம் இருந்திருக்கிறது. ஒரு பெரிய உரலில் ஏராளமாகக் கோதுமையைக் கொட்டி, அந்த கோதுமைக்கு மேலே வாத்து, கோழி முட்டைகளை உடைத்து ஊற்றி, அதற்கு மேல் தேனையும் ஊற்றி உலக்கையை வைத்து நன்றாக இடித்து உருண்டையாகப் பிடித்து, மகிழ்ச்சியாக உண்டிருக்கிறார்கள். அது அவர்களின் மகிழ்ச்சி, அவர்களின் விருப்பம். நாம் உண்ணலாம் அல்லது நம்மால் உண்ண முடியாமல் போகலாம். ஆனால் தேனை உணவில் சேர்த்துக்கொண்டு வந்த பழக்கம் அன்றையிலிருந்து பல பகுதிகளிலும் இருந்திருக்கிறது என்பதை இதன் மூலம் அறியலாம்.

நம்முடைய சங்க இலக்கியங்களுக்குள் போனால் மேலும் பல செய்திகள் உள்ளன. மறைந்த குருவிக்கரம்பை வேலு அவர்கள் ஒரு புத்தகமே எழுதியிருக்கிறார், 'கள்ளும் மீனும் நாறும் தமிழ்' என்று அந்தப் புத்தகத்துக்குப் பெயர். வேறொன்றும் இல்லை, சங்க இலக்கியத்தில் எந்த இடத்தைத் தொட்டாலும், கள்ளும் உண்டு புலவும் உண்டு. இரண்டும் இல்லாத இடங்களைப் பார்க்க முடியாது என்பதால் அப்படிப் பெயரிட்டுள்ளார். ஔவையார் . அதியமானைப் பார்த்து, 'சிறியகட் பெறினே எமக்கீயு மன்னே' என்று தொடங்குகிற அந்தப் பாட்டில், கள் குறைவாகக் கிடைத்தால் எனக்கே அதனை அதியமான் கொடுத்துவிடுவார், கள் கூடுதலாகக் கிடைத்தால் தானும் உண்டு, எனக்கும் கொடுக்க, இரண்டு பேரும் மகிழ்ந்திருப்போம்' என்று சொல்கிறார். பழைய சங்க காலத்து மரபு அது. தேறல் என்று சொல்லப்படுகிற ஊறவைக்கப்பட்ட தேன் அது. என்ன பெயரில் சொன்னாலும் கள் கள்தானே!

'கள் உண்ணாமை' குறித்துத் தமிழில் முதலில் சொன்னவர் வள்ளுவர்தான். அது ஜைன மதத்தின் தாக்கமென்றும், ஆசீவக மதத்தின் தாக்கமென்றும் இரு கருத்துக்கள் இருக்கின்றன. ஆசீவக மதத்துக்கு முன்பாகவே, ஜைன,பௌத்த மதங்களுக்கு முன்பாகவே வள்ளுவர் பிறந்துவிட்டார் என்கிற கருத்தும் இருக்கிறது அது தனி விவாதம்.. எப்படியிருந்தாலும் சங்க இலக்கியத்தில் கள் உண்டு, தேன் உண்டு.

பொருநராற்றுப்படையில் ஒரு பகுதி என்னென்ன உணவு வகை இங்கிருந்தது என்பதை எடுத்துச் சொல்லுகிறது. அப்பாட்டு கரிகால் சோழனைப்பற்றி பாடப்பட்டது. ஒவ்வொரு பகுதியிலும் மக்கள் என்ன உணவை உண்டிருக்கிறார்கள் என்று அது சொல்கிறது. நெய்தல் நிலம் ஓரமாக நீங்கள் முதலில் நடந்து போவீர்கள். அங்கே போகிறபோது அங்கேயிருக்கிற பரதவர்கள் உங்களுக்கு மீனையும் தொட்டுக்கொள்ளத் தேனையும் தருவார்கள் என்கிறது. இது நமக்கு புதிய ஒரு இணைவாக இருக்கிறது, தேனை நாம் மீனில் தொட்டு உண்பதில்லை. மதிய நேரத்தில் நீங்கள் ஏறத்தாழ அந்த வேலூர் பகுதியை எட்டியிருப்பீர்கள். இந்த வேலூர் இல்லை, அது திண்டிவனத்துக்குப் போகிற பாதையிலே இருந்த வேறு வேலூர். அந்தப் பகுதியிலே உங்களுக்கு என்ன உணவு கொடுப்பார்கள் என்றால், புளிச்சோறும், மான் கறியும் தருவார்கள். சொல்லுகிறபோதே நமக்குச் சுவையாக இருக்கிறது. . அதற்குப்பிறகு இரவு ஆமூர் பக்கத்திலே போகிற நேரத்திலே உங்களுக்கு நண்டு விரவிய வெண்சோறு தருவார்கள். அதாவது நண்டு ஃப்ரைடு ரைஸ். என்வே சங்க காலம் முழுவதும் கள்ளும், புலவும் உண்டிருக்கிற ஒரு பழக்கம் மிக இயல்பாக இருந்திருக்கிறது.

அப்போதெல்லாம் உணவு விலைக்கு விற்கப்பட்டதில்லை, சோறும் நீரும் ஒருநாளும் விற்பனைக்கு உரியதாக நாட்டிலே இல்லை. இன்று சோறும் விற்பனைக்குரியது, நீரும் விற்பனைக்குரியது, பாலை விட நீர்தான் விலை கூடுதல். அன்றைக்கு இயல்பாக விளைந்த காலம், வளமான காலம், மக்கள்தொகை குறைவாக இருந்த காலம்,

எப்போது புலால் உணவை விலக்குகிற பழக்கம் வந்தது?.எந்த ஒரு தனி மனிதனுக்கும், எந்த ஒரு சமூகத்துக்கும், எந்த ஒரு தேசத்துக்கும் வெறும் மரக்கறி உணவு உண்கிற பழக்கம் இந்த உலகத்தில் ஒருநாளும் தொடக்கத்தில் இருந்திருக்க முடியாது. எப்போது வந்தது மரக்கறி உணவுப் பழக்கம்? பயிரிடத் தொடங்கியதற்குப் பிறகு வந்திருக்கலாம். முதலில் கூடுதலாக விளைவிக்கப் பட்டது பீன்ஸ்தான் என்கின்றனர். அதுதான் அதிகமாக முதலில் உற்பத்தியாகியிருக்கிறது. இன்றைக்கு வரைக்கும் மேலை நாடுகளுக்குப் போகிறபோது காலை உணவில் அவர்கள் சோயா பீன்ஸ் .சேர்த்துக் கொள்வதைப் பார்க்க முடிகிறது. அது உடம்புக்கான புரதத்தை மிகக் கூடுதலாக வைத்திருக்கிற ஓர் உணவு. இங்கே பீன்ஸ், எள், கத்திரிக்காய் போன்றவைகள் தொடக்கத்தில் உருவான பயிர்களாகவும், கேரட் , தக்காளி , பீட்ரூட் போன்றவை மேலை நாடுகளிலே உருவானவைகளாகவும் இருக்கின்றன. இப்போது என்ன சிக்கல் வந்துவிட்டதென்றால், காலையிலேதான் எழுத்தாளர் ராமகிருஷ்ணன் தொலைக்காட்சியிலே சொல்லிக்கொண்டிருந்தார், பிறகு அவரோடு நான் தொலைபேசியிலே தொடர்பு கொண்டேன். அந்த செய்தி புதிதாக இருக்கிதே என்று கேட்டேன். அதற்கான ஆதாரங்களை அவர் தந்தார். இன்றைக்கு மரபணு மாற்றம் என்று ஒன்று புதிதாக வந்துகொண்டிருக்கிறது. நாம் எதைக் குழப்பிக்கொள்ளக் கூடாது என்பதை, ராமகிருஷ்ணன் மிகத் தெளிவாகச் சொன்னார், ஒட்டு ரகங்கள் வேறு, மரபனு மாற்றம் வேறு. ஜி.டி.நாயுடு அவர்கள்தான் ஒட்டு ரகங்களில் நிறைய சாதனைகளைச் செய்து காட்டியவர். இன்றைக்கு நம்மிடத்திலே இருக்கிற, புகழ் பெற்ற, அனைவரும் அறிந்த ஒட்டு ரகம் எது என்றால் ஒட்டு மாங்கனிதான்.

ஆனால் மரபணு மாற்றம் என்பது ஒட்டுமொத்தமாகவே ஒன்றை இன்னொன்றாகவே மாற்றிவிடுவது! இந்த மரபணு மாற்றம் இன்னமும் முழுமையாக அனுமதிக்கப்படாமல் இருக்கிறது. அனுமதிக்கப்படுமானால் முருங்கைக்காய் ஏறத்தாழப் புடலங்காய் அளவிற்கு வளரும். ஆனால் முருங்கைக்காயினுடைய ருசியையும் அதனுடைய இயல்பான குணங்களையும் கொண்டிருக்குமா என்று சொல்ல முடியாது. தோற்றத்தில் பெரிய முருங்கைக்காய் போலவே இருக்கும். இன்றைக்கும் நாம் பார்க்கலாம், தக்காளி பல நேரங்களிலே, முழுக்கச் சிவப்பாக இருக்கிறது. அது தக்காளியினுடைய இயல்பான வண்ணம் இல்லை. அது ஒரு ஆரஞ்சு வண்ணத்திலே இருக்கும், லேசான சிவப்பு, இடையிடையே கொஞ்சம் பச்சை நிறம் கூட இருக்கும். ஆனால் முழுக்க முழுக்கச் சிவப்பாக இருக்கிற தக்காளிகள், சந்தைகளிலே கூடுதலாக விலை போகின்றன. நாம் அறிவோம், தக்காளியை வாங்கி வைத்தால் எத்தனை நாள் வதங்காமல் இருக்குமென்று! ஆனால் இந்த மரபணு மாற்றத்திலே வரப்போகிற தக்காளி, ஏறத்தாழ முப்பது, முப்பத்து ஐந்து நாட்களுக்கு வாடாது, நிறம் மங்காது, பளபளப்புக் குறையாது. என்ன காரணம்?

இந்த இடத்திலேதான் ஒரு முக்கியமான செய்தியை அவர் குறிப்பிட்டார். தவளைகள் இருக்கின்றன இல்லையா, அந்த தவளைகளினுடைய ஸ்டெம் செல் (stem cell) என்பதை எடுத்துத் தக்காளியிலே ஏற்றிவிடுவதற்கு உரிய ஒரு மிகப்பெரிய உயிரியல் தொழில் நுட்பம் (bio technology) வளர்ந்து கொண்டிருக்கிறது. அதன் மூலம், தவளை வந்து தக்காளிக்குள் புகுந்துவிடுகிறது. அந்த தவளையினுடைய ஸ்டெம் செல்லை எடுத்து தக்காளியில் சேர்த்ததற்குப் பிறகு தக்காளிக்கு இந்த பளபளப்பு, சிவப்பு எல்லாம் வருகிறது, ஆனால் இப்பொழுது எனக்குள் ஒரு கேள்வி, இந்த மரபணு மாற்றம் வந்து தவளையினுடைய ஸ்டெம் செல் ஏற்றப்பட்டதற்குப் பிறகு தக்காளி மரக்கறியா அல்லது புலாலா? நீங்கள்தான் சொல்ல வேண்டும்.

முன்பெல்லாம், காலிஃபிளவர் நவம்பர், டிசம்பரில்தானே கிடைக்கும்! இப்போது பன்னிரெண்டு மாதங்களிலும் கிடைக்கிறதே எப்படி? எல்லாக் காய்கறிகளும் எல்லா மாதங்களிலும் கிடைக்கின்றனவே, இது இயற்கைக்கு முரண் இல்லையா? இயற்கை, அந்தந்தக் கால கட்டங்களில், நம்முடைய சமூகத்திற்குத் தேவையானவைகளை இயல்பாக விளைவித்துத் தருகிறது. . இந்த மண்ணுக்கு ஏற்ற சூடு, இந்த மண்ணுக்கு ஏற்ற குளிர்ச்சி, இந்த மண்ணினுடைய தன்மை இவைகளைப் பொறுத்துதான் விளைச்சல் இருக்கும். நாம் எல்லோரும் என்னதான் யாதும் ஊரே யாவரும் கேளிர் என்று பேசினாலும் அத்தனை பேருக்கும் ஒரு சொந்த ஊர் பாசம் இருக்கிறதா, இல்லையா? கண்டிப்பாக, சொந்த ஊரில் கால் வைக்கிறபோது ஒரு பாசம் வருகிறதே, அது ஏன்? வேறொன்றுமில்லை, அந்த ஊர்க் கத்திரிக்காயை உண்டோம், அந்த ஊர் தண்ணீரைக் குடித்தோம், அதனால் அந்த ஊர்ப் பாசம் நம்மைப் பற்றிக்கொள்கிறது.

ஆனால் இப்பொழுது எந்தக் கத்திரிக்காயும், எந்த ஊர்க் கத்திரிக்காயும்

இல்லை. நீங்கள் கிராமத்துக்குப் போனால் இது சின்னான் தோட்டத்து கத்தரிக்காயான்னு கேட்பார்கள். இப்பொழுது யார் தோட்டத்துக் கத்தரிக்காய் என்று யாருக்கும் தெரியாது. ஒட்டு மொத்தமாக பால் எங்கிருந்து வருகிறது என்று தெரியாது, காலையில் பையில் வந்து விழுகிறது.அவ்வளவுதான். எனவே ஒட்டுமொத்தமாக நம்முடைய வாழ்க்கை முறை என்பது மாறிக் கொண்டுள்ளது. தடுக்க முடியுமா அல்லது தடுக்க வேண்டுமா என்கிற வினாக்கள் எழுகின்றன.

இந்தச் சமூகத்தில் திடீரென்று ஒரு கொல்லாமை அறம் என்கிற அடிப்படையில் மரக்கறி உணவு எப்படி வந்தது என்பதற்கு ஒரே ஒரு காரணத்தை மட்டும்தான் சொல்ல முடியும். மதங்கள்தான் அவற்றைக் கொண்டு வந்தன, அதில் எந்த ஐயமும் இல்லை.

வேறு எந்த நாட்டிலும் இல்லாமல் இந்த நாட்டில் மட்டும் ஏன் வந்தது என்று கேட்டால் இந்த நாட்டில் தோன்றிய மதங்கள்தான் அதை வலியுறுத்தின. அதில் நியாயம் இருக்கலாம் அல்லது அது நடைமுறைக்கு ஏற்றதாக இல்லாமலும் இருக்கலாம். ஆனால் கொண்டு வந்தது மதம்தான்.

எந்த மதம்? ஒன்றும் குழப்பம் இல்லை. ஆசீவகம், ஜைனம் என்கிற இரண்டில் ஒன்று. ஜைனம் என்பது சமணம் என்பதுதான் இன்று வரையிலான புரிதல். அப்படித்தான் அத்தனை பேரும் சொல்லுகிறோம். ஆனால் மதங்களைப் பற்றி ஆய்வு நடத்திக்கொண்டிருக்கிற பேராசரியர் க. நெடுஞ்செழியன் அவர்கள் ஜைனம் வேறு சமணம் வேறு, ஆசீவக மதத்தின் இளந்துறவிகளுக்குப் பெயர்தான் சமணர்கள் என்பது என்கிறார். ஆசீவகம்தான் நம்முடைய அடிப்படையான மதம் என்று அவர் கூறுகிறார். ஆசீவகம் என்று சொன்னால், எளிமையாக அது அய்யனார் வழிபாடு. ஆசீவகம்தான் அடிப்படையில் இந்த மரக்கறி உணவைக் கொண்டு வந்தது என்பது பேராசிரியர் நெடுஞ்செழியன் அவர்களின் முடிவு. ஆனால் ஒட்டுமொத்தமாக அவரைத் தவிர ஆய்வாளர்கள் அத்தனை பேரும் சொல்லுகிற செய்தி வேறாக உள்ளது. ஜெயின் மதம் எனப்படும் சமண மதம்தான் கொல்லாமை அறத்தைக் கொண்டு வந்தது என்கின்றனர். இருபத்து நான்காவது தீர்த்தங்கரர் மஹாவீரர்தான், ஏசு பிறப்பதற்கு அறநூறு ஆண்டுகளுக்கு முன்னால் அந்தக் கொல்லாமையை, உணவுப் பழக்கத்திலே கொண்டுவந்தார் என்று கூறுகின்றனர்.

அவர்களுடைய மத நூலான ஸ்ரீபுராணம் கொல்லாமையை வலியுறுத்துகிறது. ஸ்ரீபுராணம்தான் அவர்களின் அடிப்படை அறநூல். எப்படி பௌத்தத்துக்கு தம்மம், கிறிஸ்தவர்களுக்கு பைபிள், இஸ்லாமியர்களுக்கு குரான் உண்டோ, அப்படி சமணத்துக்கு ஸ்ரீபுராணம். நான் ஏன் இதோடு நிறுத்தினேன் என்பதை நீங்கள் அறிவீர்கள், நீங்கள் கேட்டாலும் எனக்கு விடை தெரியாது, நான் விடை சொன்னாலும் எல்லோரும் ஏற்க மாட்டார்கள். இந்து மதத்திற்குப் பகவத்கீதை என்று சொல்லிக்கொண்டிருக்கிறார்கள் சைவர்கள் ஏற்றுக் கொள்வார்களா என்பது எனக்குத் தெரியாது. .

அந்த ஸ்ரீபுராணம் மிகத் தெளிவாகச் சொல்லுகிறது. அவர்கள் ஐந்து கோட்பாடுகளை முன் வைத்தார்கள் அந்த கோட்பாடுகளில் முதன்மையான கோட்பாடும், முதல் கோட்பாடும் கொல்லாமைதான். பொய்யாமை,

திருடாமை, அவா இல்லாமை, பிரம்மச்சரியம் என்கிற மற்ற கோட்பாடுகளை அவை முன்வைத்தாலும் முதல் கோட்பாடு கொல்லாமை என்பதுதான். அப்படியானால் பௌத்தம் அதைச் சொல்லவில்லையா என்று கேட்கத் தோன்றும். எப்போதும் பௌத்தம் நடுவில் போ என்றுதான் அறிவுறுத்துகிறது. நடுப் பாதையில் நட என்பதுதான் பௌத்தம். இந்த எல்லையிலும் நிற்க வேண்டாம், அந்த எல்லையிலும் நிற்க வேண்டாம் என்கிறது பவுத்தம்.

இப்போது ஒரு பெரிய கேள்வி வருகிறது. எந்த இரண்டு எல்லைகளுக்கு இடையில் நட என்றார் புத்தர்? இந்த எல்லையில் ஜைனம், ஆசிவகம் நிற்கிறதென்றால், அந்த எல்லையில் நிற்பது எது?. வைதீக மதம்தான்! அன்றைக்கு இருந்த வைதீக மதம் என்பது முழுக்க முழுக்க புலால் உணவை உண்டு திளைத்தது. அதற்கு ஏதாவது ஆதாரம் உண்டா? ஒன்றன்று, ஆயிரம் ஆதாரங்கள் உண்டு.

ஆரண்ய காண்டத்தில் ராமரும், சீதையும் தனியாக உணவு உண்டுகொண்டிருக்கிற நேரத்தில் என்ன நடந்தது என்பதை வால்மீகி சொல்லுகிறார். கம்பர் அதைக் கவனமாகச் சொல்லவில்லை. வால்மீகி சொல்லுகிறார், நெய்யில் வறுத்தெடுத்த மாட்டுக்கறியை அவர் சீதைக்கு ஊட்டிவிட்டார் என்று இருக்கிறது அவர்களின் காதலில் நமக்கொன்றும் குறுக்கீடு இல்லை. ஆனால் நம்முடைய பிரச்சனை என்பது நெய்யில் வறுத்தெடுத்த அந்த மாட்டினுடைய கறி என்பது புலால் உணவுதானே!

சாண்டோக்கிய உபநிடதம் திரும்பத் திரும்பச் சொல்கிறது, எவன் நெய்யில் வறுத்த கறியை உண்கிறானோ, அவன் அறிவாளியாக இருப்பான் என்று. பிற்காலத்தில் அவர்கள் பேசுகிற சைவமெல்லாம் 'போலச் செய்தல்'தான்! இந்த சைவம் அசைவம் என்கிற சொற்களே நடைமுறையில் தவறாக வந்துவிட்டன.. அது சைவம் என்றால் இது வைஷ்னவமா என்ன? அப்படியெல்லாம் ஒன்றுமில்லை அது மரக்கறி உணவு இது புலால் உணவு என்றுதான் சொல்ல வேண்டும். புலாலை உண்பதில்லை என்பதெல்லாம் ஆதிசங்கரருக்குப் பின்னால் ஏற்பட்ட பல நிகழ்வுகளிலே ஒன்று.

.அடிப்படையில் ஜைனம் முற்றுமாகப் புலால் உண்பதைத் தவிர்த்தது. மிகக் கடுமையான மதம். தண்ணீரைக்கூட வடிகட்டித்தான் உண்ணவேண்டும். இன்றைக்கும் நாம் பார்க்கலாம், ஜைன மதத்தைச் சார்ந்தவர்கள் முகத்தில் வாயினுடைய எச்சில் பட்டுவிடாமலும், உள்ளே பூச்சிகள் சென்றுவிடாமலும் பாதுகாக்க வாயில் துணியைக் கட்டிக் கொள்வார்கள். இரவு உண்ணாமை, அவர்களின கோட்பாடுகளில் ஒன்று. அதற்குச் சாவக நோன்பு என்று பெயர். சிலப்பதிகாரத்திலே கோவலனைப் பற்றிக் கூறும்போது, 'சாவக நோன்பிகள் அடிகள் ஆதலின்' என்று ஒரு வரி வருகிறது. ஆனால் அவர் அரும்பெரும் திறத்து ஆசீவகர் என்றும் வருகிறது. ஆனால் இரண்டையும் விட்டுவிட்டு, கோவலன் 'மாமுது பார்ப்பான் மறைவழி காட்டத் தீவலம் வந்து' திருமணம் செய்துகொண்ட கதை என்னவென்று நமக்குப் புரியவில்லை. எனவே அவர் சமணரா, ஜைனரா, ஆசீவகரா அல்லது வைதீகரா என்ற குழப்பம் உள்ளது. அதற்குள் நாம் தொடர்ந்து செல்வது தலைப்பை விட்டு விலகுவதாகும்.

வைதீக மதம் என்பது முழுக்க முழுக்க வேள்வியில் கால் ஊன்றி நின்றது. யாகம் என்று சொல்லுகிறோமே, அந்த யாகம் செய்வதிலே வல்வரானவர்தான் .யாக்கியவல்லியர்.வேள்வி அல்லது யாகம் என்று சொன்னால், .அதில் எவையெல்லாம் இடம்பெற்றிருக்கும் என்பதை, சங்கராச்சாரியாரினுடைய 'தெய்வத்தின் குரல்' புத்தகத்தினுடைய இரண்டாவது தொகுதியில் காணலாம். அதில் புலால் உண்ணுவது பற்றிய செய்திகள் இருக்கின்றன. மொத்தம் ஏழு தொகுதிகள் இருக்கின்றன, இரண்டாவது தொகுதியில் புலால் உண்ணுவதைப் பற்றி அவர் எழுதியிருக்கிறார். எவ்வளவு சாதுர்யமாக எழுதியிருக்கிறார் என்பதை நீங்கள் பார்க்க வேண்டும்.

யாகம் என்று சொன்னால் அதிலே மூன்று அடிப்படையானவை. ஒன்று மந்திரம், இரண்டாவது தேவதை, மூன்றாவது ஹவிஸ். இந்த ஹவிஸ் என்பதுதான் 'அக்கினி பகவானுக்குப் பலியிடுவது. அது நெய்யாக இருக்கலாம் அல்லது விலங்குகளாக இருக்கலாம். மிகப் பெரும்பாலும் நெய்யும் விலங்குகளுமாக இருக்கும். இதுதான் அந்த ஹவிஸ் என்பது. இந்த ஹவிஸ் என்பதிலே எதையெல்லாம் அவர்கள் வெட்டிப்போட்டிருக்கிறார்கள் என்றால் ஒன்றையுமே விட்டுவைக்கவில்லை என்றுதான் சொல்ல வேண்டும். ஆடு, மாடு, குதிரை என எல்லாம். அதிகமாக மாடுதான். இன்றைக்குத் திடீரென்று பசுவதைத் தடைச் சட்டம் பற்றி பேசுகிற இவர்கள் அதிகமாக மாடுகளை வெட்டி நெருப்பில் போட்டவர்கள். எவ்வளவு, எவ்வளவு பசுக்கள், எந்த, எந்த யாகத்துக்கு வெட்டிப்போட வேண்டும் என்று கணக்கு இருக்கிறது. பார்ப்பனர்கள் நடத்துகிற யாகத்தில் மிகப்பெரிய யாகத்தின் பெயர் வாஜ்பேய யாகம் . (அதை வைத்துத்தான் அடல் பிஹாரி வாஜ்பாய்). வாஜ்பாய் என்றால்,, மிகப்பெரிய யாகத்தின் தலைவன் என்று பொருள். வாஜ்பேய யாகத்தை நடத்தினால் இருபத்தி மூன்று பசுக்களை வெட்டி நெருப்பில் போடவேண்டும். ஆனால் சக்கரவர்த்திகள் நடத்துகிற யாகம் என்றால் எண்ணிக்கை கூடும். இவனே இருபத்தி மூன்று போட்டால் அப்புறம் சக்கரவர்த்தி சும்மா இருப்பானா, அவன் நடத்துகிற யாகங்களில் மிகப்பெரியது குதிரையை வைத்து நடத்துகிற அஸ்வமேத யாகம். குதிரையை அனுப்பி வைத்தால் அந்தக் குதிரை எல்லோரையும் வென்று வருகிறபோது அதற்காக நடத்துகிற அஸ்வமேத யாகத்தில் தொன்னூற்று ஒன்பது பசுக்கள் வெட்டிப்போடப்படவேண்டும். இது இருபத்தி மூன்று, அது தொன்னூற்று ஒன்பது. அப்போதுதான் அஸ்வமேத யாகத்தை அந்தச் சக்கரவர்த்தி சிறப்பாகச் செய்தார் என்று பொருளாம்.

சங்கராச்சாரியார் இரண்டு சமாதானங்கள் சொல்லுகிறார். ஒன்று அது ஹிம்சைதான், ஆனாலும் லோக ஷேமத்திற்காகச் செய்கிற ஒன்று ஹிம்சையாகாது. அதவாது 'அவாள்' எதற்காக ஆடு, மாடுகளையெல்லாம் சாப்பிடுறான்னா நாம ஷேமமா இருக்கவேண்டும் என்பதற்காக. நாம் ஷேமமாக இருக்க நாம்தானே சாப்பிடவேண்டும்!

ஆசீவகத்திலும் பௌத்தத்திலும் கேட்கப்பட்ட கேள்வி இங்கு எண்ணத்தக்கது. விலங்குகளையெல்லாம் வெட்டிப்போட்டால் அவை நேரடியாக சொர்க்கத்திற்கு போய்விடுகின்றன என்பதனாலேதான் நாங்கள் அந்த யாகங்களைச் செய்கிறோம் என்று சொன்னபோது புத்தர்தான் மிகச்

கடுமையாகக் கேட்டார் அப்படியானால் நீங்களும் ஏன் சொர்க்கத்திற்குப் போக முயற்சிக்கக்கூடாது என்று கேட்டார். ஒருத்தரை ஒருத்தர் வெட்டிப் போட்டுக்கொள்ளலாம் அல்லவா. பேருந்துகளில் point to point என்று சொல்லுவார்களே, அதுமாதிரி இங்க விட்டா நேரே மோட்சம்தானே..ஏன் முயற்சி செய்யக்கூடாது என்று கேட்டார்.

சங்கராச்சாரியார் சொல்லுகிற இரண்டாவது சமாதானம் அந்த ஹவிஸில் இருக்கிற, பலிகொடுக்கப்பட்ட எல்லா இறைச்சியையும் நாங்கள் சாப்பிடுவதில்லை, அதில் மிகக் குறைந்த அளவு, கொஞ்சமாகத்தான் எடுத்து அந்த ரித் விக்குகள் (அந்த யாகத்தைச் செய்தவர்கள்) சாப்பிடுவார்கள். அதுவும் உறைப்பு, புளிப்பு, காரம் சேர்க்காமல் சாப்பிடுவார்கள். எனவே அவர்கள் உலக தர்மத்துக்காக அதைச் செய்கிறார்கள், அதைக் குற்றமாகப் பேசக்கூடாது என்பார்.

இரண்டாவதாக சங்கராச்சாரியார் சொல்லுவதும் அப்படித்தான். சோம பானத்தையும் நாங்கள் முழுமையாகக் குடிப்பதில்லை மிஞ்சுவதைத்தான் குடிக்கிறோம் என்கிறார். அவர் எவ்வளவு அதற்கு யாகத்திலே வைக்கிறார்கள் என்று ஒரு கணக்கு சொல்கிறார். மேலும் அவர் சொல்லுகிறார், 'சூத்திரன் என்றால் ஸ்வயமரியாதை உண்டு. அதனைப் பங்கம் என்று கருதக்கூடாது, சூத்திரன்தான் கடவுளுக்கு நெருக்கமாக இருக்கிறான். எப்படி என்றால் அவன் எல்லோருக்கும் ஏவல் வேலை செய்கிறான், சிரமமான வேலைகளைச் செய்கிறான். எனவே அவனுக்கு அகங்காரம் இருக்காது. அகங்காரம் இல்லாத காரணத்தால் கடவுளுக்கு நெருக்கமாக ஆகிவிடுகிறான்'.

அடடா, இதே போல எல்லா ஜாதியில் பிறந்தவர்களுடைய அகங்காரமும் போவதற்கு, எல்லோரும் சாக்கடை அள்ளலாமே, எல்லோரும் தெருவைச் சுத்தம் செய்யலாமே, அகங்காரம் இல்லாமல் பகவானுக்குப் பக்கத்திலேயே போய் உட்கார்ந்து கொள்ளலாமே என்று கேட்கத் தோன்றுகிறது. . எப்படியோ, ஹவிஸ் என்கிற அடிப்படையிலே புலாலைப் பார்ப்பனர்கள் கூடுதலாக அதுவும் பசுக்கறியைத்தான் கூடுதலாக உண்டிருக்கிறார்கள் என்பதை யாராலும் மறுக்கமுடியாது. .

ஆனால் அதற்குப் பிறகு அவர்கள் புலாலைக் கைவிட்டது, கொல்லாமைஅறத்தின் அடிப்படையில், உயிர்களின் மீது கொண்ட கருணையின் அடிப்படையில் அன்று. .ஜைன மதம் அவ்வாறு செய்தது. . புலால் மட்டுமன்று, ஜைனர்கள் வெங்காயம் உண்ணுவதில்லை, பூண்டு உண்ணுவதில்லை, முள்ளங்கியும், புடலங்காயும் கூட உண்ணுவதில்லை. காரணம் நீர்க்காய்கறிகள் கூடாது என்று அவர்கள் கூறுகிறார்கள். நீர்ச்சத்து உள்ள காய்களில் உயிர் வளர்ச்சி கூடுதலாக இருக்கும். எனவே அதை உண்ணக் கூடாது என்கிறார்கள்.

ஆனால் இசுலாமியர்களோ முழுமையாகப் புலால் உணவுப் பழக்கம் உடையவர்கள். எனினும் இஸ்லாமியர்கள் வந்ததற்குப் பிறகுதான் புலால் உணவு வந்தது என்று கூறுவது மிகப்பெரிய பொய். மொகலாயர்கள் ஒரு புதிய உணவு வகையைக் கொண்டுவந்தார்கள் என்பது மட்டுமே உண்மை. புலால் உணவெல்லாம் ஏற்கனவே இருந்தது. பதினான்காம் நூற்றாண்டில் மொகலாயர்கள் முதன் முதலாகப் .பிரியாணி என்பதைக் கொண்டு

வந்தார்கள். அது இன்றும் விரும்பி உண்ணப்படும் உணவாக உள்ளது.

இஸ்லாமியர்கள் உணவுப்பழக்கத்திற்காக விலங்குகளைக் கொல்லுவது என்பதை மறுக்கவில்லை. அதுபற்றி ஏதாவது அவர்களுடைய வேதங்களில் இருக்கிறதா என்றால் இருக்கிறது. அடிப்படையாக இரண்டு செய்திகள் இருக்கின்றன. ஒன்று மதுப்பழக்கத்தை இஸ்லாம் மறுக்கிறது. இரண்டாவது அதிகாரத்தில் பதின்மூன்றாவது நூல். மேலும், சூதாட்டமும், மதுப்பழக்கமும் சில பயன்களையும் தரக்கூடுமென்றாலும் அதைத் தவிர்க்க வேண்டும் என்று சொல்லியிருக்கிறார்கள். அதில் மிகக் கவனமாக, கள்ளில் சில பயன்பாடுகள் உண்டுதான் என்றாலும் கூடாது என்றுரைக்கின்றனர். .மருத்துவ குணம் மதுவிற்கு இருக்கிறது, மருத்துவத் துறையிலும் அது பயன்படுத்தப்படுகிறது என்பதை நாம் அறிவோம். ஆனாலும் அதைத் தவிர்த்து விட வேண்டும் என்று தெளிவாகச் சொல்லியிருக்கிறார்கள்.

உணவுக்காக, விலங்குகளைக் கொன்று உண்ணுவது தவறு இல்லை என்பது கிறிஸ்தவமும், இஸ்லாமுமம் அழுத்தமாக சொல்லுகிற செய்திகள். கிறிஸ்தவத்தில் பழைய கதை இருக்கிறது, இஸ்ரவேல் காலத்திலேயே கடவுள் உன் மகனைப் பலிகொடு என்கிறார். அப்போதுதான் நினைத்தேன், ஓ அந்தப் 'பிள்ளைக் கறி' அங்கேயும் இருக்கிறது என்று. பெரியபுராணக் கதை நமக்குத் தெரியும். பெரிய வேடிக்கை பாருங்கள்ஞ்.. மரக்கறி உணவு, சைவம் எல்லாம் பேசுகிறார்கள். பிறகு பிள்ளைக் கறி கேகிறார் பெரியபுராணக் கடவுள்.

எனவே பிள்ளைக் கறி கேட்டது , இஸ்ரவேல் காலத்திலேயும் இருந்துள்ளது. அதைத் தாண்டி அங்கே ஆடுகள் பலிகொடுக்கப்பட்டிருக்கின்றன. இரண்டாவதாக பைபிளினுடைய மலைச் சொற்பொழிவு. மலைப் பொழிவு, மலைப் பிரசங்கம் என்று சொல்லுவோமே அதை எடுத்துப் பார்த்தால், அது முடிகிறபோது அதை வைத்துக்கொண்டுதான் இன்னமும் மாதா கோவிலில் சொல்லிக்கொண்டு இருக்கிறார்கள் எல்லோருக்கும் உணவு இருக்கிறதா என்று ஏசுநாதர் கேட்கிறார், இல்லை எல்லோருக்கும் இல்லை உங்களுக்கு மட்டும் கொண்டு வந்திருக்கிறோம், மூன்று மீன் துண்டுகளும் அப்பமும் மட்டும் இருக்கின்றன என்று சொன்னபோதுதான், அவர் எல்லோரையும் உட்கார வைத்து எல்லோருக்கும் பரிமாறுங்கள் என்று சொல்லி மீன் துண்டுகளை எடுத்து வைக்க எடுத்து வைக்க வந்துகொண்டே இருந்தது என்று 'கதை' சொல்கின்றனர்.

இஸ்லாமில் ஆடு அறுப்பது குறித்துச் சொல்லப்படுகிற செய்தி முதன்மையானது. முதல் நிபந்தனையே கத்தியைக் கூர்மையாக வைத்துக்கொள்ள வேண்டும். அதற்கு வலியும் வேதனையும் இல்லாமல் சட்டென்று கழுத்தில் உள்ள நான்கு நரம்புகளை அறுத்தவுடனே உள்ளே இருக்கிற ரத்தம் வெளியே கொட்டும். அதற்கு மரண வலி தெரியாமல் இறந்து போகும் என்று சொல்லுகிற நேரத்தில் இரண்டு செய்திகள் இருக்கின்றன. ஒன்று உண்பதற்காக கொல்லலாம். இரண்டாவது, கொல்லும்போது அந்த உயிர்க்கு வேதனை இல்லாமல் அதை நிகழ்த்த வேண்டும்.

புலால் உண்ணலாமா, கூடாதா என்று கேட்டால், கிராமத்து மக்கள் இயல்பாக ஒற்றை வரியிலே சொல்லியிருக்கிறார்கள், ஒரே ஒரு வரியிலே இவை அனைத்துக்குமான விடை இருக்கிறது. 'கொன்றால் பாவம் தின்றால் .போகும்' அவ்வளவுதான். . கொன்றால் பாவம்தான், ஆனாலும் அது தின்றால் போகும் என்றால் எப்படி? எதற்காகக் கொல்கிறீர்கள் என்கிற வினாவில் உங்கள் நோக்கம் .வெளிப்படுகிறது. உங்கள் செயலை, உங்கள் நோக்கம் நியாயப்படுத்தும் என்று மக்கள் கருதியுள்ளனர்.

அதனை வதைக்கு உள்ளாக்க வேண்டும், அதனைக் கொடுமைகளுக்கு உள்ளாக்க வேண்டும், என்பதற்காகக் கொல்லுகிறீர்களா, அல்லது உங்கள் உணவுக்காகக் கொல்லுகிறீர்களா? உணவுக்காக என்றால் சரி.அதற்கு மன்னிப்பு உண்டு. ஏனெனில், இந்த உலகத்தில் வேறு வழியில்லை, ஒன்றைத் தின்று ஒன்று, ஒன்றே இன்னொன்று, ஒன்றிலிருந்து இன்னொன்று என்ற பரிணாமம்தான் இந்த உலகத்தினுடைய இயற்கை. புலால் உண்பது என்பதை ஒட்டு மொத்தமாக உலகம் நிறுத்திவிடுமானால், உலகத்திலே இருக்கிற அத்தனை மனிதர்களுக்கும் உண்பதற்குப் போதுமான காய்கறிகள் இல்லை . உலகம் மூன்றில் இரண்டு பங்கு கடலால் சூழப்பட்டிருக்கிறது. கடல் வாழ் உயிரினங்கள்தான் மனிதர்களின் மிகப்பெரிய உணவாக இருக்கின்றன. ஏசுநாதரின் சீடர்கள் பலரே மீனவர்ள்தான். அதனாலேதான்

, மரக்கறி உணவை மட்டுமே வலியுறுத்திய சமண மதம் ஓரிடத்திலும் கடற்கரை ஓரத்தில் மீனவர்களிடம் பரவவேயில்லை, பரவ முடியாது. மீனை உண்ணக்கூடாது என்று சொல்லுகிற மதம் ஒருநாளும் அங்கு நிலைக்காது. மீனவர்களைச் சீடர்களாகக் கொண்ட காரணத்தினாலோ என்னவோ, கடற்கரை ஓரத்திலே இருக்கிற மீனவர்களில் மிகப் பலர் இன்றைக்கும் கிறிஸ்தவர்களாக இருப்பார்கள்.

எல்லாவற்றையும் உண்டு களி, சோம பானத்தை அருந்தி மகிழ், வாழ்க்கையை அனுபவி என்று சொன்ன வைதீக மதத்துக்கும், இல்லை இல்லை ஒவ்வொரு நொடியும் உன்னை வலிக்கு உள்ளாக்கிக்கொண்டு வாழவேண்டும் என்று சொன்ன ஜைன மதத்திற்கும் இடையில் நடுப் பாதையில் நட என்று புத்தர் சொன்னார். புத்தரிடத்திலே போய் அவருடைய சீடர்கள் 'நாங்கள் போகிற இடங்களில் மக்கள் இறைச்சி உணவுகளைத் தருகிறார்களே உண்ணலாமா' என்று கேட்டபோது, புத்தர் சொன்ன விடையிலேதான் இதற்கான அத்தனை செய்திகளும் இருக்கின்றன, புத்தர் சொன்னார், 'மக்கள் கொடுப்பதை வாங்கி உண்ணப் பழகுகுங்கள்'. இதுதான் வேண்டும் அது வேண்டாம் என்று சொல்லுவது எளிமை அல்ல தொல்லைதான். ஆட்டுப் பாலும் நிலக்கடலையும் எளிமையான உணவுதான் ஆனால் அவை எல்லா இடங்களிலும் கிடைக்காது. எந்த உணவு கிடைக்கிறதோ அதை உண்டு பழகுவதே எளிமை. எனவே புத்தர் சொன்னார், 'நடுப் பாதையில் நட'. இன்னமும் சொன்னால், புத்தர் பிச்சை எடுத்துத்தான் உண்ணவேண்டும் என்று அவர்களுக்கு விதித்தார். ஏன் பிச்சையெடுத்து உண்ண வேண்டும்? பிச்சையெடுத்து உண்ணுகிறபோதுதான், நாம் இந்த சமூகத்தால் வாழ்கிறோம் என்கிற உணர்வும் அதனால் நாம் சமூகத்துக்காக வாழவேண்டும் என்கிற உணர்வும் வரும். . மக்கள் கொடுத்த உணவை உண்டு நாம் வளர்ந்தோம் மக்களுக்காக நாம் உழைக்கவேண்டும் என்கிற அந்த எண்ணம் ஒவ்வொரு பிக்குவிற்கும் வரவேண்டும் என்றுதான் அவர் சொன்னார்.

சமணமும் பௌத்தமும் ஆசீவகமும் தமிழகத்திலே மக்களிடத்திலே வெகுவாகப் பரவின. அவற்றை எப்படி வெல்லலாம் என்று ஒரு மூளை சிந்தித்தது. அந்த மூளைக்குச் சொந்தக்காரரின் பெயர் ஆதிசங்கரர்.

அவர் கொல்லாமை அறத்தைத் தத்து எடுத்துக் கொண்டார். அவருடைய கொள்கைகள் எல்லாம் பௌத்தக் கொள்கைகளே. அதனால்தான் அவருக்குப் 'பிரசன்ன பௌத்தர்' (மாறுமுக பௌத்தர்) என்ற பெயரும் உண்டு. அதுவரையில் புலால் உண்டுவந்த அவர்கள், சங்கரர் காலத்துக்குப் பின், மரக்கறி உணவே புனிதமானது என்று கூறத் தொடங்கி விட்டனர். மரக்கறி உணவு என்கிற இடத்துக்கு வந்து அதுதான் உயர்வானது என்று நமக்கும் சொல்லத்தொடங்கினார்கள். புலால் உண்பவர்கள் தாழ்ந்தவர்கள் என்றும் கூறத் தொடங்கினர். அதனையும் எப்படி வரிசைப் படுத்தியிருக்கிறார்கள் என்று பாருங்கள்.

புலால் உண்கிறவர்களிலேயும் பல வகை உண்டு. இந்த ஆடு கோழி சாப்பிடுகிறவர்கள் பரவாயில்லை. மாடு சாப்பிடுறவன் அவனுக்குக் கீழே, பன்றிக்கறி சாப்பிடுகிறவன் அவனுக்கும் கீழே, அணில் கறி, நரிக்கறியெல்லாம்

சாப்பிடுறவன் இன்னும் கீழே என்று புது விதி உருவாக்கினார்கள். அய்யா பெரியார் அவர்கள் நம்முடைய திருமண வீடுகளில் கூட மாட்டுக்கறி பிரியாணி கொடு என்று சொன்னது, மாட்டுக்கறியின் மீது உள்ள மோகத்தால் அன்று, மாட்டுக்கறி தின்பவன் தாழ்ந்தவன் என்றால் நாங்கள் அத்தனை பேரும் தின்போமடா என்கிற ஒரு புரட்சிதான் அது.

வரலாற்றாசிரியர் டி.டி.கோசாம்பி, தான் எழுதியிருக்கிற ஒரு புத்தகத்தில் மிகத் தெளிவாகச் சொல்லுகிறார், 'உண்ணும் பழக்கத்தை வைத்து சாதி பிரித்து, சாதிக்கொரு உண்ணும் பழக்கம் என்று சொல்லி உயர்வு தாழ்வு கற்பித்தது இந்த நாட்டிலேதான்'.

பௌத்தம் என்பதைப் பின்பற்றி ஆதிசங்கரர் இன்னொன்றையும் செய்தார். புத்தர் விஹாரை வைத்தார், இவர்கள் சங்கர மடத்தை நிறுவினார்கள். புத்தர் விஹாரையைப் பார்த்து உருவானதுதான் சங்கர மடம். எனினும் தன் அத்வைதக் கோட்பாட்டை அவர் உபநிடதக் கருத்தான 'அஹம் பிரம்மாஸ்மி' என்பதிலிருந்து பெற்றார். பின்னால் வந்த ராமானுஜர், மத்துவர் ஆகியோர் விசிஷ்டாதுவைதம், துவைதம் ஆகிய கோட்பாடுகளை முன்வைத்தனர்.

மத்துவரைப் பற்றி ஒரு முக்கியமான செய்தி இருக்கிறது. மத்துவர் கர்நாடகாவில் பிறந்தவர். அவர் ஊரிலே யாரும் புலால் உண்ணக்கூடாது என்று அவர் ஒரு விதியைக் கொண்டு வந்தார். இந்தப் பக்கத்தில் எல்லாரும் உறைப்பு இல்லாத காய்கறி உணவை உண்ணவேண்டும் என்று அவர் ஒரு பழக்கத்தைக் கொண்டுவந்தபோது அந்த ஊரில் உருவான அந்த உணவுப் பழக்கம் பலருக்கும் பிடித்துப்போய் எல்லா ஊரிலும் அந்த ஊரின் பெயரால் சைவ உணவகங்கள் உருவாயின. அந்த ஊரின் பெயர் உடுப்பி. ஆம், உடுப்பிதான் மத்துவர் ஊர்.

அவர் பலிகொடுக்கும் முறையில் கூட ஒரு மாற்றத்தைக் கொண்டுவந்தார். ஹவிஸ் எனப்படும் பலியில், இனிமேல் பசுக்களைக் கொடுக்காமல், பசுக்களைப் போல மாவுகளில் செய்து, அவற்றைப் பலி கொடுக்கலாம் என்றார். ஆனால் அதை சங்கரருக்குப் பின்னால் நின்றவர்கள் ஏற்கவில்லை. ஏனென்று கேட்டால் அது மாவாகவே இருந்தாலும், அதற்கும் உயிர் வந்துவிடும் என்றனர். எப்படி? கோவில்களில் கல்தானே சிலையாகிறது. எப்படி அது கடவுளாகிறது என்பதற்கு அவர்கள் ஒரு விளக்கம் தருவார்கள், அது கல்தான் என்றாலும், புரோகிதர்களினுடைய பிராணப் பிரதிஷ்டைக்குப் பிறகு, கண் திறந்துவிட்டால் அது கடவுள் ஆகிவிடுமாம். அதை சங்கரரின் வழி வந்தவர்கள் சொன்னார்கள். நீங்கள் மாவில் செய்த மாடுகளுக்கும் கூட பிராணப் பிரதிஷ்டை கொடுத்துவிட்டால் அதற்கும் உயிர் வந்துவிடும், எனவே அதுவும் மாட்டை பலிகொடுப்பதாகத்தான் பொருள். இது இந்த அத்வைதிகளுக்கும், துவைதிகளுக்கும் இடையிலே நடந்த சண்டை.

ஆனால் வெள்ளைக்காரர்களுடைய ஆட்சி வந்ததற்குப் பிறகு, நிலைமை வெகுவாக மாறிவிட்டது. மொகலாயர்களின் பிரியாணியும், வெள்ளையர்களின் உணவு வகைகளும், மரக்கறி உணவுப் பழக்கத்தின் மீது ஒரு பெரும்போர் தொடுத்துவிட்டன என்றே கூற வேண்டும். ஈழத்தில் சைவ மதம் சார்ந்தவர்கள்தான் மிகுதி, அது ஆறுமுக நாவலருடைய

தாக்கம். எப்படி இங்கே பெரியாரின் தாக்கம் உள்ளதோ, அதுபோல அங்கு ஆறுமுக நாவலரின் தாக்கம் மிகக் கடுமையாக இருக்கும். ஈழத் தமிழர்கள் பெயர்கள் பெரும்பாலும் சிவா என்றுதான் தொடங்கும். ரஞ் சித் என்பது என்னுடைய நண்பரின் பெயர், முழுப் பெயர் சிவரஞ் சித்துதான். நம் கவி காசி ஆனந்தன் பெயர், கா. சிவானந்தன் என்பதுதான். அந்த அளவு அங்கே சைவ மதப் பற்று உண்டு, அதனால் மரக்கறி உணவுப் பழக்கம் மிகுதி. ஆனால் அந்த சைவர்கள் எல்லோரும் இன்று புலம் பெயர்ந்த நாடுகளில் பெரும்பாலும் சிக்கன்தான் சாப்பிடுகிறார்கள்.

ஹங்காங் போயிருந்போது நான் நேரடியாகப் பார்த்த காட்சிகள் உண்மையாகவே வியப்பூட்டின. 'நீங்க பாம்பு ஃப்ரைடு ரைஸ் சாப்பிடுகிறீர்களா' என்று கேட்டார்கள். . எனக்கு அந்தப் பழக்கமில்லை. ஹாங்காங்கில் புடலங்காய் மாதிரி வரிசையாகப் பாம்பைத் தொங்க விட்டிருந்தார்கள். நீங்கள் பார்த்து இந்தப் பாம்பு வேண்டும் என்று கேட்ட உடனேஅதனை எடுத்து, வாலையும் தலையையும் வெட்டிவிட்டு, நம்முடைய துணிக்கடைகளில் ஒரு கத்தி வைத்துத் துணியைக் கிழிப்பார்களே, அதே போலப் பாம்பை அப்படியே கத்தி வைத்துக் கிழித்து, உள்ளே உள்ள எல்லாவற்றையும் எடுத்துவிட்டு, கொதிக்கும் வெந்நீரில் போட்டு, கடகடகடவென வெட்டிச் சோற்றில் விரவிக் கொடுத்தால், அதை அவர்கள் இரண்டு குச்சிகளை வைத்துக்கொண்டு உண்ணும் அழகே அழகு! அது அவர்களுடைய வாழ்க்கை முறை, சரி, தவறு என்று நாம் எப்படிச் சொல்லமுடியும்? அங்கே ஒரு கருங்குரங்குஇருந்தது. அது எதற்காக என்றால், கருங்குரங்கு சூப் சாப்பிட்டுப் பாருங்கள் அப்புறம் தெரியும் என்றார்கள். நான் அங்கிருந்து புறப்படும் வரை சூப்பே வேண்டாம் என்று சொல்லிவிட்டேன். அது தாழ்வு என்றோ, கூடாது என்றோ கருதி நான் மறுக்கவில்லை. எனக்குப் பழக்கமில்லை, அவ்வளவுதான்.

நாம் புலால் உண்கிறவர்கள்தான். ஆனாலும் இது எண்ணத்தின் ஒவ்வாமை. நம் நாட்டில் பிறந்த வீரப்பன் கருங்குரங்கும், உடும்பும்தான் விரும்பிச் சாப்பிட்டிருக்கிறார் காட்டில். அவர் முட்டைக்கோஸ், முருங்கைக்காய்க்கு எங்கே போக முடியும்? அவருக்கு என்ன கிடைக்கிறதோ அதை உண்டு பழகியிருக்கிறார்.

சீனாவில் வேடிக்கையாகச் சொல்லுவார்கள், அதாவது ஈடன் தோட்டத்தில் ஆதாம் ஏவாள் இருக்கிறபோது, ஒரு பாம்பு, அதாவது சாத்தான் வந்து, விலக்கப்பட்ட கனியை உண்ணச் சொன்னதாம். அந்த பழத்தைச் சாப்பிடக்கூடாது என்று கடவுள் சொல்லியிருக்கிறார். ஆனால் அந்தப் பெண் அக்கனியை உண்டாள். பைபிளில் என்ன சொல்லியிருக்கிறார்கள், பெண் அதனைச் சாப்பிட்ட காரணத்தினாலேதான் பிரசவ வலியைக் கடவுள் கொடுத்துவிட்டாராம். கடவுள் எவ்வளவு நல்லவராக இருக்கிறார் பாருங்கள். அவரே ஆண், பெண்ணையும் படைப்பார், ஆப்பிளையும் படைப்பார், சாத்தானும் அங்கயே இருப்பான், அவன் சாப்பிடச் சொன்னான் என்று இந்தப் பெண் சாப்பிட்டால், பிரசவ வலியைக் கொடுத்து விடுவாராம்! இதே ஈடன் தோட்டத்துக் கதை சீனாவில் நடந்திருந்தது என்றால், பாம்பு வந்து பழத்தைச் சாப்பிடு

என்றால், அவள் பழத்தை விட்டுவிட்டு பாம்பைச் சாப்பிட்டிருப்பாள்! பெண்ணுக்குப் பிரசவ வலியும் வாந்திருக்காது!

எனவே உணவுப் பழக்கத்தில் மதங்களால் உருவாக்கப்பட்ட கட்டுப்பாடுகள், நிலைக்க வில்லை. உயிர்க்கொலை கூடாது என்பது உயர்ந்த அறம்தான். எனினும் உயிர் உள்ளவைகளைத் தின்றே, உயிரை நாம் வளர்க்க வேண்டியுள்ளது. அதனால்தான், ஓர் உயிரைக் கொல்வதால் ஏற்படும் பாவம், இன்னொரு உயிரை வளர்ப்பதால் போகும் என்று மக்கள் நம்பினார்கள்.

கொல்லாமை அறம் மிக உயர்ந்தது என்றாலும், நடைமுறைக்கு ஏற்றதாக இல்லை. நடைமுறையில் வேறு வழியில்லை. மேலும் உலகத்தில் வாழும் மனிதர்கள் அனைவருக்கும் காய்கறிகள் போதுமானவையாக இல்லை. ஆடுகளும், மாடுகளும் தின்னாமல் தீராது என்பதும் இன்னொரு உண்மை. நாம் புலால் உணவை முற்றிலுமாக மறுத்துவிட்டால், ஆடு, மாடுகளின் எண்ணிக்கை பல்கிப்பெருகும். இன்னொரு பக்கம் தானியத் தட்டுப்பாடு வந்து சேரும்!.

இந்திய உணவுக் கழகம், தமிழ் நாட்டுக்கு மட்டும் நியாயவிலைக் கடைகள் மூலமாக கொடுக்கும் அரிசி கோதுமையின் அளவு, ஓர் ஆண்டுக்கு 36 லட்சம் டன். இது வெறும் நியாய விலைக் கடை வழியாக மட்டுமே! தனியார் கடைகளில் நாம் வாங்குவதுதான் அதிகம். ஆக, ஏறக்குறைய 100 லட்சம் டன் அரிசி கோதுமையை ஆண்டுக்கு நாம் தின்று தீர்த்துக்கொண்டிருக்கிறோம். . இன்னொரு அதிர்ச்சியான செய்தி, 36 லட்சம் டன் உணவுப்பொருளில், 6 லட்சம் டன்தான் நம் நாட்டில் உற்பத்தி ஆகிறதாம். மீதம் 30 லட்சம் டன் விலைக்கு வாங்குகிறோம். ஆந்திராவிலிருந்து, கர்நாடகாவிலிருந்து. இறக்குமதி செய்கிறோம், இதுதான் உண்மை. புலால் உண்ணும் பழக்கம் இல்லாமல் இருந்தால், இன்னும் தானியங்களின் தேவை கூடும். உணவுத் தட்டுப்பாட்டில் நாடு சிக்கிச் சீரழியும்.

எனவே, வேறு வழியின்றி இந்த உலகம் உயிர்க்கொலை செய்து உண்கிறது. வருங்காலத்தில், வயல்களில் எல்லாம் வீடு கட்டிக்கொண்டிருக்கும் நாம், புலால் உணவை நோக்கியே கூடுதலாகத் திரும்ப வேண்டியிருக்கும். இது நடைமுறை எதார்த்தம்.

வாய்ப்பிருக்குமானால், நம் மனம் மென்மேலும் பண்படுமானால், புத்தர் சொன்னதைப்போல, சுவைக்காக உண்ணாமல், ஆடம்பரத்திற்காக உண்ணாமல், இந்தச் சமூகத்திற்குச் சேவை செய்வதற்கு உயிர் வாழ்வதற்காக உண்ணுவோம்!!

வானியலும் சோதிடமும்

8

இன்றைய சமூகத்தின் நிலை எவ்வாறு இருக்கிறது என்பதை நாம் அறிவோம். செவ்வாய்க் கோளுக்கு ஏவுகணை ஒன்று அனுப்பப்பட்டுள்ளது என்று சொன்னால், 'அப்படியா!' என்று கேட்டுக் கொள்கிறார்கள். உங்கள் மகளுக்கு உள்ள செவ்வாய் தோஷத்தை மாற்றுவதற்கு ஒரு வழி இருக்கிறது தெரியுமா என்றால், உடனே அரைநாள் விடுப்பு எடுத்துக்கொண்டு நம் பின்னாலேயே வந்துவிடுகிறார்கள். செவ்வாய்க்கோள் பற்றிய அறிவியல் செய்திகளை அறிந்து கொள்கிற ஆர்வம் குறைவாகவும், செவ்வாய் தோஷம் எனப்படும் ஜாதக நம்பிக்கை குறித்து அறிந்து கொள்ளும் ஆர்வம் கூடுதலாகவும் உள்ள சமூகத்தில்தான் நாம் வாழ்ந்து கொண்டிருக்கிறோம்.

தமிழ்நாட்டில் மட்டும்தான், சோதிடத்தின் மீது நம்பிக்கை உடையவர்கள் உள்ளனர் என்று கூறமுடியாது. இந்தியாவிலும், உலகம் முழுவதிலும் இத்தகைய போக்குகள் இருக்கவே செய்கின்றன. நாம் கிளி சோதிடம் பார்த்தால், தாய்லாந்தில் வெள்ளை எலி சோதிடம் பார்க்கிறார்கள். ஐரோப்பாவில் கூட உலகக் கால்பந்து

விளையாட்டுப் போட்டி நடைபெறும்போது, ஆக்டோபஸ் சோதிடம் பார்த்தனர். ஆக்டோபஸ் எந்தப் பக்கம் செல்கிறதோ, அந்தப் பக்கத்தில் உள்ள அணிதான் வெல்லும் என்று அவர்கள் நம்பினர். விளையாட்டு வீரர்களின் உழைப்பு, தொடர் முயற்சி என்று எதனையும் மதிக்காமல், ஆக்டோபசை நம்புகிற நிலை அங்கே கூட இருக்கத்தான் செய்கிறது.

இருப்பினும் ஒரு வேறுபாட்டை நாம் மறுக்க முடியாது. மேலைநாடுகள் பல இன்று சோதிட நம்பிக்கைகளைவிட்டு வெளியே வந்துகொண்டு இருக்கின்றன. அறிவியல் வளர்ச்சி, மூடநம்பிக்கைகளுக்கு எதிரான விதைகளை அங்கே தூவிக்கொண்டிருக்கிறது. நம் நாட்டிலோ, அறிவியல் வளர்ச்சியோடு சேர்ந்து, மூடநம்பிக்கைகளும் சற்றும் குறையாமல் வளர்ந்து கொண்டே இருக்கின்றன.

நாம் பேருந்திலோ, தொடர்வண்டியிலோ பயணம் செய்யும் போது, அருகில் உள்ளவரின் கை ரேகைகளை ஒருமுறை உற்றுப் பார்த்தால் போதும். உடனே அவர், 'உங்களுக்குச் சோதிடம் தெரியுமா?' என்று கேட்டு, அவர் கைகளை உங்களிடம் காட்டத் தொடங்குவார். உங்களுக்கு முழுமையாகச் சோதிடம் தெரிந்திருக்க வேண்டும் என்னும் கட்டாயம் கூட இல்லை. இது குரு மேடு, இது சுக்கிர மேடு, இது ஆயுள் ரேகை, இது புத்தி ரேகை என்று அரைகுறையாகச் சோதிடம் தொடர்பான சில சொற்கள் தெரிந்திருந்தால்கூட, அடேயப்பா! ஒரு சோதிட வல்லுனரோடு பயணம் செய்யும் பாக்கியம் நமக்கு வாய்த்திருக்கிறது என்று கருதி, ஊர் போய்ச் சேரும்வரை, நாம் சொல்வதை எல்லாம் அவர் கேட்பார். எதிர்காலத்தைப் பற்றி அறிந்துகொள்ள வேண்டும் என்னும் ஆர்வம் எல்லோருக்கும் இயல்பானது. ஒருவிதத்தில் அது நம் பலவீனமும் கூட. அதனைச் சிலர் தங்களின் பலமாகப் பயன்படுத்திக் கொள்கின்றனர்.

எனவே இந்த ஓர் அரங்கத்தில் ஒரு மணி நேரம் உரையாற்றுவதன் மூலம் சோதிட நம்பிக்கைகளைத் தகர்த்து விட முடியுமா என்றால், முடியாது என்பதுதான் விடை. ஆனாலும், எது உண்மையானதோ, எது மக்களுக்குச் சொல்லப்பட வேண்டியதோ அதனை எந்தவித எதிர்பார்ப்பும் இன்றி, தொடர்ந்து சொல்லிக் கொண்டு இருப்பதே நம்முடைய பணி என்னும் வகையில்தான் இவ்வரங்கில் இப்பொழிவு நிகழ்கிறது.

வானியல் குறித்து முதலிலும், சோதிடம் குறித்து அடுத்தும் இரண்டிற்கும் இடையிலான தொடர்புகள் குறித்து இறுதியிலும் என் உரைக் குறிப்புகள் அமையும். வானியல் அறிவு என்பது, மனித குல வரலாற்றின் மூத்த அறிவு. மானுட சமூகம் முதன் முதலில் வளர்த்தெடுத்த அறிவியல் துறைகள் என்று வானியலையும், மருத்துவத்தையும் குறிப்பிடலாம்.

மருத்துவம் என்பது வாழ்விலிருந்து பிரிக்க முடியாத ஒரு பகுதி. உடல் இருக்கிற வரையில், உடல் நலமின்மையும் இருக்கும். எனவே அதனைச் சரிசெய்வதற்கு என்ன செய்யலாம், எந்த மூலிகையைப் பயன்படுத்தலாம் என்று மனிதர்கள் தொடக்கத்தில் இருந்தே மருத்துவத் துறையில் ஈடுபடுகின்றனர். தேவைகளே கண்டுபிடிப்புகளின் தாய் என்பதால், தேவையில் இருந்து மருத்துவம் பிறக்கிறது. இன்றைக்கும் கூட, எந்த ஒரு சமூகத்திலும் பொறியாளர்கள் அதிகமா, கல்வியாளர்கள் அதிகமா, மருத்துவர்கள் அதிகமா என்று கேட்டால், மருத்துவர்கள்தான் என்று

நாம் துணிந்து கூறலாம். தலையில் ஒரு கட்டுப்போட்டுக் கொண்டு வெளியில் போனால், என்னாயிற்று என்று கேட்பதோடு யாரும் நிறுத்துவதில்லை. அதற்கு ஆளுக்கொரு மருத்துவம் சொல்வார்கள். அவ்வளவு பேரிடமும் சரியானதும், தவறானதுமான அத்தனை விதமான மருத்துவச் செய்திகள் உள்ளன. அவை அனைத்தும் அவரவரின் அனுபத்தில் இருந்து வந்த ஒன்றாகும்.

மருத்துவ அறிவியல் வளர்ந்ததற்கு இப்படிப்பட்ட தேவைகள் உள்ளன என்பதை நம்மால் உணர முடிகிறது. ஆனால் வானியல் அறிவை வளர்த்துக் கொள்ள வேண்டிய தேவை ஒன்றும் அன்றைக்கு இருந்திருக்க முடியாது. எந்தக் காரணத்தால் பிற அறிவியல் துறைகளை எல்லாம் காட்டிலும் வானியல் அறிவு தொன்றுதொட்டு வளர்ந்து வந்திருக்கிறது என்பது குறித்து நாம் சிந்திக்க வேண்டும்.

மனிதர்களின் அறிவு எப்போதும் தேவைகளை நிறைவேற்றிக் கொள்வதோடு நின்று விடுவதில்லை. தேவைகளைத் தாண்டியும், தேடல்களில் இறங்குவதுதான் மனித இயற்கை. தேடல்தான் ஆய்வுகளின் தொடக்கம், கண்டுபிடிப்புகளின் தாய். ஒரு தேவை நிறைவேறிய உடன், அடுத்த தேவை என்ன என்பதை நாம் முதலில் தேடத் தொடங்குகிறோம். தேவையே இல்லையென்றாலும், தேடுதல் ஓர் இயல்பு. அது சரி, வானத்தில் என்ன தேடல் என்று நமக்குத் தோன்றலாம். நிலத்தையே பார்த்துக் கொண்டிருந்த மக்கள் நிமிர்ந்த போதும், இரவில் உறங்கத் தொடங்கும்போதும், வானத்தைப் பார்த்திருக்கின்றனர். வானத்தில் நிகழும் மாற்றங்கள் அவர்களுக்குள் பல வினாக்களை எழுப்பி இருக்கக் கூடும். அங்கிருந்து அவர்களின் தேடல் தொடங்கி இருக்கலாம்.

வானில் அது என்ன வெளிச்சம், இரவில் வரும் நிலவு, ஏன் வளர்ந்து, தேய்ந்து வளர்கிறது, எப்படி ஏற்படுகின்றன இரவும் பகலும் என்றெல்லாம் பலநூறு கேள்விகள் மனிதர்களின் மனங்களில் தோன்றியிருக்கக் கூடும். நம் நாட்டில் மிகப் பழங்காலத்திலேயே வானியல் அறிவு இருந்திருக்கிறது. நம் நாட்டில் மட்டுமில்லை, தொன்மையான வரலாறு கொண்ட நாடுகள் அனைத்திலும் அந்நிலை இருந்திருக்கிறது. கிரேக்கம், ரோமானியம், மெசபடோமியா போன்ற பழம் நாகரிங்களைக் கொண்ட நாடுகளிலே எல்லாம் வானியல் அறிவு அன்றைக்கே தொடங்கி இருக்கிறது. அவற்றுள் நம் தமிழகமும் ஒன்று.

மெசபடோமிய மக்கள் ஏசு பிறப்பதற்கு பல நூறு ஆண்டுகளுக்கு முன்பே வானியல் அறிவு பெற்றவர்களாக இருந்திருக்கின்றனர். ஆனாலும் கிரேக்க, ரோமானியர்கள்தான் வானியல் செய்திகள் பலவற்றைப் பதிவு செய்திருக்கிறார்கள். ஆதலால், வானியல் அறிவு தொடர்பான ஏடுகளில் பதியப்பட்ட முதல் செய்திகள் அங்கிருந்துதான் நமக்குக் கிடைக்கின்றன. தமிழ் இலக்கியங்களில் வானியல் செய்திகள் இல்லையா என்று கேட்டால், இருக்கின்றன. சங்க இலக்கியத்தில் கோள்கள் பற்றிய குறிப்புகள் உள்ளன. இன்றைக்கு நாம் கூறுகிற ராசி வட்டம் கூட அன்றைக்கே சொல்லப்பட்டிருக்கிறது.

தொல்காப்பியத்தில் இவ்வுலகம் பற்றிய அறிவியல் பார்வை பதிந்து கிடப்பதை நாம் பார்க்கிறோம். ஐம்பூதங்களால் ஆன இவ்வுலகம் என்பது

குறித்துத் தொல்காப்பியர்,

"நிலம்தீ நீர்வளி விசும்போடு ஐந்தும்

கலந்த மயக்கம் உலகம்" என்று கூறுகின்றார். ஐந்தும் கலந்தது என்று மட்டும் சொல்லாமல், கலந்த மயக்கம் என்று கூறுவதை நாம் கவனத்தில் கொள்ள வேண்டும். ஆங்கிலத்தில் Physical change and Chemical change என்று கூறுவதைத்தான், கலத்தலும், மயங்குதலும் என இரண்டு சொற்களால் அவர் குறிப்பிடுகின்றார். உலகம் எப்படித் தோன்றியது என்னும் கேள்விக்குப் பல்வேறுவிதமான புராணக் கதைகளைப் பல்வேறு நாட்டு இலக்கியங்கள் கூறிக்கொண்டிருந்த வேளையில், தொல்காப்பியம் அறிவியல் பேசுகிறது. வானியல் பற்றிய குறிப்புகள் அதில் காணக்கிடக்கின்றன. அதே நேரத்தில் சோதிடச் செய்திகளும் இடம்பெற்றுள்ளன.

நெடுநல்வாடையில், மிக அழகிய வடிவில் நேர்த்தியாக உருவாக்கப்பட்டுள்ள பாண்டிமா தேவியின் கட்டில் பற்றிய செய்திகள் விரிவாகக் கூறப்பட்டுள்ளன. அக்கட்டிலின் மேற்பகுதியில் ராசி வட்டம் இடம் பெற்றுள்ளதாக அவ்விலக்கியம் கூறுகிறது. ஆட்டுத் தலையுடன் கூடிய முதல் கட்டத்தில் இருந்து அடுத்தடுத்த கட்டங்களுக்கு அவ்வட்டம் நகர்கிறது. ஆடு என்பதே மேஷம் எனப்படுகிறது. எனவே இன்று தொடங்கும் அதே வரிசையில் அந்த ராசி வட்டம் அமைந்திருப்பதைப் பார்க்க முடிகிறது.

உலக அளவில் வானியலின் தந்தையர் என்று மூவரைக் குறிப்பிடுவார்கள். ஒருவர் பிதாகரஸ் – அவர்தான் முன்னோடி. அடுத்ததாக அரிஸ்டாட்டில், பிறகு டாலமி (Ptolemy) என்று கூறுவர். பிதாகரஸ் தேற்றம் என்று நாம் பள்ளிகளிலே படித்திருக்கிறோம். அவர் வானியலிலும் பல செய்திகளைக் கண்டறிந்து கூறியிருக்கிறார். அவர் ஏசு பிறப்பதற்கு 560 ஆண்டுகளுக்கு முன்னால் பிறந்தவர். அதாவது கி.மு.560. அப்போது அவர் சொன்ன பல கூற்றுகள் பிற்காலத்தில் தவறென்று மெய்ப்பிக்கப்பட்டுள்ளன. ஆனாலும், மிகப் பெரிய உண்மை ஒன்றை அவர்தான் கூறினார். சூரியன் என்று கூறவில்லையே தவிர, 'மையப் பெருநெருப்பு' (central fire) என்னும் ஒரு சிறு தொடரை அவர் பயன்படுத்தினார். அந்த நெருப்பைச் சுற்றித்தான் அனைத்துக் கோள்களும் சுழல்கின்றன என்றும் குறிப்பிட்டார். அதே நேரத்தில் சூரியனும் அந்த நெருப்பைச் சுற்றிக் கொண்டிருக்கிறது என்று கூறியதுதான் தவறான செய்தியாகிவிட்டது. சூரியனும் பெருநெருப்பும் ஒன்றுதான் என்பதைப் பிற்கால அறிவியல் உறுதி செய்தது.

இந்த இடத்தில் ஒரு முதன்மையான செய்தியை நாம் குறித்துக் கொள்ள வேண்டும். வானியலுக்கும் சோதிடத்திற்குமான அடிப்படை வேறுபாடுகளில் மிக மிகக் குறிப்பிடத்தக்கது ஒன்று உண்டு. அதனை அறிவியலாளர்கள் 'பூமி மையக் கொள்கை' (Geocentric theory) என்றும், 'சூரிய மையக் கொள்கை' (Heliocentric theory) என்றும் கூறுவர். பூமியை மையமாகக் கொண்டு மற்ற கோள்கள் எல்லாம் சுழல்கின்றன என்கிறது சோதிடம். பூமியே ஒரு கோள்தான், எனவேதான் பூமி பற்றிய படிப்பை பூகோளம் என்கிறோம் நாம். அதனால், கதிரவனை மையமாய்க் கொண்டே பூமி உள்ளிட்ட கோள்கள் அனைத்தும் சுழல்கின்றன என்கிறது அறிவியல்.

முதன்முதலாக, பெருநெருப்பே மையம் என்று சொன்னவர் பிதாகரஸ்தான். அந்த வகையில் அவர் வானியலின் மூத்த முன்னோடி என்று நாம் கூறலாம்.

பிதாகரசைத் தொடர்ந்து அரிஸ்டாட்டில் தந்த கொடை வானியல் உலகில் பெரியது. இவர் பிதாகரசுக்கு *200* ஆண்டுகள் பின்னால் தோன்றியவர். கி.மு.*340* இவருடைய காலம். அரிஸ்டாட்டில் என்றால் அவர் ஒரு தத்துவ ஆசிரியர் என்றுதான் பரவலாக அறியப்பட்டிருக்கிது. உலகத் தத்துவ மேதைகளில் சாக்ரடீஸ், பிளேட்டோ, அரிஸ்டாட்டில் என்னும் வரிசை புகழ்பெற்றது. அரிஸ்டாட்டிலின் அரசியல் மாணவன்தான் மாவீரன் அலெக்சாண்டர் என்பதும் இங்கே குறிக்கத்தக்கது. 'உன்னையே நீ அறிவாய்' (know thyself) என்னும் உயர்நிலைத் தத்துவத்தை வழங்கிய சாக்ரடீஸ் பற்றிய பல செய்திகளை, பிளேட்டோ எழுதிய 'மாபெரும் உரையாடல்' (The Great Dialogues of Plato) என்னும் நூல் மூலமே நாம் நிறைய அறிந்து கொண்டிருக்கிறோம். சாக்ரடீசின் இறுதி நாள் எப்படி இருந்தது என்பதைக் கூட, அந்த நூல்தான் உலகுக்கு அறிவித்தது. அந்த பிளேட்டோவின் சம காலத்தவரான அரிஸ்டாட்டில் ஒரு வியத்தகு மனிதர்.

அரிஸ்டாட்டில் பேசாத பொருளே இந்த உலகில் இல்லை என்று சொல்லலாம். அரசியல், தத்துவம், கலை இலக்கியம், அறிவியல், மதம் என்று எல்லாத் துறைகளைப் பற்றியும் எழுதியும் பேசியும் இருக்கின்ற மாமனிதர் அவர். எது குறித்தும் ஒரு கருத்தை அவர் கொண்டவராக இருந்திருக்கிறார். அப்படித்தான் வானியல் துறையிலும் அவருடைய பல பதிவுகளை நம்மால் பார்க்க முடிகிறது. வானியலில் பூமி மையக் கொள்கையை முதலில் உரைத்தவரும் அவர்தான்.

பூமி மையக் கொள்கை என்பது பிற்காலத்தில் தவறானது என்று மெய்ப்பிக்கப்பட்டது. அதில் வருத்தப்படுவதற்கு ஒன்றுமில்லை. அறிவியலின் சிறப்பே அதில்தான் உள்ளது. இன்றைக்குச் சரி என்று அறிவியல் ஏற்றுக்கொள்கிற ஒன்றை, நாளைக்குத் தவறு என்று அதே அறிவியல் கூறும். இன்றைய அறிவு, நாளையை அறியாமை ஆகிவிடலாம் என்பதுதான் அறிவியல் வளர்ச்சி. உலகில் நிலையானவைகள் ஏதுமில்லை என்பதைப் போலவே, நிலையான உண்மைகளும் எவையும் இல்லை. இந்த அடிப்படையிலேதான் 'நெருநல் உளன் ஒருவன்' என்று தொடங்கும் திருக்குறளையும் நாம் பார்க்க வேண்டும்.

"நெருநல் உளன்ஒருவன் இன்றில்லை என்னும்
பெருமை உடைத்திவ் வுலகு"

என்னும் குறளுக்குப் பொதுவாகச் சொல்லப்படும் பொருள் என்ன என்பதை நாம் அறிவோம். நேற்றைக்கு உயிரோடு இருந்தவன் இன்றைக்கு இல்லை என்பதுதான் இந்த உலகத்தின் பெருமை. எத்தனை பெரிய அறிவாளியாக இருந்தாலும், எவ்வளவு பேராற்றல் உடையவனான இருந்தாலும் அவனையும் என்றாவது ஒருநாள் இவ்வுலகு தின்று தீர்த்துவிடும் என்பதுதான் பெருமை என அக்குறளுக்குப் பொருள் கூறுகின்றனர். நேற்றைக்கு இருந்த ஓர் அறிவாளி, ஓர் ஆற்றலாளன் இன்றைக்கு இல்லாமல் போவது எப்படிப் பெருமைக்குரிய ஒன்றாக

முடியும்? அவ்வாறு இருக்க முடியாது. வள்ளுவர் வேறு நோக்கில்தான் அக்குறளை உரைத்திருப்பார் என்று தோன்றுகிறது. மனிதன் வளர்ந்து கொண்டே இருக்கிறான். உருவத்தால் மட்டுமின்றி, அறிவாலும் பண்பு நலன்களாலும் வளர்ந்து கொண்டிருக்கிறான். நேற்றைக்கு இருந்ததைப் போலவே இன்றைக்கும் ஒருவன் அதே அறிவு நிலையில் இருக்கிறான் என்றால் அது பெருமை ஆகாது. நேற்றைக் காட்டிலும் ஓர் அங்குலமாவது அறிவில், ஆற்றலில், அன்பு காட்டலில் இன்றைக்கு உயர்ந்திருக்கிறான் என்றால் அதுதான் உலகிற்குப் பெருமை தரும். அதைத்தான் வள்ளுவர் கூறியிருப்பார் என்று எண்ணத் தோன்றுகிறது. நேற்றைக்கு இருந்த ஒருவன் இன்றைக்கு இல்லை. அவன் நேற்றை விடக் கூடுதலாக இன்று வளர்ந்திருப்பான் அதுதான் பெருமை என்கிறார் வள்ளுவர்.

அந்தப் பெருமை அன்றாடம் அறிவியலுக்கு உண்டு. அரிஸ்டாட்டிலின் தொடக்கக் கண்டுபிடிப்பு பிழையாக இருக்கலாம், ஆனால் பிழைகள் சரிசெய்யப்பட்டே சரியானவைகள் உருவாக்கப்படுகின்றன என்பது வரலாறு. அந்த வகையில் வானியல் அறிவுக்கான நல்ல தொடக்கத்தைக் கொடுத்தவர்களில் மறக்க முடியாத ஒரு பெயர் அரிஸ்டாட்டில் என்பது.

அரிஸ்டாட்டிலைத் தொடர்ந்து வானியல் துறையில் பல செய்திகளை எடுத்துக் கூறியவர் தாலமி. அரிஸ்டாட்டிலின் பூமி மையக் கொள்கையையும் இவர் உறுதிப்படுத்தினார். தாலமியினுடைய வழிமொழிதல் தவறானது என்று உறுதி செய்வதற்கு அடுத்து ஒரு பதினான்கு நூற்றாண்டுகள் தேவைப்பட்டன. அறிவியல் உலகில் தாலமியின் ஆட்சிதான் அவ்வளவு காலம் நடந்தது. ஏசு நாதருக்கு ஒரு நூற்றாண்டுக்கு முன்னால் பிறந்த தாலமியின் வானியல் கொள்கைகளை, 14 நூற்றாண்டுகளுக்குப் பிறகு போலந்தில் தோன்றிய கோபர்நிக்கஸ்தான் மறுத்து வேறு ஒரு உண்மையை நிலைநாட்டினார். இதனைத் திருச்சி பாரதிதாசன் பல்கலைக்கழகம் வெளியிட்டிருக்கிற, 'அறிவியல் வரலாறு' என்னும் நூல், "கோபர்நிக்கஸ் என்னும் ஒரு விஞ்ஞானி தோன்றித் தகர்த்து எறியும் வரை, தாலமியின் வானியல் கோட்பாடுகள்தான் 14 நூற்றாண்டுகள் அறிவியல் உலகில் சர்வாதிகாரம் செய்தன" என்று அழுத்தமாக எடுத்துரைக்கிறது. அவ்வாறு பல நூற்றாண்டுகள் இவ்வுலகம் ஏற்றுக்கொண்டிருந்த வானியல் கொள்கை பூமி மையக் கொள்கை என்பதே ஆகும்.

15ஆம் நூற்றாண்டுக்குப் பிறகெல்லாம் அறிவியல் உண்மைகள் நெடுங்காலம் நிலைக்கவில்லை. ஒவ்வொரு நூற்றாண்டிலும் அவை மாற்றம் பெற்றன. இன்றைய சூழலில், ஒவ்வொரு பத்தாண்டிலும் புதிய புதிய அறிவியல் உண்மைகள் வெளிவந்து கொண்டிருப்பதை நாம் பார்க்கிறோம். நவீன அறிவியல் உலகில் 250 ஆண்டுகள் செல்வாக்குடன் திகழ்ந்த ஒருவர் சர் ஐசக் நியூட்டன் என்றுதான் சொல்ல வேண்டும். இயற்பியல் கண்டுபிடிப்புகளில் அவருடைய கோட்பாடுகள் 17ஆம் நூற்றாண்டின் மத்தியில் தொடங்கி, இருபதாம் நூற்றாண்டின் தொடக்கம் வரையில் மறுக்கப்படவே இல்லை. ஐன்ஸ்டீன் என்னும் அறிவியல் உலகின் மாமேதை தோன்றியபிறகே ஒரு மாற்றம் வந்தது. 1905ஆம் ஆண்டு சிறப்புச் சார்பியல் கோட்பாட்டினையும், 1919ஆம் ஆண்டு பொதுச் சார்பியல் கோட்பாட்டினையும் அவர் உருவாக்கினார். நியூட்டன் சொல்லாத சில

புதிய செய்திகள் ஐன்ஸ்டீன் மூலம் உலகிற்குக் கிடைத்தன. 'நியூட்டனையே தாண்டுகிற அளவுக்கு நீங்கள் அறிவியல் ஆய்வுகளில் முன்னேறுவதற்கு என்ன காரணம்?' என்று கேட்கப்பட்டபோது, 'நான் அவரின் தோளில் அல்லவா அமர்ந்திருக்கிறேன், அவரைவிட உயரமாகத்தான் தெரிவேன்' என்று ஐன்ஸ்டீன் விடையிறுத்தார். நம் தாத்தன், பாட்டன், அப்பன் அறிவையும் பெற்று நாம் வளர்வதால், அறிவுத் துறையில் அவர்களை விஞ்சக் கூடும் என்பது இயற்கைதான். அதனைத்தான், 'தம்மின் தம்மக்கள் அறிவுடைமை' என்று சுருங்கச் சொன்னார் வள்ளுவர். விளக்கிச் சொன்னார் ஐன்ஸ்டீன்.

தனக்கு முந்தையவரான தாலமியைக் கடந்து கோப்பர்நிகஸ் கண்டுபிடித்த கோட்பாடு, சூரிய மையக் கோட்பாடு (Helio centric theory) என்பதாகும். இதனை அறிவியல் உலகம் கோப்பர்நிகஸ் புரட்சி(Coppernicun revolution) என்று கூறும். இந்த இடத்தில்தான் வானியலையும், சோதிடத்தையும் வேறுபடுத்துகிற ஒரு முக்கியமான அறிவியல் உண்மை வந்து சேர்கிறது. கோப்பர்நிகஸ் தாலமியின் கோட்பாட்டை மறுத்தார் என்பதைவிட, சோதிடம் என்னும் கோட்பாட்டை மறுப்பதற்கான அடித்தளத்தை உருவாக்கித் தந்தார் என்று கூறலாம். நாம் குறிப்பிடும் அல்லது நாம் வாழும் கோள்களுக்கு மையமாக இருப்பது, சூரியன்தான் என்பதே கோப்பர்நிகஸ் கோட்பாடு. ஆகவேதான் அது சூரியக் குடும்பம் (Solar family) என்று அழைக்கப்படுகிறது.

அவர் வெளிப்படுத்திய அந்தப் புதிய கோட்பாட்டின் அடிப்படையில் உலகின் பல்வேறு நாடுகளில் ஆய்வுகள் நடைபெற்றன. வானியல் அறிஞர்கள் பலருக்கு அதில் பங்கு உண்டு. எனினும் நாம் கோப்பர்நிகசைத் தொடர்ந்து, மூன்று அறிவியல் அறிஞர்களின் பெயர்களைக் கண்டிப்பாகக் குறிக்க வேண்டும். அனைவரும் ஐரோப்பியர்களாகவே உள்ளனர். ஜோகன்னஸ் கெப்ளர் ஜெர்மன் தேசத்தைச் சேர்ந்தவர். அவரைத் தொடர்ந்து வந்த, புரூனோவும், கலீலியோவும் இத்தாலி நாட்டுக்காரர்கள்.

இவர்களிலே கூட, கலீலியோவின் பெயர்தான், ஏதோ ஒரு காரணத்தால் கூடுதலாக அறியப்பட்டதாக இருக்கிறது. பகத்சிங், ராஜகுரு, சுகதேவ் மூவரும் ஒரே நாளில், ஒரே குற்றச்சாட்டின் அடிப்படையில் வெள்ளைக்காரர்களால் தூக்கிலிடப்பட்டவர்கள் என்றாலும், பகத்சிங்கின் பெயர் மக்களிடையே கூடுதல் அறிமுகம் பெற்றுள்ளது. விஞ்ஞானிகளில் தாமஸ் ஆல்வா எடிசனுக்குத் தனி இடம் இருக்கிறது. உண்மையில், மாற்று மின்சாரத்தை (Alternative Current)க் கண்டுபிடித்தவர் வேறு விஞ்ஞானி, நேர்மின்சாரத்தை (Direct Current)க் கண்டுபிடித்தவர்தான் எடிசன். அது இப்போது பயன்பாட்டில் இல்லை. பயன்பாட்டில் உள்ள மாற்று மின்சாரத்தைக் கண்டுபிடித்தவரின் பெயர் எனக்கும் இங்கு சட்டென்று நினைவுக்கு வரவில்லை. இதுபோலத்தான், உயிரையே தியாகம் செய்த புரூனோ அதிகமாக அறியப்படவில்லை. கலீலியோவின் புகழ் உலகெங்கும் பரவியிருக்கிறது.

வானியலுக்கும் சோதிடத்திற்குமான உறவை முதலில் அழுத்தமாகச் சொன்னவர் கெப்ளர் என்று கூறவேண்டும். அவருடைய கூற்று சற்றுக் கடுமையானதும் கூட. "வானியல் என்னும் அறிவார்ந்த தாய்க்குப் பிறந்த

முட்டாள் மகள்தான் சோதிடம்" என்றார் அவர். அப்படிச் சொல்லுவதற்கான கருத்துச் சுதந்திரம் ஜெர்மனியில் இருந்தது. போலந்தில் இருந்தது. ஆனால், இத்தாலியில் இல்லை. இத்தாலி என்பது கிறித்துவ மத பீடத்தின் ஆதிக்கத்திற்கு உட்பட்டிருந்த தேசம். மதத்திற்கு எதிராகச் சுட்டு விரலைக் கூட அங்கு ஆட்டிவிட முடியாது. அதனால்தான் கோப்பர்நிகஸ் கெப்ளர் போன்றவர்கள் சுதந்திரமாக எடுத்துரைத்த அறிவியல் உண்மைகளை, கலீலியோவாலும், புரூனோவாலும் வெளிப்படையாகக் கூறமுடியவில்லை. பல்வேறு துன்பங்களை அவர்கள் எதிர்கொள்ள நேர்ந்தது.

அதிலும் கூட ஒரு செய்தி, நடைமுறை வழக்கில் மாற்றிச் சொல்லப்படுகிறது. பூமி உருண்டை என்றும், பூமி உள்ளிட்ட கோள்கள் அனைத்தும் கதிரவனைச் சுற்றி வருகின்றன அறிவியல் உண்மையை வெளிப்படுத்திய காரணத்திற்காக மலையிலிருந்து கலீலியோ உருட்டி விடப்பட்டுக் கொலை செய்யப்பட்டார் என்று கூறப்படுகிறது. அது உண்மையன்று. உண்மையில் அந்தக் கோட்பாட்டைச் சொன்னதற்காகக் கொல்லப்பட்டவர் வானியல் மேதை புரூனோதான். இத்தாலி அரசினால் அவர் எரித்துக் கொல்லப்பட்டார். எரித்து என்பதைவிட, பல்வேறு சித்திரவதைகளுக்கு உள்ளாக்கப்பட்ட பிறகு எரித்துக் கொல்லப்பட்டார். கலீலியோ ஒரு தந்திரத்தை மேற்கொண்டார். அதனால்தான் அவர் உயிர்வாழ முடிந்தது. அவர் பிழைக்க முடிந்தது என்பதைவிட, அவருடைய செயலால்தான் வானியல் உண்மைகளும் உயிர் பிழைத்து அடுத்தடுத்த தலைமுறையைச் சென்றடைந்தன.

அறிவியல் உலகிலும் கூட, நேராக நிற்றல், வளைந்து கொடுத்தல் என இரு வகை இருந்திருக்கிறது. இரண்டாவது உத்தியைக் கலீலியோ கையில் எடுத்துக் கொண்டார். மதக் கருத்துக்கு எதிராக நீங்கள் பேசுவது உண்மையா, இப்பிரபஞ்சத்தில் பூமி மையத்தில் இல்லை, சூரியன்தான் மையத்தில் இருக்கிறது என்று உங்கள் கண்டுபிடிப்புச் சொல்லுகிறதா என்று மத பீடங்கள் கேட்டபோது, கலீலியோ அளித்த பதில் தந்திரம் நிறைந்ததாக இருந்தது. 'இல்லை இல்லை, என் ஆய்வு தவறானது. பூமிதான் மையத்தில் உள்ளது. மதங்கள் சொல்லுவதுதான் சரி' என்று அவர் விடை கூறினார். அப்படிச் சொல்லாமல் தன் கருத்தை, அல்லது தான் கண்ட அறிவியல் உண்மையை அவர் வலியுறுத்தி இருப்பாரானால், அந்த இடத்திலேயே அவரைக் கொலை செய்திருப்பார்கள். அவருடைய அறிவியல் உண்மைகள் உலகத்தைச் சென்றடையாமலேயே போயிருக்கும்.

அரசவையில், தன் கண்டுபிடிப்பைத் தவறென்று கூறி மன்னிப்புக் கேட்டுக்கொண்ட கலீலியோ தன், சீடர்களை அழைத்து ஒரு கட்டளையை முன்வைத்தார். தான் கண்டுபிடித்திருப்பதுதான் உண்மையானது என்பதையும், அதற்கான முழு அறிவியல் குறிப்புகளும் இந்நூலுள் அடங்கியிருக்கிறது என்பதையும் சொல்லி, ரகசியமாக இத்தாலி நாட்டின் எல்லைக்கு வெளியே இவ்வுண்மைகளைக் கொண்டு போய்ச் சேர்க்க வேண்டும் என்றார். அவர் எண்ணம் நிறைவேறியதால்தான் இன்றைக்கும் இந்த வானியல் உண்மைகளை நாம் கற்றுத் தேர்ந்து கொண்டிருக்கிறோம்.

புரூனோ வளைந்து கொடுக்க மறுத்துவிட்டார். தன்னுடைய

கண்டுபிடிப்புதான் சரியானது என்றார். கோள்களின் நடுவில் இருப்பது சூரியன்தான் என்பதையும், பூமி உள்பட அனைத்துக் கோள்களும் சூரியனைத்தான் சுற்றி வருகின்றன என்பதையும் தன் ஆய்வின் மூலம் உறுதிப்படுத்தத் தான் தயாராக இருப்பதாகவும் அவர் கூறினார். மத குருமார்கள் அமர்ந்திருந்த அந்த அவை, புரூனோவின் கூற்றை ஏற்க மறுத்துவிட்டது. அவருக்கு ஏழாண்டுகள் சிறைத் தண்டனையும், அதற்குப் பிறகு மரணதண்டனையும் விதிக்கப்பட்டன. கி.பி.*1600*, பிப்ரவரி *1*ஆம் நாள் ரோமாபுரி தேசத்தின் மையப்பகுதியில் இருந்த ஒரு சந்தையில், மக்கள் முன்னிலையில் அவர் கட்டி வைத்து உயிரோடு எரிக்கப்பட்டார். அதற்கு மத குருமார்கள் சொன்ன காரணம், 'புரூனோவின் பேச்சு, கத்தோலிக்க மத நம்பிக்கைகளுக்கு எதிராக உள்ளது' என்பதுதான்.

சூரியன் பூமியைச் சுற்றினால் என்ன, பூமி சூரியனைச் சுற்றினால் என்ன, இதற்காக ஏன் அவர் தன் உயிரைக் கொடுக்க வேண்டும் என்று கேட்கலாம். ஆனால் அந்த வேறுபாட்டைப் புரிந்து கொண்டபோதுதான் வானியல் அடுத்த கட்டத்திற்கு நகர்ந்தது. புவி ஈர்ப்பு விசையைக் கண்டறிந்து, நியூட்டன் உருவாக்கிய அடுத்தடுத்த அறிவியல் விதிகளுக்கும் இக்கண்டுபிடிப்பு ஓர் அடித்தளம் என்பதை மறுக்க முடியாது.

எனினும் காலம் கடந்தாவது உண்மைதான் வெல்லும் என்பதற்கும் புரூனோ ஒரு சிறந்த எடுத்துக்காட்டாகவே திகழ்கிறார். *400* ஆண்டுகளுக்குப்

பிறகு, அந்த ரோமானிய கத்தோலிக்க அவையே தன் குற்றத்தை ஒப்புக் கொண்டது. புரூனோவின் கண்டுபிடிப்பே சரியானது என்றும், தாங்கள் அவரைத் தண்டித்தது பிழையானது என்றும் வெளிப்படையாகக் கூறிய அச்சபை, எந்த இடத்தில் அவர் உயிரோடு எரிக்கப்பட்டாரோ, அதே சந்தையில் அதே இடத்தில் அவருக்குச் சிலை ஒன்றையும் நிறுவியது. அச்சிலையை நேரில் சென்று காணும் வாய்ப்பை இன்றுவரை நான் பெறவில்லை என்றாலும், அந்தச் சிலையின் படத்தைப் பார்க்கும் வாய்ப்புக் கிட்டியது. ஆனால், இன்றும் கூட அவர் பெயரை அறியாதவர்களே உலகில் பெரும்பான்மை என்பது உண்மை. நான் அறிந்த வரையில், இரண்டு பேர் அப்பெயரோடு இன்று தமிழ்நாட்டில் உள்ளனர். ஒருவர், காரைக்குடியில் திராவிடர் கழகத்தை வளர்த்த என்.ஆர்.சாமி அவர்களின் பெயரன். இன்னொருவர் இப்போது சென்னை மருத்துவக் கல்லூரியில் பணியாற்றும் மருத்துவர் புரூனோ.

புரூனோவிற்குப் பிறகு கலீலியோ 42 ஆண்டுகள் வாழ்ந்தார். இன்னொரு ஒற்றுமை, கலீலியோ இறந்த அதே 1642ஆம் ஆண்டுதான், இவ்வுலகில் நியூட்டன் பிறந்தார். இதனை ஒரு செய்தியாக மட்டும்தான் இங்கு கூறுகின்றேன். அவர் இறந்த ஆண்டே இவர் பிறந்ததால், அவரே மறுபிறவி எடுத்துவிட்டார் என்றெல்லாம் அறிவியலுக்குள் புதிய மூடநம்பிக்கைகளை நாம் புகுத்திவிடக் கூடாது. அறிவியல் அறிஞர்கள் மறைந்து கொண்டிருந்தாலும், வானியல் அறிவு வளர்ந்து கொண்டே இருந்தது. வானியலில் புதிய புதிய கண்டுபிடிப்புகள் தொடர்ந்து வெளிப்பட்டன. சூரிய மையக் கொள்கை அடுத்தடுத்த தொடர் ஆய்வுகளில் உறுதிப்பட்டதற்குப் பின், கோள்களின் சுழற்சி பற்றிய புதிய செய்திகளும் வந்து சேர்ந்தன. அவை சூரியனை வட்ட வடிவில் சுற்றிக் கொண்டிருக்கின்றன என்னும் கருத்து தவறென்றாயிற்று. அனைத்துக் கோள்களும் நீள் வட்ட வடிவில்தான் (Eclipse) சுற்றி வருகின்றன என்னும் உண்மை வெளியானது.

இவ்வாறு வானியல் அறிவு ஒரு பக்கம் வளர்ந்து கொண்டிருக்க, சோதிட நம்பிக்கைகள் மறுபக்கம் பெருகிக் கொண்டிருந்தன. சோதிடத்தில் பலவகை உண்டு. பிறப்புக் குறிப்பு என்று சொல்லப்படும் ஜாதக அடிப்படையிலான சோதிடமே எல்லாவற்றுள்ளும் கூடுதலாக நம்பப்படுகிறது. பிறகு கைரேகை சோதிடம், எண் சோதிடம், நாடி சோதிடம், கிளி சோதிடம், இப்போதெல்லாம் வாஸ்து சோதிடம் என பலவகைச் சோதிடங்கள் உள்ளன. இன விடுதலைப் போராட்டத்தில் முன்னிற்கும் நம் ஈழத்தமிழ் நண்பர்கள் பலர், எண் சோதிடத்தில் நம்பிக்கை உள்ளவர்களாக இருப்பதை நான் பார்த்திருக்கிறேன். வைதீசுவரன் கோயிலுக்குப் போனால், நாடி சோதிடம் பார்க்கலாம் என்று கூறக் கேட்டிருக்கிறேன். அண்மையில், தேர்தல் பரப்புரைக்காக நான், அவ்வூருக்குச் சென்றிருந்த போது, நான் கண்ட காட்சி வேறு. வைதீசுவரன் கோயில் என்னும் ஊருக்குள் நாடி சோதிட நிலையங்கள் இருப்பதாகச் சொல்லுவது தவறு, நாடி சோதிட நிலையங்களுக்குள் அவ்வூர் இருக்கிறது என்பதே உண்மை. அவ்வளவு சோதிட நிலையங்களை அங்கு பார்க்க முடிந்தது. இப்போதெல்லாம் சென்னை போன்ற ஊர்களுக்கும் கூட அந்த நாடிகளை(ஓலைகளை) எடுத்து வந்துவிட்டார்கள் போல் இருக்கிறது.

கிளி சோதிடமோ இன்னமும் வியப்பானது. எல்லாம் அறிந்த மனிதர்கள், ஒன்றும் அறியாத கிளியின் முன்னால் போய், தங்கள் எதிர்காலத்தைப் பற்றி அறிந்து கொள்ள காத்துக்கிடக்கிறார்கள்.

வாஸ்து சோதிடம், மிக அண்மையில் வெகு விரைவாகப் பரவலாகி இருக்கிறது. எங்கு பார்த்தாலும், வீட்டை இடித்துக் கட்டிக் கொண்டிருக்கிறார்கள். அதனால் பயன் உண்டா என்று கேட்டால், வாஸ்து சோதிடர்களுக்குக் கட்டாயம் உண்டு என்றுதான் கூறவேண்டியுள்ளது. இப்படிப் பல்வேறு சோதிடங்களையும் நோக்கி மக்கள் ஏன் அலைந்து திரிகின்றனர் என்பதற்கான விடை மிக எளியது. எதிர்காலம் பற்றி அறிந்து கொள்ளும் ஆசை அல்லது அச்சம் ஒவ்வொரு மனிதனுக்குள்ளேயும் ஒளிந்து கிடக்கிறது. வாழ்க்கையை வாழ்ந்து பார்ப்பதைவிட, முன்கூட்டியே கேட்டுத் தெரிந்து கொள்வதில் பலருக்கும் ஆர்வம் இருக்கிறது. இந்த ஆர்வம் ஒரு பலவீனம். அதனைச் சோதிடர்கள் மிகச் சரியாகப் பயன்படுத்திக் கொள்கிறார்கள்.

சோதிட ஆராய்ச்சி என்று தந்தை பெரியார் அவர்கள் ஒரு சிறு நூலே எழுதியிருக்கிறார். சூலூர் தங்கவேலு, கனடாவில் வாழும் ஈழத்தமிழர் தங்கவேலு (நக்கீரன்) ஆகியோரும் இந்தச் சோதிடப் புரட்டுகளைப் பற்றி மிக விரிவான நூல்களை எழுதியுள்ளனர். அறிவியல் உலகைச் சேர்ந்த த.வி.வெங்கடேஸ்வரன் அவர்களின் நூல் ஒன்று அளவில் சிறியதாக இருந்தாலும், உள்ளடக்கத்தில் மிகக் கனமானதாக இருக்கிறது. சோதிடத்தை ஏற்றும் மறுத்தும் ஏராளமான நூல்கள் எல்லா மொழிகளிலும் இருக்கின்றன. நான் அவற்றை எல்லாம் விட்டுவிட்டு, சோதிடம் குறித்து விவேகானந்தர் கூறியுள்ள கருத்தினை மட்டும் முன்வைக்கலாம் என்று கருதுகிறேன். 'மனத்திலும், அறிவிலும் சஞ்சலம் ஏற்படுமானால், நமக்கு சோதிடத்தின் மீது ஓர் ஈர்ப்பு உண்டாகும். உடனே ஒரு நல்ல மருத்துவரை அணுகுவது நல்லது. அது மட்டுமின்றி, இப்பாதிப்பிற்கு உள்ளானவர்களுக்கு, நல்ல உணவும், உறக்கமும் தேவை' என்கிறார் விவேகானந்தர். இதனை விடக் கிண்டலும் கேலியும் நிறைந்த கடுமையான விமர்சனத்தை நாம் முன்வைத்துவிட முடியாது.

சோதிடர்கள் பல நேரங்களில் பொத்தாம் பொதுவாகவே சில செய்திகளைச் சொல்வார்கள். ஒருவர் தன்னிடம் வந்தவுடன், 'நீங்கள் இப்போது ஒரு பிரச்சினையில் இருக்கிறீர்கள்' என்பார் சோதிடர். உண்மைதான். பிரச்சினையில் இருக்கிறவர்கள்தான் சோதிடர்களைப் பார்க்கச் செல்வார்கள். மகிழ்ச்சியாக இருக்கிறவர்கள் வேறு வேலைகளுக்குப் போய்விடுவார்கள் இல்லையா? அதேபோல, 'உங்களுக்குப் பக்கத்துல இருக்கிறவராலதான் உங்களுக்குப் பிரச்சினை' என்று அடுத்துச் சொல்வார் சோதிடர். அதுவும் உண்மையாகத்தான் இருக்க முடியும். எப்போதும் நமக்கும், நமக்கு அருகில் இருக்கிறவர்களுக்கும் இடையில்தான் சிக்கல்கள் உருவாகும். ஒபாமாவினால் ஒரு பிரச்சினையும் நமக்கு வந்துவிடாது. உடனே நம்மவர்கள், 'அடடா... சோதிடர்கள் எவ்வளவு துல்லியமாகச் சொல்லுகிறார்கள்' என்று வியந்து போவார்கள். இவற்றை யெல்லாம் சொல்லுவதற்கு சோதிடம் தெரிந்திருக்க வேண்டும் என்பதில்லை. பொதுவான மானுட உளவியல் தெரிந்திருந்தாலே போதுமானது.

சோதிடங்களில் பலவகை உண்டு என்று நான் குறிப்பிட்டேன். அனைத்து சோதிடங்களைப் பற்றியும் விரிவாகப் பேசுவதற்கு இன்று நமக்கு நேரமிருக்காது. எனவே, 'ஜாதகம்' என்று சொல்லப்படுகிற, பிறப்புக் குறிப்பினைப் பற்றி மட்டுமே நாம் விரிவாகப் பார்க்கலாம். ஏனென்றால் அதுதான் மற்ற அனைத்துச் சோதிடங்களுக்கும் அடிப்படையாக அமைவது.

ஜாதகம் கணிக்கும் முறை என்பது மெசபடோமியாவில் இருந்து உலகெங்கும் பரவிய ஒன்று எனக் கூறுவார்கள். நாம் கூட இரவு நேரத்தில் மொட்டை மாடியில் படுத்து உறங்கினால், வானில் உள்ள விண்மீன்கள் பலவற்றைக் காணமுடியும். ஒவ்வொரு பருவகாலத்திலும், அந்த விண்மீன்களின் இருப்பு நிலை மாறிக் கொண்டே இருக்கும். ஒரு மாதத்தில், ஒரு குறிப்பிட்ட நாளில் வானில் உள்ள விண்மீன்களை எல்லாம் புள்ளிகளாகக் கற்பனை செய்துகொண்டு, அவற்றை இணைத்துப் பார்த்தால், ஓர் உருவம் தெரியக்கூடும். அதற்கு முன்பாக, நாம் இப்படிச் சிந்திக்கலாம். மேகங்களை உற்றுப் பார்க்கும் போது, ஒரு சிலருக்கு அங்கே யானையின் உருவம் தெரியும். சிலருக்கோ, அது குதிரையைப் போன்று இருக்கும். அது அவரவர் பார்வையையும், கற்பனையையும் பொருத்தது. அவ்வாறே, விண்மீன்களைக் கற்பனையாக இணைத்துப் பார்க்கும் போது, ஓர் ஆட்டின் உருவம் தெரிந்திருக்கலாம். எனவே, அதனை மேஷம் – மேஷம் என்றால் ஆடு – என்று கூறியிருக்கிறார்கள். ஒரு காளையைப் போல அது அமைந்திருந்தால், அதற்கு ரிஷபம் என்று பெயர். இரட்டையர்களைப்போலத் தோன்றினால் மிதுனம் என்று பெயர். அதுதான் நண்பர்களே, ஜெமினி என்று இன்று நாம் கூறுகிறோம். இப்படித்தான் 12 ராசிகள் என்றும், அவற்றுக்கு இவை பெயர்கள் என்றும் சூட்டப்பட்டன.

மேஷம், ரிஷபம், மிதுனம், கடகம், சிம்மம், கன்னி, துலாம், விருச்சிகம், தனுஷ், மகரம், கும்பம், மீனம் என்று 12 ராசிகளின் பெயர்கள் கூறப்படுகின்றன. இவற்றுள் கடகம் என்பது நண்டு, துலாம் என்றால் தராசு, விருச்சிகம் என்பது தேள், தனுஷ் என்றால் வில், மகரம் என்றால் மறுபடியும் ஆடு, கும்பம் என்றால் குடம். சிம்மம் முதலான மற்றவைகளுக்கான பொருள் நாம் அறிந்ததுதான். ஆடு மட்டும் இரண்டு முறை வருகிறதே என்று கேட்கலாம். மகரம் என்றால் வெள்ளாடு என்று விடை சொல்கிறார்கள். அப்படியானால், மேஷம் என்பது செம்மறியாடாக இருக்குமோ என்னவோ!.

பொதுவாக, வானை நோக்கும் போது, நாம் மூன்று வகையானவற்றைப் பார்க்கிறோம். ஒன்று விண்மீன்கள், இரண்டாவது கோள்கள், மூன்றாவது துணைக்கோள்கள். இவற்றைத்தான் சமற்கிருதத்தில் நட்சத்திரங்கள், கிரகங்கள், உப கிரகங்கள் என்று கூறுகின்றனர். ஆனால், எவையெல்லாம் விண்மீன்கள், எவையெல்லாம் கோள்கள் என்பதில் அறிவியலுக்கும், சோதிடத்திற்கும் இடையில் மிகப்பெரிய வேறுபாடு உள்ளது.

அறிவியலின்படி விண்மீன்கள் எண்ணற்றவை. அவற்றை ஒரு குறிப்பிட்ட எண்ணிக்கைக்குள் அடக்கிவிட முடியாது. புறநானூற்றில் கூட, ஆய் அண்டிரன் என்னும் அரசனின் வள்ளல்தன்மையைப்

பாராட்டும் புலவர் ஏணிசேரி முடமோசியார், அவன் வழங்கிய யானைகளின் எண்ணிக்கையை, விண்மீன்களோடு ஒப்பிட்டு எண்ணிறந்தவை என்று கூறுவார். எனவே விண்மீன்கள் கணக்கற்று வானில் உள்ளன என்னும் கருத்து இரண்டாயிரம் ஆண்டுகளுக்கு முன்பே தமிழ்நாட்டில் இருந்திருக்கிறது.

சூரியக் குடும்பத்தில் உள்ள கோள்களின் எண்ணிக்கை, அறிவியலின்படி ஒன்பது. அறிவியல் வளர்ச்சிப் போக்கில் உருவாக்கப்பட்ட தொலைநோக்கிகள் ஒன்பது கோள்களைத்தான் இன்றுவரை கண்டறிந்துள்ளன. இங்கு ஒரு வேடிக்கை என்னவென்றால், சோதிடப்படியும் கோள்களின் எண்ணிக்கை ஒன்பதுதான். ஆனால் அறிவியல் சுட்டும் கோள்கள் வேறு, சோதிடம் காட்டும் கோள்கள் வேறு. அறிவியலின்படி, புதன், வெள்ளி, செவ்வாய், வியாழன், சனி, யுரேனஸ், நெப்டியூன், புளூட்டோ என ஒன்பது கோள்கள் சூரியக் குடும்பத்தில் உள்ளன. இப்போது புளூட்டோ கோள் இல்லை என விலக்கப்பட்டு, அதற்குப் பதிலாக சத்னா என்னும் கோள் அப்பட்டியலில் இணைக்கப்பட்டுள்ளது. ஆக மொத்தம் ஒன்பது கோள்கள்.

இவற்றுக்கான பெயர்கள் கூட, எவ்வளவு பொருத்தமாகச் சூட்டப்பட்டுள்ளன என்பதைப் பேராசிரியர் க.நெடுஞ்செழியன் எடுத்துச் சொல்லுவார். கதிரவனுக்கு அருகில் ஒரு புதர்போல இருக்கிற, பகலிலோ, இரவிலோ நம்மால் தொலைநோக்கியால் கூட பார்க்க முடியாத, ஒரு கோள்தான் புதன் எனப்படுகிறது. அதற்கு அடுத்ததாக, தகதகவென பளிச்சிடும் கோள், வெள்ளி என்று அழைக்கப்படுகிறது. அதிகாலை நேரத்தில் வானில் இக்கோளை நாம் பார்க்கலாம். வெள்ளிக்கு அடுத்ததாக நம்முடைய பூமி என்னும் கோள் இருக்கிறது. நமக்கு அடுத்து இருக்கும் கோள், சிவப்பாய்த் தெரிவதால் அதற்குச் செவ்வாய் என்று பெயர். சூரியக் குடும்பத்திலேயே மிக விசாலமாக இருக்கின்ற, மிகப்பெரிய கோளுக்கு வியாழன் என்று பெயர். அதனையும் தாண்டி இருப்பது, கருப்பாக இருக்கின்ற காரணத்தால் காரி – சனி.

சோதிடத்தில் யுரேனஸ், நெப்டியூன், சத்னோ ஆகியன கிடையாது. பூமியும் கிடையாது. ஏனெனில் சோதிடம் என்பதே முந்நூறு ஆண்டுகளுக்கு முன்னால், அறிவியலால் புறக்கணிக்கப்பட்ட பூமி மையக் கொள்கையை அடிப்படையாகக் கொண்டது. ஆனால் பூமிக்குப் பதிலாக, சூரியன் ஒரு கோளாகச் சொல்லப்படுகிறது. அதனால்தான், ஒன்பது நவக்கிரகங்களுள் ஒன்றாகச் சூரியனும் உள்ளது. அதனைத்தாண்டி, சோதிடப்படி சந்திரனும் ஒரு கோள்தான். சோதிடத்தில் துணைக்கோள்களே கிடையாது. மேலும், ராகு – கேது என இரண்டு கற்பனைக் கோள்கள் சோதிடத்தில் இணைக்கப்பட்டுள்ளன. கற்பனை என்று நாம் கூறவில்லை. அவர்களே, அந்தக் கோள்களுக்கு வைத்துள்ள பெயர் ஷாயா கிரகம் என்பது. ஆங்கிலத்தில் அவற்றை Shadow Planets என்று கூறுகின்றனர். இரண்டுக்குமே 'நிழல் கோள்கள்' என்றுதான் பொருள். அதாவது, அப்படி இரண்டு கோள்கள் இல்லை, அவை இரண்டுமே நிழல்கள்தாம் என்று அவர்களே ஏற்றுக் கொள்கின்றனர்.

அந்த நிழல்களைக் கண்டுதான் நம் நாட்டிலுள்ள அனைவரும் அஞ்சி

அஞ்சிச் சாகின்றனர். ராகு காலத்திலோ, எமகண்டத்திலோ எந்த ஒரு நல்ல செயலையும் தொடங்குவதற்குப் பலரும் அச்சப்படுகின்றனர். சோதிடப்படி, ஒரு நாளில் ராகு காலம் மூன்றே முக்கால் நாழிகை, எமகண்டம் மூன்றே முக்கால் நாழிகை. அதாவது ஒரு நாளுக்கான 24 மணிநேரத்தை, அன்று 60 நாழிகைகளாகப் பிரித்திருந்தனர். ஒரு மணி நேரம் என்பது இரண்டரை நாழிகை. அதனால்தான் ஒன்றரை மணிநேரம் நீடிக்கும், ராகு காலமும், எமகண்டமும் தனித்தனியாக மூன்றே முக்கால் நாழிகைகள் என்று சொல்லப்படுகின்றன. பழைய வரலாற்று நாவல்களைப் படிக்கும் போது, பொழுது விடிவதற்கு இன்னும் ஐந்து நாழிகைகள் உள்ளன என்று கூறுவர். அதாவது, அப்போது அதிகாலை 3 மணி என்று பொருள். இன்னும் இரண்டு மணி நேரத்தில் பொழுது விடியும் என்பதையே அவர்கள் குறிக்கின்றனர்.

இவ்விரு நிழல் புள்ளிகளையும், ஜாதகம் கோள்களின் கணக்கில் எடுத்துக் கொள்கிறது. என்ன வேடிக்கை என்றால், விண்மீன், கோள், துணைக்கோள், நிழல் எல்லாவற்றையும் கோள்கள் என்றே ஜாதகம் கூறுகிறது. அறிவியல் பார்வையில் இது முற்றிலும் தவறானது. கதிரவன், கோளா, விண்மீனா என்று புகழ்பெற்ற சோதிடர் ஒருவரிடம் தொலைக்காட்சியில் நான் கேட்டேன். அவர் சற்றுச் சிந்தித்து விட்டு, எப்படி வேண்டுமானாலும் வைத்துக் கொள்ளலாம் என்றார். அது சரியான விடையில்லை என்று அவருக்கே தெரியும். நம் கால்களுக்குக் கீழே இருப்பது தரையா, தண்ணீரா என்று கேட்டால், எதுவாக வேண்டுமானாலும் வைத்துக் கொள்ளலாம் என்னும் விடை எப்படிப் பிழையானதோ அப்படித்தான் அந்த விடையும் பிழையானது.

அறிவியலின்படி சூரியன் ஒரு விண்மீன்தான். சந்திரன் ஒரு துணைக்கோள். மற்றவைகள் கோள்களும், நிழல்களும். எல்லாவற்றையும் ஒன்றாகப் போட்டுக் குழப்புகிறது ஜாதகம். அதிலும், சூரியக் குடும்பத்தில் உள்ள 65 துணைக்கோள்களில்(சந்திரன்களில்) ஒன்றை மட்டுமே ஜாதகம் எடுத்துக் கொள்கிறது. ஒரே ஒரு சந்திரன்தானே இருக்கிறது என்று எண்ண வேண்டாம். பூமிக்கு ஒரே ஒரு சந்திரன். ஆனால் பிற கோள்களுக்கு 64 சந்திரன்கள் உள்ளன. செவ்வாய்க்கு 2, வியாழனுக்கு 16, சனிக்கு 24, யுரேனசுக்கு 15 என்று வெவ்வேறு எண்ணிக்கையில் வெவ்வேறு கோள்களில் சந்திரன்கள் உள்ளன. அவற்றை எல்லாம் ஏன் கணக்கில் கொள்ளவில்லை? வெறும் ஒன்பது கோள்கள் மட்டும்தான் நம்மை பாதிக்குமா? மீதமுள்ள இன்னொரு கோளும்(சத்னா), 64 துணைக்கோள்களும் நம்மை பாதிக்காதா? அவற்றுக்கெல்லாம் ஏன் ஜாதகம் பலன் கூறவில்லை?

சரி, இந்தக் கோள்கள் நம் மீது தாக்கத்தை ஏற்படுத்துகின்றன என்பது உண்மையா என்று கேட்டால், பௌர்ணமி அன்று கடல் பொங்குகிறதா இல்லையா என்று கேட்பார்கள். உண்மைதான், கடல் பொங்குகிறது. சந்திரனின் ஈர்ப்பால்தான் அது நிகழ்கிறது என்பதும் உண்மைதான். ஆனால், அது பாதி உண்மை மட்டுமே. அதே பௌர்ணமி நாளில் நாம் கடற்கரைக்குச் சென்று, ஒரு பெரிய பாத்திரத்தில், சந்திரனின் ஒளிபடுவது போலத் தண்ணீரை நிரப்பி வைத்தால், அந்த நீர் பொங்காது. கடல் நீர்

பொங்கும்போது, அருகிலுள்ள பாத்திரத்தில் இருக்கும் நீர் ஏன் பொங்குவதில்லை? காரணம், மிக எளியது. நிலவின் ஒளி மிகப் பரந்துபட்ட ஒரு வெளியில்தான் தாக்கத்தை ஏற்படுத்துமே அல்லாமல், சிறு பரப்பில் எந்த ஒரு பாதிப்பையும் உருவாக்காது என்பது அறிவியல். திறந்த வெளியில் வைக்கப்பட்டுள்ள தண்ணீரின் மீதே எந்தத் தாக்கத்தையும் ஏற்படுத்தாத நிலவு ஒளி, நம் மூளையின் மீதும், உள்ளுறுப்புகளின் மீதும் எப்படித் தாக்கத்தை ஏற்படுத்தும்?

பிறகு, நம் நாட்டில் பலருடைய வாழ்வையும், பாதித்திருக்கும் ஒன்று செவ்வாய் தோசம். திருமணத்தின் போது, இருவருக்கும் செவ்வாய் தோசம் இருந்தால் குற்றமில்லையாம். ஒருவருக்கு மட்டும் இருந்தால், அதிலும் பெண்ணுக்கு அந்த தோசம் இருந்தால், அது அவர்களின் திருமணத்திற்குப் பிறகு அப்பெண்ணின் மாமியாரைக் கொன்றுவிடும் என்று கூறுகின்றனர். அறிவியலுக்கு எந்த வகையிலும் பொருந்தாத இக்கூற்றை நம் நாட்டில் கோடிக்கணக்கான மக்கள் நம்புகிறார்கள். அந்த நம்பிக்கையின் அடிப்படையில் பல்லாயிரக்கணக்கான பெண்களின் வாழ்வு இருண்டு கிடக்கிறது. பூமியில் இருந்து செவ்வாய் ஆயிரக்கணக்கான கோடி மைல்களுக்கு அப்பால் உள்ளது. சென்னையில் இருந்து திருச்சி 320 கிலோ மீட்டர் அதாவது 200 மைல். திருச்சியில் உள்ள எதுவும், சென்னையில் உள்ளவர்களைப் பாதிக்காது. ஆனால் கோடி மைல்களுக்கு அப்பால்

உள்ள செவ்வாய்க் கிரகம் பூமியில் உள்ள ஒரு குறிப்பிட்ட பெண்ணைக் கண்டுபிடித்து, அப்பெண்ணின் மாமியாரையும் கண்டுபிடித்துக் கொன்று விடும் என்று சொல்வது எவ்வளவு பெரிய கேலிக்கூத்து!

செவ்வாய் தோசம் என்றால் என்ன என்பதையும் நாம் பார்க்க வேண்டும். மீண்டும் ஒருமுறை ஜாதகத்தில் உள்ள அந்த ராசிக் கட்டத்துக்கு நாம் செல்வோம். மொத்தம் 12 கட்டங்கள் இருக்கின்றன. அஸ்வினி தொடங்கி ரேவதி வரையிலான 27 நட்சத்திரங்களை அந்தப் பன்னிரெண்டு கட்டங்களுக்குள் அடைத்துள்ளனர். அந்தக் கட்டங்களுக்குத்தான் மேஷம், ரிஷபம் என்றெல்லாம் பெயர் கொடுத்துள்ளனர். ஒவ்வொரு கட்டத்திலும் 2, 3 நட்சத்திரங்கள் அடங்கும். உண்மையில் இப்பிரபஞ்சத்தில் எண்ணற்ற நட்சத்திரங்கள் உள்ளன என்பதே அறிவியல். ஆனால் ஜாதகமோ 27 நட்சத்திரங்களை மட்டுமே கணக்கில் எடுத்துக் கொள்கிறது. அதுவும் ஏனென்று புரியவில்லை?

இவைபற்றியெல்லாம், விரிவாகக் கூறுகின்ற நூல்தான் பஞ்சாங்கம். பஞ்சாங்கம் என்றால், ஐந்து அங்கங்களை உடையது என்று பொருள். திதி, வாரம், யோகம், நட்சத்திரம், கர்ணம் ஆகிய ஐந்து பற்றியும் பஞ் சாங்கம் பேசுகிறது. திதி என்றால், கிருஷ்ணபட்ச திதி, சுக்கிலபட்ச திதி என இருவகைப்படும். கிருஷ்ண என்றால் கருப்பு என்று பொருள். ஆகையினால்தான் கருப்பாக உள்ள கடவுள் இங்கே கண்ணன், அங்கே கிருஷ்ணன். கருப்பன் என்றோ, கருப்பாயி என்றோ பெயர் வைத்துக் கொள்ள நாம் வெட்கப்படுகிறோம். ஆனால், அவற்றையே சமற்கிருதத்தில் கிருஷ்ணன் என்றும், கிருஷ்ணம்மாள் என்றும் பெயர் வைத்துக் கொள்வதில் பெருமைப்படுகிறோம். சுக்கிலம் என்பது வெளிச்சத்தைக் குறிக்கும். வேறொன்றுமில்லை, கிருஷ்ணபட்சம் என்பது அமாவாசை என்றும், சுக்கிலபட்சம் என்பது பௌர்ணமி என்றும் பொருள்படும்.

அதாவது, அமாவாசை தொடங்கி, பௌர்ணமி வரையிலான நாட்களையும், பிறகு அங்கிருந்து அமாவாசை வரையிலான நாட்களையும் எண்ணுவதற்கான ஒரு நாட்காட்டிதான் திதி என்பது. பஞ்சாங்கத்தை அந்தக் காலத்துக் காலண்டர் எனலாம். அமாவாசைக்கு மறுநாளை பிரதமை திதி என்பார்கள். பிரதமர் என்றால் அமைச்சர்களுள் முதல்வர் என்றுதானே பொருள். அதுபோல, பிரதமை என்பது அமாவாசைக்குப் பிறகு வரும் முதல் நாள் என்பது கணக்கு. இரண்டாவது நாளை துவிதியை என்கிறார்கள். துவி என்றால் இரண்டு. முன்பு மிதி வண்டியைத் துவிச்சக்கர வண்டி என்பார்கள். தோ என்பதில் இருந்து துவி வருகிறது. திரிதியை என்றால் மூன்றாவது நாள். ஆங்கிலத்தில் மட்டுமின்றி, சமற்கிருதத்திலும் திரி என்றால் மூன்றுதான். நான்காவது நாளுக்குச் சதுர்த்தி என்று பெயர். சதுர் என்பது நான்கு. அதிலிருந்துதான் சதுரம், சதுர் வருணம் ஆகிய சொற்கள் வருகின்றன. பஞ்ச என்றல் ஐந்து என்பதை நாம் அறிவோம். பஞ்சபூதங்கள், பஞ்சபாண்டவர் போன்ற சொற்கள் வழக்கில் உள்ளன. சஷ்டி என்றால் ஆறு. ஆறாவது நாள் விழா கந்த சஷ்டி எனப்படுகிறது. ஷண் என்னும் சொல்லில் இருந்து சஷ்டி வருகிறது. அதனால்தான் ஆறுமுகம் என்னும் பொருள் தரும் ஷண்முகம் என்னும் பெயரை நம்மவர்கள் சூட்டிக் கொள்கின்றனர். சப்த என்றால் ஏழு.

ஏழிசையைத்தான் வடமொழியில் சப்தஸ்வரங்கள் என்கிறார்கள். அஷ்ட என்பது எட்டு என்ற எண்ணையும், நவ என்பது ஒன்பது என்ற எண்ணையும் குறிக்கின்றன. அஷ்டலட்சுமி, நவரத்தினம் போன்ற சொற்களை நாம் அறிவோம். அமாவாசையிலிருந்து பத்தாவது நாள் தசமி எனப்படும். அதற்குப் பிறகு, 11,12 முதலான எண்கள், ஏகாதசி, துவாதசி என்று குறிக்கப்படுகின்றன.

ஏகாதசி (ஏக் என்றால் ஒன்று, தசி என்றால்பத்து,/ ஏகாதசி பதினொன்று), துவாதசி பன்னிரெண்டு, திரியோதசி பதின்மூன்று, சதுர்த்தசி பதினான்கு,அதன் பிறகு பௌர்ணமி வந்துவிடுகிறது. இது வெறும் நாட்காட்டிதான். இதில் எட்டு ஒன்பது என்னும் எண்களைக் காட்டி நம்மை அச்சுறுத்தி, அஷ்டமி நவமி ஆகாது என்று சொல்கிறார்கள். கிருஷ்ணர் பிறந்தது கோகுலாஷ்டமி, ராமர் பிறந்தது ராம நவமி என்கின்றனர். பிறகு, கடவுள்கள் பிறந்த நாள்களையே நல்ல நாள்கள் இல்லை என்றும் கூறுகின்றனர். அதுவே நல்ல நாள் இல்லை என்றால், வேறு எந்த நாள் நல்ல நாள்? போகட்டும், இந்தத் திதி என்பது பதினைந்து நாட்களைக் காட்டுகிற ஒரு நாட்காட்டி மட்டுமே என்பதை நாம் புரிந்து கொண்டால் பொதும்.

பஞ்சாங்கம் என்பது நாட்காட்டி. ஜாதகம் என்பது பிறப்புப் பதிவு. அவ்வளவுதான். இன்று ஜனன மரணப் பதிவு அலுவலகங்கள் உள்ளன, அன்றைக்கு இல்லை. அதனால் இந்த ஏற்பாடு!

ஜோதிடத்தில் மிக முக்கியமானது லக்னம்தான். ஜாதகத்தில் ஒரு கோடு போட்டு 'ல' என்று எழுதியிருப்பார்கள். 'ல' என்றால் லக்னம். பிறக்கும்போது எந்த ராசி அருகில் இருந்தது என்பதை அது குறிக்கிறது. வானத்தில் உள்ள வின்மீண்கள் கூட்டம் தேள் மாதிரி இருந்ததா, சிங்கம் மாதிரி இருந்ததா என்ற அடிப்படையில் ராசி முடிவாகிறது. சிங்கம் மாதிரி இருந்தால் சிம்மராசி. குடம் மாதிரி இருந்தால் கும்பம். அதன் பிறகு, ஒவ்வொரு ராசிக்கும் ஒவ்வொரு குணம் கற்பிக்கப்படுகிறது. சிம்மராசிக்காரர்களை ஒன்றுமே செய்ய முடியாது, அவர்களுக்குக் கோபம் கடுமையாக வரும் என்று இவர்களே கதை கட்டிவிட்டு விடுவார்கள். அதாவது ஒருவர் பிறக்கும் போது எந்த ராசி வட்டம் அருகில் இருக்கிறதோ, அந்த ராசியைப் பொறுத்தே அவர்கள் குணம் அமையும் என்று ஒரு கற்பிதம்.

இது தவிர, லக்னத்தில் ஒவ்வொரு ராசிக்கும் ஒவ்வொரு அதிபர் உண்டு. மேஷ இராசிக்கு அதிபர் யார், ரிஷப ராசிக்கு அதிபர் யார் என எல்லாவற்றையும் பிரித்திருப்பார்கள். எத்தனை விதமான பேதைமைகள் உலகில் உண்டோ, அவை அனைத்தும் இந்த ராசி வட்டம் பன்னிரெண்டில் உள்ளன. ஆண் இராசி பெண் இராசி உண்டு. மேஷம் ஆண் இராசி, ரிஷபம் பெண் இராசி. கும்பம் ஆண் இராசி, மீனம் பெண் இராசி. 1,3,5,7,9,11 ஆண் ராசிகளாம், 2,4,6,8,10, பெண் ராசிகளாம். ஞாயிறு, திங்கள், செவ்வாய் போன்ற கோள்களில் பிராமணர்கள் உண்டு, சத்ரியர்கள் உண்டு, வைசியர்கள் உண்டு, சூத்திரர்கள் உண்டு. ஆம், எல்லாக் கேலிக் கூத்தும் உண்டு. வியாழனும் வெள்ளியும் பிராமணர்களாம். ஏனென்றால் வெள்ளி பளபளவென்று உள்ளது. வியாழன் மிக அகண்டதாக இருக்கிறது.

கோள்களில் எது சிறப்பாக உள்ளதோ அது பிராமணன். ஞாயிறும் செவ்வாயும் சத்ரியன். திங்களும் புதனும் வைசியன். சூத்திரர்கள் எவை தெரியுமா? சனி, இராகு, கேது ஆகியன. ஜோதிடர்கள் நம்மிடம் சில உண்மைகளைச் சொல்ல மாட்டார்கள். அந்தக் கோள் அவ்வளவு சரியில்லை என்று சொல்வார்கள், வேறொன்றும் இல்லை அது சூத்திரக்கோள்.

ஒவ்வொரு கட்டத்தையும் வீடு என்று சொல்வார்கள். செவ்வாய் தங்கும் வீடு, சூரியன் தங்கும் வீடு என்று ஒவ்வொரு ராசிக்கும் ஒரு வீடு உண்டு. செவ்வாய் தோஷம் என்றால் ஒரு குழந்தை பிறக்கிற போது, அதற்கான வீட்டில் இல்லாமல், 2,4,7,8,12 ஆகிய வீடுகளில் செவ்வாய் இருந்தால், அந்த ஜாதகம் செவ்வாய் தோஷம் உள்ள ஜாதகமாம். ஜோதிடர்களின் மிகப் பெரிய தேவை நினைவாற்றல். இவ்வளவையும் நினைவில் வைத்துக் கொண்டு, சரளமாகப் பேசினால்தான் மக்கள் நம்புவார்கள். இதுபோல் பார்த்தால், பிறக்கும் குழந்தைகளில் 40 % குழந்தைகள் செவ்வாய் தோஷத்தில்தான் பிறக்கும். எனவே அதிலும் விதிவிலக்குகளைக் கற்பித்தனர். 4, 8 இல் செவ்வாய் இருந்தால் பரவாயில்லை, ஆனால் 2,7,12 ஆகிய வீடுகளில் இருக்கவே கூடாது என்பார்கள். இப்பொழுது செவ்வாய் தோஷத்திற்குப் புதிய அறிவியல் விளக்கம் சொல்கின்றனர். RH negative என்கிற இரத்த வகையைச் சார்ந்ததே செவ்வாய் தோஷம் என்கிறார்கள். இதனை அறிவியல் பூர்வமாக அமெரிக்காவில் உள்ள கலிஃபோர்னியப் பல்கலைக் கழகம் பொய் என்று மெய்ப்பித்திருக்கிறது. 626 நபர்களிடம் இரத்த சாம்பிள்களை எடுத்துப் பார்த்ததில், RH negative வகை ரத்தம் உள்ளவர்களுக்கும் செவ்வாய் தோஷத்துக்கும் சம்பந்தம் இல்லை.

அறிவியலுக்கும் மதத்துக்கும் நடந்த சண்டையை மெதுவாக இவர்கள் இப்போது எப்படி மாற்றுகிறார்கள் என்றால், அறிவியலுக்கும், போலி அறிவியலுக்கும் இடையிலான சண்டையாக (Science Vs seudo science) மாற்ற முயற்சிக்கின்றனர். ருத்ராட்ஷக் கொட்டைக்கு ஏராளமான மருத்துவக் குணங்கள் உள்ளன என்று சொல்கிறார்கள். ஒரே ஒரு கேள்வி, அப்படியானால், அந்த ருத்ராட்ஷக் கொட்டைக்கும் சிவபெருமானுக்கும் எந்தச் சம்பந்தமும் இல்லையா? அது மருத்துவத்தோடு தொடர்புடையதே தவிர, மதத்தோடு தொடர்புடையது இல்லையா? இவ்வாறு எல்லாவற்றையும் அறிவியல் என்று சொல்வதன் மூலம் ஒன்றை அவர்களை அறியாமலே அவர்கள் ஏற்றுக்கொள்கிறார்கள். மதத்திற்குள் ஒளிந்துகொள்ள முடியவில்லை, அறிவியலுக்குள் ஒளிந்துகொள்ளவேண்டிய கட்டாயம் அவர்களுக்கு வந்துள்ளது என்பது உண்மையாகிறது.

ஏழரை நாட்டுச் சனி என்றால் என்ன? ஒவ்வொரு கோளும் தன்னைத்தானே சுற்றிக்கொண்டு, சூரியனையும் சுற்றி வருகிறது. சூரியனைச் சுற்றி வருவதற்கு எவ்வளவு நாள்கள் ஆகும்? அது சூரியனுக்கும் அந்த கோளுக்கும் இடையில் உள்ள தொலைவைப் பொறுத்தும், கோள் சுற்றுகிற விரைவைப் பொறுத்தும் அமையும். பூமி சூரியனைச் சுற்றிவர 365 நாட்கள் ஆகின்றன. அதனையே நாம் ஒரு வருடம் என்கிறோம். ஒரு வேளை நாம் புதன் கிரகத்தில் வாழ நேர்ந்தால், ஒரு வருடம் என்பது 88

நாள்கள்தாம். புதன் 88 நாள்களில் சூரியனைச் சுற்றி வந்துவிடும். புதன் சூரியனுக்கு அருகில் இருக்கிறது. அதனால் அங்கு 88 நாட்கள் ஓர் ஆண்டு. 176 நாள்கள் வாழ்ந்துவிட்டால் இரண்டு ஆண்டுகள் கணக்கு. ஆகையினால்தான் பூமி சுற்றி வருவதை அறிவியல் துறையில், one year என்று சொல்லாமல் one earth year என்று சொல்வார்கள். வியாழன் சுற்றி வருவதற்கு ஓராண்டு ஐந்து மாதங்கள் ஆகும். அதைத்தான் குருப்பெயர்ச்சி என்கிறார்கள்.

அடுத்து சனிப் பெயர்ச்சி. சனி என்பது வியாழனுக்குப் பின்னால் உள்ளது, அது சூரியனைச் சுற்றி வருவதற்கு இரண்டரை ஆண்டுகள் ஆகும். அதனால்தான் ஏறத்தாழ இரண்டரை ஆண்டுகளுக்கு ஒரு முறை சனிப்பெயர்ச்சி என்கிறார்கள். இரண்டரை ஆண்டுகலுக்குப் பின், சனி அடுத்த கட்டத்திர்குப் போய்விடும் என்பது கணக்கு.அந்த வகையில் பன்னிரெண்டு கட்டங்களை ஒரு முறை சுற்றி வருவதற்கான காலம் முப்பது ஆண்டுகள். இதனை வைத்துத்தான், முப்பது வருடம் வாழ்ந்தவனும் இல்லை முப்பது வருடம் தாழ்ந்தவனும் இல்லை என்று ஒரு பழமொழி உண்டு. பிறகு தன் ராசிக் கட்டத்திற்கு முன்னும் பின்னுமாக உள்ள கட்டங்களில் சனி இருந்த காலத்தைக் கணக்கிடுகின்றனர். ஒரு கட்டத்தில் இரணடரை ஆண்டுகள் வீதம், மூன்று கட்டங்களில் ஏழரை ஆண்டுகள். அதுதான் ஏழரை நாட்டுச் சனி. அதாவது, ரிஷப ராசிக்காரனுக்கு, மேஷ இராசிக்குச் சனி வந்தால் அது தலை, ரிஷபத்துக்கு வந்தால் அது உடல், மிதுனத்துக்குப் போனால் பாதம். மூன்றையும் சேர்த்தால் ஏழரை நாட்டுச் சனி. அவ்வளவுதான். இது வெறும் கணக்கு. இதனை வைத்துக் கொண்டுதான் மக்களை அச்சுறுத்துகின்றனர்.

கோள்கள், சுற்றி வரும் ஆண்டுகள், கணக்குகள் பஞ்சாங்கத்தில் சரியாகவே இருக்கின்றன. எப்படி அந்தக் கணக்கு வந்தது என்பது ஒரு மிகப்பெரிய கேள்வி. அதற்குப் பல்வேறு விடைகள் இருக்கின்றன. இன்றுவரை ஆராய்ச்சியில் வேறு உயிர்கள் வேறு எந்தக் கிரகத்திலாவது இருக்கிறதா என்றால், இல்லை என்றுதான் அறிவியல் சொல்கிறது. ஆனால் செவ்வாய்க் கிரகத்தில் இருந்திருக்கலாம் என்கிற ஒரு ஆய்வு விஞ் ஞானிகளிடம் இருக்கிறது. என்ன காரணம்? சூரியன் அருகில் இருக்கிற புதன் இன்னொரு நெருப்புக் கோளம். வெள்ளி ஒரு நெருப்பு. அங்கு உயிர்கள் இருக்க வாய்ப்பில்லை. பூமி மனிதர்கள் வாழ ஏற்றதாக இருக்கிறது. நமக்கு அடுத்து இருக்கிற செவ்வாய் முழுவதும் குளிர்ந்து உறைந்து போய் இருக்கிறது. ஆனால் லட்சம் வருடங்களுக்கு முன்னால் அதனுடைய தட்ப வெப்பம் மனித உயிர்கள், ஜீவன்கள் வாழ்வதற்குத் தகுதியான இடமாக இருந்திருக்கக்கூடும். இன்றைக்கு ஆறுகள் ஓடியதற்கான அறிகுறி இருக்கிறது. ஆனால் தற்போது எல்லாம் உறைந்துபோயிருக்கிறது. அப்படி ஒரு வேளை பல்லாயிரம் ஆண்டுகளுக்கு முன்னால் செவ்வாய்க் கோளில் மனிதர்களைப் போல வேறு உயிரினங்கள் வாழ்ந்திருப்பார்களேயானால், இன்றைக்கு நாம் விடுவதைப் போல அவர்கள் ஏதாவது விண்கலம் விட்டிருக்கக்கூடும்.

இன்றைக்கும் பறக்கும் தட்டுகள் பற்றி ஆய்வுகள் முடியவில்லை. எனவே அப்படி ஒரு விண்கலம் அல்லது பறக்கும் தட்டில் யாராவது ஒருவர் வந்து

இறங்கியிருந்தால், வானத்திலிருந்து தேவர்கள் வந்துவிட்டார்கள் என்று மக்கள் நம்பியிருப்பார்கள். இந்த அறிவியல் கணக்குகள் அங்கிருந்து வந்திருக்குமா என்றும் தெரியவில்லை. தெரியாததைத் தெரியாது என்று ஒப்புக்கொள்வதுதான் பகுத்தறிவு.

எவ்வாறோ, இந்தக் கணக்குகள் அனைத்தும் சரியாக இருக்கின்றன. ஆனால் இந்தக் கணக்குகளின் அடிப்படையில் சொல்லப்படுபவை அனைத்தும் ஏமாற்றுகின்றனவாக இருக்கின்றன. வானியல் என்பது அன்றைக்கும் அறிவியல், இன்றைக்கும் அறிவியல், என்றைக்கும் அறிவியல்.ஜோதிடம் என்பது ஒரு காலத்தில் தேடல், பிறகு நம்பிக்கை, இன்றைக்குப் பெரு வணிகம். ஆம், ஜோதிடம் மிகப் பெரிய வணிகமாக இன்று மாறிவிட்டது. தினப்பலன் சொல்லாத தொலைக்காட்சி உண்டா? கலைஞர் தொலைக்காட்சியைத் தவிர! தினப்பலன் எழுதாத நாளேடுகள் உண்டா? முரசொலி, விடுதலை தவிர! ஜோதிடத்தில் மிகவும் மலிவானது தினப்பலன்தான். தினமும் ஒரு சொல்லில் குறிப்பிடுவார்கள், லாபம், வெற்றி, விரயம் என்று!

குஷ்வந்த் சிங் இல்லஸ்ட்ரேடட் வீக்லி பத்திரிகையின் ஆசிரியராக இருந்தபோது, ஒருநாள் ஜோதிடர் வரவில்லை. காய்ச்சல். இராசி பலன் எழுதியாக வேண்டும். உடன் பணியாற்றியவர்கள் என்ன பண்ணலாம் அந்தப் பகுதியை விட்டுவிடலாமா?' என்று கேட்டார்கள். 'இல்லை போட்டுவிடுவோம்' என்றார் குஷ்வந்த் சிங். 'நான் தருகிறேன் போடலாம்' என்றார். பத்துநாட்களாக வந்த இராசிபலனையெல்லாம் மாற்றி மாற்றி எழுதிப் போட்டார். அதைத்தான் சரியாக இருந்தது என்று சொன்னார்கள் பலர் என்று குஷ்வந்த் சிங் வாழ்க்கை வரலாற்றில் எழுதியிருக்கிறார்.

நோபல் பரிசு பெற்ற பத்தொன்பது விஞ்ஞானிகளினுடைய அறிக்கையை நீங்கள் அறிந்திருப்பீர்கள். நோபல் பரிசுபெற்ற விஞ் ஞானிகளாகிய நாங்கள் மிகுந்த கவலை அடைந்திருக்கிறோம் என்று அந்த அறிக்கை தொடங்குகிறது. The Humanist என்ற பத்திரிகையில் 1975 ஆம் ஆண்டு செப்டம்பர் அக்டோபர் இத்ழில் பல்வேறு நாடுகளையும், பல்வேறு துறைகளையும் சார்ந்த விஞ்ஞானிகள் அந்த அறிக்கையை வெளியிட்டிருந்தார்கள். 'அறிவியலில் ஜோதிடம் உண்மையானது என்பதற்கு இன்று வரையில் எந்தச் சான்றும் இல்லை. அவற்றை நம்பி ஏமாறுவது மக்களினுடைய அறியாமையையே காட்டுகிறது' என்று அவர்கள் கூறியிருந்தனர். எனவே ஜோதிடம் அறிவியல் இல்லை என்று பத்தொன்பது நோபல் பரிசு பெற்ற விஞ்ஞானிகளே சொல்லியிருக்கிறார்கள். விஞ்ஞானத்தைத் தாண்டி, பஞ்சாங்கத்தைத் தாண்டி சம்மந்தர் தேவாரத்திலிருந்து ஒரு பாட்டைச் சொல்கிறேன்.

மாறவர்மப் பாண்டியன் அரிகேசரி என்று ஒரு மன்னன் இருந்தான். அவன் சைவ மதத்திலிருந்து சமண மதத்துக்கு மாறிவிட்டான். அவனைச் சுருக்கமாக இலக்கியத்தில் கூன் பாண்டியன் என்று குறிப்பிடுவார்கள். அவனுடைய மனைவிதான் மங்கையர்கரசி. அப்படி மாறியதற்குப் பிறகு ஒரு புறா மூலமாக மங்கயற்கரசி தூது விடுகிறார். 'சைவத்திலிருந்து சமணத்துக்குப் போய்விட்டார் மறுபடியும் சமணத்துக்கு அவரை மாற்ற

வேண்டும். நீங்கள் வாருங்கள்' என்று! அதற்காகச் சம்பந்தர் புறப்படுகிறபோது, அப்பர் சொல்லுகிறார் 'அப்படிப் போவதாக இருந்தால், இன்றைக்கு நாளும் கோளும் நலமிலையே' என்கிறார். அதற்குச் சம்மந்தர் சொல்லுகிறார்: 'வேயுறு தோளி பங்கன், விடமுண்ட கண்டன் மிக நல்ல வீணை தடவி மாசறு திங்கள் கங்கை முடி மீதில் என் உளம் புகுந்ததனால்/ ஞாயிறு திங்கள் செவ்வாய் புதன் வியாழன் வெள்ளி சனி பாம்பு இரண்டுடனே, ஆசறு நல்ல நல்ல அவை நல்ல நல்ல அடியார் அவர்க்கு மிகவே'. நீ சிவபெருமானுடைய அடியாராக இருந்தால், உண்மையான பக்தனாக இருந்தால், நாளும் கோளும் பார்க்க வேண்டாம் என்கிறார். ஆனால் இங்கே உண்மையான பக்தர்கள் நாளும் கோளும் பார்க்கிறார்கள், பகுத்தறிவாளர்கள் பார்ப்பதில்லை.

நம்மைப் பொறுத்தவரையில், எப்போதெல்லாம் நல்லவைகளை நினைக்கிறோமோ, பேசுகிறோமோ, செய்கிறோமோ அப்போதெல்லாம் அனைவருக்கும் நல்ல நேரம்தான். எப்போதெல்லாம் தீயவைகளை நினைக்கிறோமோ, பேசுகிறோமோ, செய்கிறோமோ அப்போதெல்லாம் அனைவருக்கும் தீய நேரம்தான். மற்றபடி நாளும் கோளும் தீயன இல்லை. நல்ல நல்ல அவை நல்ல நல்ல.

பிற நூல்கள்

ஒன்றே சொல்! நன்றே சொல் பாகம்-1 முதல் 7 வரை

திராவிடத்தால் எழுந்தோம்

பெரியாரின் இடதுசாரித் தமிழ்த் தேசியம்

வந்ததும் வாழ்வதும்

குறள் வானம்

சிங்களன் முதல் சங்கரன்வரை

கவிதா

அறிந்தும் அறியாமலும்

மொழியும் வாழ்வும்

திராவிடம் வளர்த்த தமிழ்

ஒரு நிமிடம் ஒரு செய்தி